AF761586

ഉമ്മക്കുട്ടിയുടെ
കുഞ്ഞിക്കിനാവുകൾ

ummakkuttiyude kunjikkinavukal

•

b m zuhra

•

first edition
june 2015

•

second edition
february 2017

•

third edition
december 2018

•

published and typesetting
chintha publishers, thiruvananthapuram

•

•

cover
midas

•

വിതരണം

ദേശാഭിമാനി ബുക്ക് ഹൗസ്

H O തിരുവനന്തപുരം–695 035
phone: 0471-2303026, 6063026
www.chinthapublishers.com
chinthapublishers@gmail.com

ബ്രാഞ്ചുകൾ

ഹെഡ്ഡാഫീസ് ബ്രാഞ്ച് കുന്നുകുഴി • സ്റ്റാച്യു തിരുവനന്തപുരം • കെ എസ് ആർ ടി സി ബസ് സ്റ്റേഷൻ ആലപ്പുഴ • കെ എസ് ആർ ടി സി ബസ് സ്റ്റേഷൻ എറണാകുളം • മച്ചിങ്ങൽ ലെയ്ൻ തൃശൂർ • ഐ ജി റോഡ് കോഴിക്കോട് • മാവൂർ റോഡ് കോഴിക്കോട് • എൻ ജി ഒ യൂണിയൻ ബിൽഡിങ് കണ്ണൂർ • സെൻട്രൽ ബസ് ടെർമിനൽ കോംപ്ലക്സ് താവക്കര കണ്ണൂർ

CR - 1949 / 4813
ISBN - 978-93-84445-21-8

ഉമ്മക്കുട്ടിയുടെ
കുഞ്ഞിക്കിനാവുകൾ

ബി എം സുഹറ

ചിന്ത പബ്ലിഷേഴ്സ്
തിരുവനന്തപുരം-695 035

ബി എം സുഹറ

കോഴിക്കോട് ജില്ലയിലെ തിക്കോടിയിൽ ജനിച്ചു.

പിതാവ്: വൈദ്യേരകത്ത് മമ്മദുകുട്ടി ഹാജി.

മാതാവ്: ബടയക്കണ്ടി മാളിയേക്കൽ മറിയുമ്മ.

തിക്കോടി പ്രൈമറിസ്കൂൾ, കോഴിക്കോട് പ്രോവിഡൻസ് ഹൈസ്കൂൾ, പ്രോവിഡൻസ് കോളേജ് എന്നിവിടങ്ങളിൽ വിദ്യാഭ്യാസം.

കൃതികൾ: *കിനാവ്, മൊഴി, ഇരുട്ട്, നിലാവ്, നിഴൽ, ആകാശഭൂമികളുടെ താക്കോൽ, പ്രകാശത്തിനുമേൽ പ്രകാശം,* നിഴൽ (നോവൽ), *ചോയിച്ചി, ഭ്രാന്ത്, കുഹൂ...കുഹൂ...* (കഥകൾ), *മലമുകളിലെ അപ്പൂപ്പൻ, കുട്ടികളുടെ അറബിക്കഥകൾ, ഏഴാങ്ങളമാരും ഒരു കുഞ്ഞുപെങ്ങളും, പവിഴപ്പുറ്റ്, പഞ്ചതന്ത്രംകഥകൾ, മന്ത്രമോതിരം* (ബാലസാഹിത്യം), *അമൃതപുത്രി, കൊട്ടാരത്തെരുവ്, സൈനിന്റെ കല്യാണം* (പരിഭാഷ), *മുഖാമുഖം* (അഭിമുഖങ്ങൾ).

പുരസ്കാരങ്ങൾ: ലളിതാംബിക അന്തർജനം സ്മാരക വിശേഷാൽ പുരസ്കാരം (1992), കെ ബാലകൃഷ്ണൻ സ്മാരക അവാർഡ് (2004). *ഇരുട്ടും നിലാവും* ഇംഗ്ലീഷിലേക്കും *മൊഴി* കന്നടയിലേക്കും വിവർത്തനം ചെയ്യപ്പെട്ടു. കേന്ദ്രസാഹിത്യ അക്കാദമിയുടെ ഇന്ത്യൻ ലിറ്ററേച്ചറിൽ കഥാപരിഭാഷകൾ പ്രസിദ്ധീകരിച്ചിട്ടുണ്ട്.

പദവികൾ: കേരള സ്റ്റേറ്റ് ലൈബ്രറി കൗൺസിൽ അംഗം, *ഗ്രന്ഥാലോകം* മാസികയുടെ പത്രാധിപ (1995–2001)

ഭർത്താവ് : എഴുത്തുകാരൻ ഡോ. എം എം ബഷീർ

മക്കൾ : അജ്മൽ ബഷീർ, അനീസ് ബഷീർ

കാർട്ടൂണിസ്റ്റ് ബി എം ഗഫൂറും എഴുത്തുകാരി ഉമ്മി അബ്ദുള്ളയും സഹോദരങ്ങൾ.

വിലാസം : മാളിയേക്കൽ
ചേവായൂർ (പി ഒ)
കോഴിക്കോട് – 673 017

ആമുഖം

ജന്മനാടായ തിക്കോടി കനവിലും നിനവിലും ഇന്നും എന്നെ വിടാതെ പിന്തുടരുന്നു. നാട്ടുകാർക്കും പുറംനാട്ടുകാർക്കും അതിശയമായിരുന്ന മച്ചും നാലുകെട്ടും പടിപ്പുരയും നീലച്ചായംപൂശിയ ഗേറ്റുമുള്ള കിഴക്കേ മാളിയക്കൽ വീടാണ് ഇന്നും എന്റെ കിനാവുകളുടെ പശ്ചാത്തലം. കോഴിക്കോട്ട് താമസമാക്കിയിട്ട് വർഷങ്ങളേറെയായി. ഞാൻ ജനിച്ചുവളർന്ന വീട് നാമാവശേഷമായി. എന്നിട്ടും കനവായി, നിനവായി, മിത്തായി ആ വീട് എന്നോടൊപ്പമുണ്ട്. ഒഴിവുവേളകളിൽ എന്റെ മനസ്സ് ഞാനറിയാതെ ആ വീട്ടിലെത്തുന്നു. എന്റെ പല രചനകളിലും ആ വീട് കഥാപാത്രമാകുന്നു.

എന്റെ ജീവിതം ചെറുപ്പം മുതലേ ഉമ്മയെ ചുറ്റിപ്പറ്റിയായിരുന്നു. പതിനഞ്ചാം വയസ്സിലായിരുന്നു ഉമ്മയുടെ ആദ്യപ്രസവം. മുപ്പത്തെട്ടുവയസ്സായപ്പോഴേക്കും ഉമ്മയക്ക് മക്കൾ ഒമ്പത്. ഇനി മതിയെന്ന് ഉമ്മ മനസ്സുകൊണ്ട് തീരുമാനമെടുത്തിട്ടും മുപ്പത്തിയൊമ്പതാംവയസ്സിൽ ഞാൻ ഉമ്മയുടെ ഉള്ളിൽ നാമ്പിട്ടു. നിങ്ങളാഗ്രഹിക്കാത്ത കുഞ്ഞാണ് ഞാനെന്നും അതുകൊണ്ട് വേണ്ട പരിഗണന കുട്ടിക്കാലത്ത് കിട്ടിയിട്ടില്ലെന്നും മുതിർന്നപ്പോൾ ഞാൻ ഉമ്മയെ പലപ്പോഴും കുറ്റപ്പെടുത്തിയിട്ടുണ്ട്. "പേറും പെറപ്പുമൊന്നും ഞമ്മള കൈമലല്ല സൂറാ. മേണ്ടേനും എന്നു തോന്നിയത് നേരാ. പക്കേങ്കി നീ പറേന്നതുപോലെ നിന്നെ ഞാൻ മേണ്ടപോലെ നോക്കീലാന്നൊക്കെ പറഞ്ഞാൽ പടച്ചോൻ പൊറുക്കൂലാ. ഒരച്ചിക്ക് അതിനൊന്നും സാധിക്കൂല സൂറാ."

അരിശത്തോടെ ഉമ്മ പറയുമ്പോൾ എനിക്ക് കുറ്റബോധം തോന്നാറുണ്ടെങ്കിലും ഞാൻ എന്റെ പരാതി ആവർത്തിക്കുകയാണ് പതിവ്. രാജപദവിയിൽ ജനിക്കുകയും രാജകുമാരിയായി ജീവിക്കുകയും ചെയ്തെ

ങ്കിലും പില്ക്കാലത്ത് കഷ്ടനഷ്ടങ്ങൾ ഏറെ സഹിക്കേണ്ടിവന്നു എന്റെ ഉമ്മയ്ക്ക്. ഉമ്മയുടെ സങ്കടം വാക്കുകളായി പ്രവഹിക്കുമെങ്കിലും പരാധീനതകൾ മക്കളെ ബാധിക്കാതിരിക്കാൻ കഠിനമായി ശ്രമിച്ചിരുന്നു. നാലാം ക്ളാസുവരെ മാത്രമേ പഠിച്ചിട്ടുണ്ടായിരുള്ളുവെങ്കിലും നല്ലൊരു വായനക്കാരിയായിരുന്നു ഉമ്മ. പത്തുമക്കളെ വളർത്തുന്നതിനിടയിലും ഉമ്മ വായിക്കാനും ഖുറ്ആനും ഹദീസുകളും പഠിക്കാനും സമയം കണ്ടെത്തി. ഖുറ്ആൻ മലയാളം തർജ്ജുമ്മ ഇറങ്ങിയകാലത്തുതന്നെ അത് സംഘടിപ്പിച്ച് വായിക്കാനും അതിലെ ആശയങ്ങൾ ഉൾക്കൊള്ളാനും ജീവിതത്തിൽ പകർത്താനും മാത്രമല്ല, പഠിച്ചത് മറ്റുള്ളവരെ പറഞ്ഞു കേൾപ്പിക്കാനും ഉമ്മ ശ്രമിച്ചു.

ഞാൻ മുതിർന്നപ്പോഴേക്കും പഴയ പ്രതാപകഥകൾ കേട്ടുകേൾവി മാത്രമായി മാറിയിരുന്നു. ആർഭാടങ്ങൾക്കും ആഘോഷങ്ങൾക്കും മങ്ങലേറ്റെങ്കിലും അല്ലലില്ലാത്ത ജീവിതമായിരുന്നു. സുഭിക്ഷമായ ഭക്ഷണം, ആവശ്യത്തിനു പരിചാരകർ, വലിയവീട്. ഒന്നിനും കുറവില്ല. ഞങ്ങൾക്ക് അങ്ങനെയൊരു ജീവിതം ഒരുക്കിത്തരാൻ ഉമ്മ വല്ലാതെ കഷ്ടപ്പെടുന്നുണ്ടെന്ന് മനസ്സിലാക്കിയ മക്കൾ അവരോടൊപ്പം എല്ലാക്കാര്യങ്ങളിലും സഹകരിച്ചു. സാധിച്ചുതരാൻ ഉമ്മയ്ക്ക് കഴിയാത്ത കാര്യങ്ങൾ ആവശ്യപ്പെടാതിരിക്കാൻ മക്കളോരോരുത്തരും ചെറുപ്പം മുതലേ ശ്രദ്ധിക്കുമായിരുന്നു. എന്നെ തിരുവനന്തപുരത്തേക്ക് വിവാഹം കഴിപ്പിച്ചയച്ചതിന് ഉമ്മ ഉറ്റവരുടെയും ഉടയവരുടെയും പഴി ഏറെ കേട്ടതാണ്. അക്കാലത്ത് തിരുവനന്തപുരം മലബാറുകാർക്ക് വളരെ അകലെയായിരുന്നു. യാത്രാസൗകര്യങ്ങൾ കുറവായിരുന്ന അക്കാലത്ത് തിരുവനന്തപുരത്തെത്തുക വിഷമകരമായ ഏർപ്പാടായിരുന്നു. അല്ലാഹു വിധിക്കുന്നതേ നടക്കൂ എന്നായിരുന്നു കുറ്റപ്പെടുത്തുന്നവരോടുള്ള ഉമ്മയുടെ ഉത്തരം. ഭർത്താവിന് കോഴിക്കോട് സർവ്വകലാശാലയിൽ ജോലി കിട്ടി ഞങ്ങൾ കോഹിന്നൂരിൽ താമസം തുടങ്ങിയപ്പോൾ ഉമ്മ ഏറെ സന്തോഷിച്ചു. അതു അല്ലാഹുവിന്റെ കാരുണ്യം എന്ന് ഉമ്മ വിശ്വസിച്ചു. ഉമ്മയുടെ നിർബ്ബന്ധത്തിനു വഴങ്ങിയാണ് ഞങ്ങൾ കോഴിക്കോട്ട് വീടു വാങ്ങാൻ തീരുമാനിച്ചത്. വയസ്സുകാലത്ത് എന്റെ കൂടെത്തന്നെ താമസിക്കണമെന്നത് ഉമ്മയുടെ തീരുമാനമായിരുന്നു. ഞങ്ങൾ അത് ദൈവാനുഗ്രഹമായിട്ടാണ് കരുതിയത്.

ഉമ്മ നല്ലൊരു കഥപറച്ചിലുകാരിയായിരുന്നു. ഉമ്മയുടെ പഴംപുരാണം കേട്ടുകേട്ടാണ് എന്റെ ഉള്ളിൽ കഥയുടെ നാമ്പുകൾ പൊട്ടിമുളച്ചത് എന്ന് എനിക്കു തോന്നിയിട്ടുണ്ട്. കഴിഞ്ഞകാലസംഭവങ്ങൾ ഉമ്മ പൊടിപ്പും തൊങ്ങലുംവെച്ച് പറയുമ്പോൾ അതെല്ലാം നേരിൽ കാണുന്നതായി എനിക്കനുഭവപ്പെടും. അതൊക്കെ മനസ്സിൽ സൂക്ഷിച്ചിട്ടുണ്ടെന്ന് എഴുതുതുടങ്ങിയപ്പോഴാണ് ഞാനറിഞ്ഞത്. ഉമ്മയുണ്ടായിരുന്നപ്പോൾ എന്റെ വീട്ടിൽ അതിഥികളില്ലാത്ത ദിവസങ്ങളില്ല. അതിഥികളെ വേണ്ടരീതിയിൽ സല്ക്കരിച്ചില്ലെങ്കിൽ ഉമ്മ പിണങ്ങും. വിരുന്നൊരുക്കി പലപ്പോഴും നടു

വൊടിയും. എഴുതാനും വായിക്കാനും സമയം കിട്ടാത്തതിന്റെ അസ്വസ്ഥത വേറെ. പക്ഷേ, ആ തിരക്കുകൾക്കിടയിലാണ് ഞാൻ കൂടുതലെഴുതിയത് എന്ന് ഇപ്പോൾ തോന്നുന്നു.

ഉമ്മ മരിച്ചതോടെ ഏകാന്തത എന്നെ കുറച്ചൊന്നുമല്ല വിഷമിപ്പിച്ചത്. പിണങ്ങാനും വഴക്കടിക്കാനും സങ്കടം പറയാനും പ്രശ്നങ്ങൾക്ക് പരിഹാരം കണ്ടെത്താനും ഉമ്മയില്ല. ആധി വ്യാധിയായതോടെ ആശുപത്രിയെ ശരണംപ്രാപിക്കുകയേ നിവൃത്തിയുണ്ടായിരുന്നുള്ളൂ. രക്തത്തിൽ അണുബാധയുണ്ടായതിനെത്തുടർന്നാണ് ആശുപത്രിയിൽ കിടക്കേണ്ടിവന്നത്. രാത്രിയിൽ ഉറക്കമില്ല. രാവിന് ഇത്രയും നീളമോ എന്ന് തോന്നിത്തുടങ്ങിയപ്പോഴാണ് ഞാൻ മനസ്സിനെ വീണ്ടും എന്റെ ജന്മഗൃഹമായ മാളിയക്കൽവീട്ടിൽ തളച്ചിട്ടത്. അപ്പോൾ എന്റെ കുഞ്ഞിക്കിനാവുകൾ വീണ്ടും പൂത്തുലഞ്ഞു. പിടിവിട്ടുപോയ മനസ്സ് കൈപ്പിടിയിൽ ഒതുങ്ങുകയും ചെയ്തു. കുട്ടിക്കാലത്തേക്ക് വീണ്ടുമൊരു യാത്രനടത്തിയപ്പോഴുണ്ടായ ഓർമ്മകൾ പകർത്താനുള്ള ശ്രമമാണ് ഉമ്മക്കുട്ടിയുടെ കുഞ്ഞിക്കിനാവുകൾ.

മുസ്‌ലിംപെൺകുട്ടികൾക്ക് സ്വപ്നംകാണാൻപോലും വിലക്കുകളുണ്ടായിരുന്ന കാലത്താണ് ഞാൻ വളർന്നത്. എഴുതിത്തുടങ്ങിയപ്പോഴും പരിമിതികളും ഭീഷണികളും അവഗണനകളും ഏറെയുണ്ടായിരുന്നു. സ്ത്രീകളുടെ അകത്തളം പുരുഷന്മാർമാത്രം സാഹിത്യത്തിൽ അവതരിച്ചിരുന്ന കാലം. എന്റെ സഹോദരിമാരുടെ കണ്ണീരൊപ്പാൻ സാധിച്ചില്ലെങ്കിലും സ്ത്രീജീവിതവും അവരുടെ വിഹ്വലതകളും വികാരവിചാരങ്ങളും അവരുടെ അകത്തളങ്ങളും സ്ത്രീയുടെ വീക്ഷണകോണിലൂടെ അവരുടെ ഭാഷയിൽ വായനക്കാരിലെത്തിക്കാനാണ് എന്റെ എഴുത്തിലൂടെ ഞാൻ ശ്രമിച്ചത്. അതിലൂടെയാണ് ഞാൻ സാഹിത്യത്തിൽ ഇടം കണ്ടെത്തിയത്. മലബാറിലെ യാഥാസ്ഥിതിക മുസ്‌ലിം ജന്മികുടുംബത്തിൽ ജനിച്ച സാധാരണക്കാരിയായ ഉമ്മക്കുട്ടിയുടെ കനവുകളും നിനവുകളും മനസ്സിന്റെ അടിത്തട്ടിൽനിന്ന് ചികഞ്ഞെടുത്ത് പകർത്തിത്തുടങ്ങിയപ്പോൾ എന്റെ ഭാവനയ്ക്കും ചിറകുമുളച്ചു. എനിക്കു ചുറ്റും ജീവിച്ചവരും മൺമറഞ്ഞുപോയവരുമായ ആളുകളുടെ കഥകൾ മനോധർമ്മത്തിനനുസരിച്ച് വികസിപ്പിച്ചെടുക്കുന്നു. കുട്ടിക്കാലത്ത് കണ്ടതും കേട്ടതും അറിഞ്ഞതും ഭാവനയുടെ നിറംചേർത്ത് അവതരിപ്പിക്കുന്നു. പേരുകൾ യഥാർത്ഥമാണെങ്കിലും എല്ലാം സത്യമാണോ എന്നു ചോദിച്ചാൽ സത്യവും മിഥ്യയും ഒന്നുതന്നെ എന്നാണ് ഉത്തരം. ഇത് നോവലാണോ കഥയാണോ ഓർമ്മക്കുറിപ്പാണോ – എനിക്കറിയില്ല. എന്നെ സ്വീകരിക്കുകയും പ്രോത്സാഹിപ്പിക്കുകയും ചെയ്യുന്ന വായനക്കാർ മനോധർമ്മമനുസരിച്ച് വിലയിരുത്തട്ടെ.

ബി എം സുഹറ

ഒന്ന്

ഒഴിവുദിവസങ്ങളിൽ കുട്ടികളുടെ കളിസ്ഥലം മുകളിലെ പൂമുഖമാണ്. വൈകുന്നേരങ്ങളിൽ മാത്രമേ മുറ്റത്തിറങ്ങി കളിക്കാൻ അനുവാദമുള്ളൂ. ചുറ്റോടു ചുറ്റും കണ്ണാടി ജനലുകളോടെ ദീർഘചതുരാകൃതിയിലുള്ള വലിയ ഹാളാണ് പൂമുഖം. ജനലുകൾക്ക് അഴികളില്ല. ജനലിനു താഴെ മൂന്നു ഭാഗത്തുമായി സിമന്റുകൊണ്ടുള്ള അത്യാവശ്യം വീതിയുള്ള ഇരിപ്പിടമുണ്ട്. അവിടെയിരുന്ന് പുറത്തേക്കുനോക്കിയാൽ പാടവും വരമ്പും തെങ്ങിൻതോപ്പുകളും റോഡിലൂടെ പോകുന്ന ആളുകളും കണ്ണിൽപ്പെടും. ഉപ്പയുടെ ചാരുകസേരയും എഴുത്തുമേശയുമൊഴിച്ചാൽ മുറി കാലി. ഓടാം, ചാടാം, കുത്തിമറിയാം. ഒരു വൈകുന്നേരം എന്റെ തൊട്ടുമൂത്ത സഹോദരൻ അച്ചു എന്നു ഞാൻ വിളിക്കുന്ന അസ്സുവിനോടൊപ്പം തീപ്പെട്ടിപ്പെട്ടികൊണ്ട് കാറുണ്ടാക്കി കളിക്കുമ്പോഴാണ് പെണ്ണുങ്ങളുടെ ഏണിപ്പടിയിൽ ഉമ്മയുടെ മെതിയടി ശബ്ദം കേട്ടത്. ഞങ്ങൾക്ക് രണ്ടുപേർക്കും പനിയായതിനാൽ മുറ്റത്തിറങ്ങാൻ സമ്മതിക്കാതെ ഉമ്മ മുകളിലേക്ക് പറഞ്ഞയച്ചതാണ്. അക്കാലത്ത് വീട്ടിലാവുമ്പോൾ എല്ലാവരും മരം കൊണ്ടുള്ള കുടമെതിയടിയാണ് ഇടാറുള്ളത്. മുൻവശത്തുള്ള ചെറിയ മരപ്പിടി കാലിന്റെ അപ്പംവിരലും നടുവിരലും കൊണ്ട് ഇറുക്കിപ്പിടിച്ച് ഏണിപ്പടി കയറുക അഭ്യാസം തന്നെയാണ്. വല്ലിപ്പ പുറത്തുപോകുമ്പോൾ ധരിക്കുന്ന മെതിയടിക്ക് തുകലുകൊണ്ടുള്ള വാറുണ്ടാകും. ഉപ്പ പുറത്തേക്കിറങ്ങുമ്പോൾ ഷൂസാണ് ധരിക്കുന്നത്. കൊല്ലത്തിലൊരിക്കൽ ചന്തു ആശാരിയാണ് വീട്ടിലേക്കുള്ള മെതിയടി ഉണ്ടാക്കുന്നത്. ചന്തു ആശാരി ഉണ്ടാക്കിത്തന്ന കുഞ്ഞുമെതിയടി അച്ചു അടിച്ചുപൊട്ടിച്ചപ്പോൾ ഞാൻ കുറച്ചൊന്നുമല്ല കരഞ്ഞത്. ആ സമയത്ത് ഉമ്മ മുകളിലെത്തുക പതിവില്ല. ഞാൻ സംശയത്തോടെ അച്ചു

വിനെ നോക്കി.

"ഉമ്മ നാളെ രാവിലെ കോയിക്കോട്ടേക്ക് പോവുന്നുണ്ട്. നീ കൂടെ പ്പോകാൻ ശാഠ്യംപിടിക്കുമെന്നുള്ളതുകൊണ്ടാ നിന്നോട് പറയാത്തത്."

എന്നെ എരികേറ്റാനാണ് അച്ചുവിന്റെ ശ്രമം. അപ്പേഴേക്കും എന്റെ കണ്ണു നിറഞ്ഞു. എനിക്കന്ന് അഞ്ചുവയസ്സ്. ഒന്നാംക്ളാസിൽ പഠിക്കുന്നു. ഉമ്മ പോകുന്നിടത്തെല്ലാം കൂടെപോകുന്നതുകൊണ്ട് മിക്കദിവസവും ക്ളാസിൽ പോയിട്ടില്ല. ഒന്നിലും രണ്ടിലും ഇതായിരുന്നു അവസ്ഥ. കൊല്ലാവസാനം ഉപ്പ ചെന്നു പറയുമ്പോൾ അടുത്തക്ളാസിലേക്ക് സ്ഥാനക്കയറ്റം കിട്ടുകയാണ് പതിവ്. ഞാൻ കണ്ണുനിറച്ച് ആലോചനയിലാണ്ട് നില്ക്കുമ്പോൾ അച്ചു പറഞ്ഞു:

"ഉമ്മ കോയിക്കോട്ടേക്ക് കൊണ്ടുപോവാനുള്ള തുണീം കുപ്പായോം പെട്ടീലെടുത്ത് വയ്ക്കാനായിരിക്കും മോളില് വന്നത്. വേഗം ചെന്നോ."

"എന്റെ തീപ്പെട്ടിക്കൂടുകള് എടുക്കല്ലേ. ഞാനിപ്പം വരാം." എന്ന് പറഞ്ഞുകൊണ്ട് ഞാൻ ഉമ്മയുടെ കിടപ്പുമുറിയിലേക്കോടി.

"ഉമ്മ പോണവിവരം ഞാനല്ലേ പറഞ്ഞുതന്നത്. അതുകൊണ്ട് ഇതെനക്കാ."

അച്ചു പിറകിൽനിന്ന് വിളിച്ചു പറഞ്ഞത് ഞാൻ തല്ക്കാലം അവഗണിച്ചു.

ഞാൻ ചെല്ലുമ്പോൾ ഉമ്മ തുണിവയ്ക്കുന്ന കബേറ്റ് എന്നുവിളിക്കുന്ന മേശയലമാര തുറന്നുകഴിഞ്ഞിരുന്നു. മുറിക്ക് കൈതപ്പൂമണം. നീളമുള്ള മേശയ്ക്ക് രണ്ടുവശത്തും വലിപ്പും താഴെ അലമാരയും. ഒരുവശത്തുള്ളതിൽ ഉമ്മയുടെ തുണികളും മറ്റതിൽ കുട്ടികളുടെ തുണികളുമാണു സൂക്ഷിക്കുന്നത്. കുട്ടികൾക്ക് ഒന്നോ രണ്ടോ പുതിയ ഡ്രസ്സുകളേ ഉണ്ടാവു. ചീട്ടിത്തുണികൊണ്ടുള്ളത്. ആൺകുട്ടികൾക്ക് ട്രൗസറും ഷർട്ടും. എനിക്ക് ചേലക്കുപ്പായം എന്നു പറയുന്ന ഫ്രോക്ക്.

"എന്നെക്കൂട്ടാണ്ടെ കോയിക്കോട്ടേക്ക് പോകാനുള്ള പുറപ്പാടാ അല്ലേ."

തേങ്ങിക്കൊണ്ടുള്ള ചോദ്യം കേട്ട് ഉമ്മ പിറകോട്ട് തിരിഞ്ഞു നോക്കിയിട്ട് ചോദിച്ചു:

"എത്തിയോ കരച്ചപ്പെട്ടി."

കേട്ടതും എന്റെ ഏങ്ങൽ കരച്ചിലായി.

കുട്ടിക്കാലത്ത് എനിക്ക് പേരുകൾ മൂന്നാണ്. കരച്ചപ്പെട്ടി, തർക്കക്കോഴി, ഉമ്മക്കുട്ടി. കരച്ചപ്പെട്ടിയെന്നു വിളിച്ചാൽ കരച്ചിലിന്റെ ശക്തികൂടും. തർക്കക്കോഴിയുടെ അർത്ഥമറിയില്ലെങ്കിലും അങ്ങനെ വിളിച്ചാലും മുഖം വീർപ്പിക്കും. ഉമ്മക്കുട്ടി പക്ഷേ എനിക്കിഷ്ടമുള്ള പേരാണ്. കേൾക്കുമ്പോൾ മുഖത്ത് നാണത്തിൽക്കുതിർന്ന ചെറുചിരി വിടരും.

"ഉമ്മാന്റെ മോളല്ലേ സൂറക്കുട്ടി
പുന്നാരമോളല്ലേ പൂമക്കുട്ടി"

ഉമ്മ പഠിപ്പിച്ചുതന്ന പാട്ട് ഞാൻ സ്ഥിരം പാടിനടക്കാറുണ്ട്.

തല്ക്കാലം അതെല്ലാം മറന്നുകൊണ്ട് ഞാൻ പരിഭവം പറച്ചിൽ തുടങ്ങി.

"എന്നെക്കൂട്ടാണ്ട് ഇങ്ങള് പോയാല് അള്ളാണെ, നബിയാണെ, ഇങ്ങള് വരുന്നത് വരെ ഞാൻ ഇസ്കൂളില് പോവൂലാ."

"മൊയ്തീൻ കൈയും കാലുംകെട്ടി ഇന്നെ സ്ക്കൂളിലാക്കും."

തുണികൾ മരപ്പിടിയിട്ട തുണിസ്സഞ്ചിയിലടുക്കുന്നതിനിടയിൽ ഞാൻ പറഞ്ഞ ഈണത്തിൽ ഉമ്മയും പറയുന്നുണ്ടായിരുന്നു. മൊയ്തീൻ വീട്ടിലെ കാര്യസ്ഥനാണ്. കുട്ടികൾക്ക് മൊയ്ത്യാക്കയെ പേടിയാണ്. കുരുത്തക്കേട് കാണിച്ചാൽ മൊയ്ത്യാക്ക കണ്ണുരുട്ടുമെങ്കിലും കുട്ടികളെ മൊയ്ത്യാക്കാക്ക് ഇഷ്ടമാണ്. ഉമ്മ വഴക്കുപറഞ്ഞ് ഞാൻ ആർപ്പിടുമ്പോൾ വിളിച്ചുകൊണ്ടുപോയി പിന്നാമ്പുറത്തെ കുളത്തിലിറങ്ങി ആമ്പൽ പറിച്ചുതരുന്നതും കുളവാഴത്തണ്ടുകൊണ്ട് കളിപ്പാട്ടമുണ്ടാക്കിത്തരുന്നതും മൊയ്ത്യാക്കയാണ്.

"പള്ളവേദനാന്ന് പറഞ്ഞ് കരഞ്ഞാ ഉമ്മാമ അയക്കൂലാലോ."

ഞാൻ ചുണ്ടുകൂർപ്പിച്ചു പറഞ്ഞു.

"ഇപ്പെണ്ണിനെക്കൊണ്ട് ഞാൻ തോറ്റു. ഉമ്മാന്റെ കാച്ചിക്കോന്തലയുംപിടിച്ച് നടന്നാ മതിയോ, ഓത്തും എയ്ത്തമൊന്നും പഠിക്കണ്ടേ ഇനിക്ക്."

"മാണ്ട." തറപ്പിച്ചാണ്.

"ഇക്കുറി ഇന്നെ ഞാൻ കൊണ്ടോവൂന്ന് നീ നിരീക്കണ്ട സൂറാ. കാറിൽകേറി ഒളിച്ചിരുന്നാ വലിച്ച് ഞാൻ പുറത്തിടും."

ഉമ്മ കൂടെ കൊണ്ടുപോകില്ലെന്നുറപ്പായാൽ ഉമ്മ കയറുന്നതിനു മുമ്പ് ഇട്ടിരിക്കുന്ന വേഷത്തിൽ കാറിന്റെ സീറ്റിനിടയിൽ ഒളിച്ചിരിക്കുക എന്റെ പതിവാണ്. ഉമ്മറത്തെ ചാരുകസേരയിൽ നിറഞ്ഞിരിക്കുന്ന വല്ലിപ്പയും ഡ്രൈവറും മുറ്റത്തെ പണിക്കാരുമൊക്കെ ശ്രദ്ധിക്കുന്നുണ്ടെന്ന് ഞാൻ ഓർക്കാറില്ല. ഉമ്മയെ പറ്റിച്ചു എന്ന വിശ്വാസത്തിലാണ് ഞാൻ സീറ്റിനിടയിൽ തലകുനിച്ച് ചൂളിയിരിക്കുക. ഉമ്മ കാറിൽ കയറാനെത്തുമ്പോൾ വല്ലിപ്പ തമാശമട്ടിൽ പറയും:

"മറിയേ കാറില് കൂറയുണ്ടോന്ന് നോക്കിക്കള."

ഉമ്മയ്ക്ക് ഉടനെ സംഗതിപിടികിട്ടും. കാറിൽ കയറി എന്റെ ചെവി പിടിച്ചിട്ട് പറയും:

"മാഞ്ഞാലം കളിക്കാണ്ട് എറങ്ങ് പെണ്ണേ."

ഞാൻ സീറ്റിൽ പൊത്തിപ്പിടിച്ചിരുന്നു വലിയവായാലെ കരയുന്നത് കേട്ട് വല്ലിപ്പ പറയും:

"ചെറിയകുഞ്ഞനല്ലേ. ഇക്കുറികൂടി കൊണ്ടോയ്ക്കോ."

"കുഞ്ഞൻ..... വയസ്സ് അഞ്ച് കയിഞ്ഞു. എല്ലാരുംകൂടി മാഞ്ഞാലം കേറ്റി പെണ്ണ് നാശായി."

അങ്ങനെ അത്തവണയും ഞാൻ ഉമ്മയുടെ കൂടെ കോഴിക്കോട്ടെത്തും. കോഴിക്കോട്ടെ എളാമയുടെ വീട് അക്കാലത്തെ ഞങ്ങളുടെ സ്വർഗ്ഗമാണ്. മൂന്നുമാസംകൂടുമ്പോൾ ഡോക്ടരെ കാണിക്കാനാണ് ഉമ്മ

കോഴിക്കോട്ടുള്ള അനിയത്തിയുടെ വീട്ടിലേക്കുപോകുന്നത്.

ഉമ്മ തുണികൾ നിറച്ച സഞ്ചി മേശപ്പുറത്തുവച്ചിട്ട് എന്റെ കരച്ചിൽ വകവയ്ക്കാതെ താഴേക്കിറങ്ങി. പിന്നാലെ കരഞ്ഞുകൊണ്ട് ഞാനും.

“എന്തിനാണെ കുഞ്ഞൻ നെലവിളിക്കുന്നത്?”

എന്റെ കരച്ചില്കേട്ട് ഉമ്മാമ താഴെത്തുനിന്ന് വിളിച്ചു ചോദിക്കുന്നുണ്ടായിരുന്നു.

“നാളെ ഇസ്കൂളില് പോകാൻ നേരത്ത് ഇബളെങ്ങാനും പള്ളവേദനാന്നുമ്പറഞ്ഞ് ഇങ്ങളടുത്ത് ബന്നാല് വിശ്വസിക്കല്ലേ എളാമാ.”

താഴെയെത്തിയതും ഉമ്മ ഉമ്മാമയെ താക്കീത് ചെയ്തു. ഉമ്മയുടെ സ്വന്തം ഉമ്മ ഉമ്മയ്ക്ക് പതിനഞ്ചുവയസ്സുള്ളപ്പോൾ മരിച്ചുപോയിരുന്നു. മുപ്പതാംവയസ്സിൽ. അന്ന് അവർ ഒമ്പതുമാസം ഗർഭിണിയായിരുന്നത്രെ. വല്ലിപ്പ രണ്ടാമതു കല്യാണം കഴിച്ചതാണ് ഇപ്പോഴത്തെ ഉമ്മാമയെന്ന് മുതിർന്നപ്പോഴാണ് ഞാനറിഞ്ഞത്. എളാമയെന്നാണ് വിളിക്കാറുള്ളതെങ്കിലും ഉമ്മയ്ക്കും ഉമ്മയുടെ സഹോദരങ്ങൾക്കും ഉമ്മാമ സ്വന്തം ഉമ്മയെപ്പോലെതന്നെയായിരുന്നു.

“ഓളേംകൂടി കൊണ്ടോയിക്കോ മറിയൂട്ടി. നീയില്ലെങ്കില് ഓളിവിടെ നെലോളിച്ച് അട്ടംപൊട്ടിക്കും.” തൊണ്ടകീറി കാറുന്ന എന്നെ നോക്കിക്കൊണ്ട് ഉമ്മാമ പറഞ്ഞു:

അപ്പോഴേക്കും ഞാനും ഉമ്മയും താഴെ എത്തിയിരുന്നു.

“ഉപ്പാവ കോലായയിലില്ലേ?” എന്നെ അവഗണിച്ചുകൊണ്ട് ഉമ്മ ഉമ്മാമയോട് ചോദിച്ചു.

“ഇന്നെ കണ്ടില്ലാന്നും പറഞ്ഞ് മൂപ്പര് ഇപ്പം അസ്സനെ പറഞ്ഞയിച്ചീനും.”

ഉമ്മാമ.

എന്നും വൈകുന്നേരങ്ങളിൽ ഉമ്മയും ഉമ്മാമയും കോലായിൽച്ചെന്ന് വല്ലിപ്പയോട് സംസാരിക്കുക പതിവാണ്. അപ്പോൾ മാത്രമേ അവർക്ക് ഉമ്മറത്ത് പ്രവേശനമുള്ളൂ.

“ഇങ്ങള് വരുന്നില്ലേ?”

ഉമ്മറത്തേക്ക് നടക്കുമ്പോൾ ഉമ്മ ചോദിച്ചു.

“ഇഞ്ഞി ചെല്ല് ഞാനിപ്പംവരാം.” എന്നു പറഞ്ഞുകൊണ്ട് ഉമ്മാമ കിഴക്കേവരാന്തയിലേക്കു നടന്നു. അവിടെയാണ് കുളിമുറി.

ഉമ്മ ഉമ്മറത്തേക്കു നടക്കുമ്പോൾ പിന്നാലെ കരഞ്ഞുകൊണ്ട് ഞാനുമുണ്ടായിരുന്നു.

“സൂറാ ബെറുപ്പിക്കാതെ പോണുണ്ടോ നീ. ഇനിയും ആർപ്പിട്ടാ ഇന്നെ ഞാൻ കുഞ്ഞിയറയിലിട്ട് പൂട്ടും. പറഞ്ഞില്ലാന്നുവേണ്ട.”

കുഞ്ഞിയറ എന്നു കേട്ടതും എന്റെ ആർപ്പ് തേങ്ങലായി. അധികം വെറുപ്പിച്ചാൽ ഉമ്മ കുഞ്ഞിയറിയിലിട്ടുപൂട്ടുമെന്നത് അച്ചട്ടാണ്. ഓട്ടുരുളികളും വലിയ ചെമ്പുപാത്രങ്ങളും അടുക്കിവച്ചിരിക്കുന്ന ചെറിയ മുറിയിൽ പകലും ഇരുട്ടാണ്. എലി, പാറ്റ, കൂറ തുടങ്ങിയ ക്ഷുദ്രജീവിക

ളുടെ സാമ്രാജ്യമാണ് കുഞ്ഞിയറ. നിർത്താതെ വാശിപിടിച്ചു കരയുമ്പോൾ എന്നെ കുഞ്ഞിയറയിലിട്ടു പൂട്ടുകയാണ് ഉമ്മയുടെ ശിക്ഷ. എലിയേയും പാറ്റയേയും കൂറയേയും സഹിക്കാം. പക്ഷേ, എലിയെപ്പിടിക്കാനെത്തുന്ന കുറിഞ്ഞിപ്പൂച്ചയുടെ തിളങ്ങുന്ന കണ്ണുകൾ എന്നെ കുറച്ചൊന്നുമല്ല ഭയപ്പെടുത്താറുള്ളത്. പണിക്കാരികളാരെങ്കിലും രക്ഷയ്ക്കെത്തുന്നതുവരെ എനിക്ക് നരകതുല്യമാണ്. തേങ്ങിക്കൊണ്ടാണ് ഞാൻ ഉമ്മറത്തെത്തിയത്. അതുകണ്ട് വല്ലിപ്പ ചോദിച്ചു:

"ചൂ എന്തിനാ ചിരിക്കുന്നത്?"

വല്ലിപ്പ എന്നെ ചൂ എന്നാണ് വിളിക്കുന്നത്.

"ഇങ്ങളെ ഒരു ചൂ. ഏത് നേരവും ഇളിച്ചലാ പെണ്ണിന്."

ഉമ്മയ്ക്ക് അരിശമടങ്ങുന്നില്ല.

"ഇഞ്ഞി വെറുതേ ഓളെ കുറ്റം പറയണ്ട മറിയേ. ഓള് ചിരിക്കുന്നത് കണ്ടിില്ലേ നീ. ചിരിക്കുമ്പോ എന്താ മൊഞ്ച്."

അപ്പോൾ ഞാൻ കണ്ണീരൊലിപ്പിച്ചുകൊണ്ട് മുഖത്ത് ചിരി വരുത്തും.

"വമ്പത്തി. ഇങ്ങ് വാ." എന്നു പറഞ്ഞുകൊണ്ട് വല്ലിപ്പ എന്നെ അരികിലേക്ക് വിളിക്കും.

"വല്ലിപ്പാന്റെ കാല് തടവിത്തന്നാ ഒരു മുക്കാല് തരാം."

വല്ലിപ്പ പറയുമ്പോൾ ഞാൻ കോഴിക്കോടൻ യാത്ര മറന്ന് വല്ലിപ്പയുടെ ചാരുകസേരയുടെ അടുത്ത് ചെല്ലും. ചാരുകസേരയുടെ കൈപ്പിടിയിൽ രണ്ടുകാലും കയറ്റിവച്ചിരിക്കുകയായിരിക്കും വല്ലിപ്പ. ഞാൻ കുഞ്ഞിക്കൈകൾകൊണ്ട് വല്ലിപ്പയുടെ കാലുകൾ മാറിമാറി തടവിക്കൊണ്ട് പറയും:

"ഓട്ടമുക്കാല് മതി."

മുക്കാല് ഓട്ടയില്ലാത്തതുമുണ്ട്. വല്ലിപ്പ തരുന്ന അണയും മുക്കാലും പൗഡർ ഡപ്പിയുടെ മുകൾവശത്ത് കത്തികൊണ്ട് കീറി അതിലിട്ട് വയ്ക്കുകയാണ് പതിവ്.

അപ്പോഴേക്ക് ഉമ്മാമയും അവിടെയെത്തും. ഉമ്മാമ ബെഞ്ചിലിരുന്നും ഉമ്മ വാതിലക്കൽ കുന്തിച്ചുനിന്നും വീട്ടുകാര്യങ്ങളും നാട്ടുകാര്യങ്ങളും പറയുന്നതുകേട്ടുകൊണ്ട് വല്ലിപ്പയുടെ കാലും തടവി ഞാൻ അങ്കം ജയിച്ച ഉണ്ണിയാർച്ചയെപ്പോലെ ഉമ്മയെ നോക്കും. വല്ലിപ്പയോട് കാര്യങ്ങൾ പറയുന്നതിനിടയിൽ ഉമ്മ എന്നെ മറന്ന കഥ അറിയാതെ.

രണ്ട്

കുട്ടിക്കാലത്ത് എനിക്ക് ഉപ്പയെക്കാൾ അടുപ്പം വല്ലിപ്പയോടായിരുന്നു. വല്ലിപ്പയുടെ സ്വന്തം മരുമകനായിരുന്നു ഉപ്പ. വല്ലിപ്പയേക്കാൾ സ്വത്ത് അക്കാലത്ത് ഉപ്പയുടെ പേരിലുണ്ടായിരുന്നു. അതറിയാവുന്നതുകൊണ്ടാണ് വല്ലിപ്പ പുന്നാരമകളെ മരുമകന് കെട്ടിച്ചുകൊടുത്തത്. മരുമകനാകുമ്പോൾ തന്റെ വരുതിക്ക് നില്ക്കുമെന്നും മകളെ സ്വന്തംവീ

ട്ടിൽത്തന്നെ നിർത്താമെന്നുമായിരുന്നു വല്ലിപ്പയുടെ കണക്കുകൂട്ടൽ. എന്റെ ഉപ്പ മമ്മത്കുട്ടിഹാജി പക്ഷേ, അങ്ങനെ ആരുടെയും വരുതിയിൽ നില്ക്കുന്ന ആളായിരുന്നില്ല.

“ഇന്റെ ഉപ്പാക്ക് മൂക്കത്താ അരിശം. മൂപ്പരിക്ക്പിടിക്കാത്തത് ആര് പറഞ്ഞാലും മുഖത്ത് നോക്കി പറയാനുള്ളത് പറയും. കാരണോമ്മാരോടൊക്കെ അദവിലും കുരുത്തത്തിലും മേണ്ടേ നിക്കാൻ.” ഉമ്മയുടെ സ്ഥിരം പരാതി ഉപ്പ വകവയ്ക്കാറില്ല.

“കാരണോമ്മാര് കാരണോമ്മാരെ സ്ഥാനത്ത്നിന്നാ മരുമക്കള് ആദരിക്കും.” എന്നാണ് ഉപ്പയുടെ മറുപടി. ഇതെല്ലാം ഞാൻ ജനിക്കുന്നതിനും എത്രയോമുമ്പ് നടന്ന കഥകളായതിനാൽ അവരുടെ പിണക്കത്തിനുള്ള കാരണം എനിക്കറിയില്ല. സ്വത്ത് തർക്കമാണ് അവരെ പിണക്കിയതെന്ന് ഇക്കാക്കമാർ പറഞ്ഞുകേട്ടിട്ടുണ്ട്. എന്റെ ഉപ്പ എടുത്തുചാട്ടക്കാരനാണെങ്കിലും ശുദ്ധനായിരുന്നത്രെ. എല്ലാവരെയും വിശ്വസിക്കും. പലരുടെയും ഉപദേശപ്രകാരം പലതരം ബിസിനസ്സുകളാരംഭിക്കും. യോഗ്യരെന്ന് മറ്റുള്ളവർ പറയുന്നവരെ നടത്താനേല്പിക്കും. പഠിപ്പുള്ളവർ കള്ളത്തരം കാണിക്കില്ലെന്നായിരുന്നു ഉപ്പയുടെ വിശ്വാസം. അവർ ഉപ്പയെ പറ്റിച്ച് എല്ലാം കൈക്കലാക്കും. ഉപ്പയുടെ തീപ്പെട്ടിക്കമ്പനിയും കുടക്കാലുകമ്പനിയും പൂട്ടിപ്പോയത് അങ്ങനെയാണത്രെ. അവസാനം കടംവീട്ടാൻ ഉപ്പയ്ക്ക് പറമ്പ് തീരെഴുതേണ്ടിവരും. ഇക്കാരണത്താലാണ് ഉപ്പയുമായി വല്ലിപ്പ ഇടയുന്നതെന്നാണ് ഉമ്മയുടെ പക്ഷം. അതല്ല ഉപ്പയ്ക്ക് തറവാട്ടുവകകിട്ടിയ സ്വത്ത് വല്ലിപ്പ കൈവശംവച്ചത് തിരിച്ചുചോദിച്ചതിനാണ് പിണക്കമെന്നും പറഞ്ഞുകേട്ടിട്ടുണ്ട്. ഇവരുടെ ഇടയിൽകിടന്ന് തീതിന്നുന്നത് ഉമ്മയാണ്.

നാട്ടിലെ കിരീടംവയ്ക്കാത്ത രാജാവായിരുന്നു വല്ലിപ്പ വൈദ്യരകത്ത് മൊയ്തുഹാജി. ഏക്കർ കണക്കിനു ഭൂസ്വത്ത്. അതിസമർത്ഥൻ. നേരിട്ടൊരങ്കം ആരുമായുമില്ല. തന്നെ എതിർക്കുന്നവരെ ഇല്ലാതാക്കാൻ വല്ലിപ്പ അടവുകൾ പതിനെട്ടും പയറ്റും. നേരിട്ടല്ലെന്നുമാത്രം. അതിനുള്ള ആളുകളെ വല്ലിപ്പ ചെല്ലും ചെലവുംകൊടുത്ത് കൂടെകൊണ്ടുനടക്കും. അമ്മാവനും മരുമകനും ഒന്നിച്ചുനിന്നാൽ തങ്ങൾക്ക് രക്ഷയില്ലെന്നറിയുന്ന അവരുടെ പൊതുശത്രുക്കൾ ഏഷണി പറഞ്ഞ് രണ്ടുപേരെയും തെറ്റിക്കും. കേസും കൂട്ടവും ഒഴിഞ്ഞനേരമില്ല. എന്റെ ഉപ്പയ്ക്കാണെങ്കിൽ കേസ് ഹരമാണ്. എന്നും രാവിലെ ആധാരക്കെട്ടുമായി കോടതിയിലേക്ക് പോവുകയാണ് സ്ഥിരം തൊഴിൽ. കൂടെ കാര്യസ്തന്മാരും സിൽബന്ധികളും. ഇവരുടെയെല്ലാം ചെലവ് വഹിക്കുന്നത് ഉപ്പയാണ്.

“ഇങ്ങളെ ഉപ്പ ഉള്ള സ്വത്തുംവച്ച് അനങ്ങാണ്ടിരുന്നിരുന്നെങ്കില് എന്റെ മക്കക്ക് ഇന്ന് രാജപദവിയിൽ കയിഞ്ഞുകൂടാമായിരുന്നു. തലയിലെയുത്ത് നന്നാകണ്ടെ. കണ്ടോല് പറയുന്നത് കേട്ട് ഉപ്പാവാനെക്കൊള്ളെച്ചെല്ലും. ഉപ്പാവ വിടുമോ. ഇങ്ങളെ ഉപ്പ ഒരു പോയത്തക്കാരനേന്നും. എന്റെ ഉപ്പാവ അതിസാമർത്ഥ്യക്കരനാന്നാ എല്ലാരും പറേന്നത്... ഒരാളെ നശി

പ്പിക്കാനൊരുമ്പെട്ടിറങ്ങിയാ അത് നടത്തും. എന്നാ, മക്കളെ ഉപ്പാവാക്ക് ജീവനാ. ഇങ്ങളെ ഉപ്പ കിട്ടുന്ന പൈശയെല്ലാം വക്കീലന്മാരിക്കു കൊടുക്കും. ഉപ്പാനോടുള്ള അരിശത്തിന് ഒരു നയാപൈശ ചെലവിനു തരില്ല. എന്റെ ഉപ്പാവ എന്നെയും മക്കളെയും പൊന്നുപോലെ നോക്കുമെങ്കിലും ഇങ്ങളെ ഉപ്പാനോടുള്ള ഈറ മുയുമൻ പറഞ്ഞുതീർക്കും. ബങ്കീശക്കാരായ ഉപ്പയും മാപ്പളയുമുണ്ടായിട്ടും മക്കളെ പോറ്റാൻ ഞാൻ പെട്ട പാട് എനക്കും പടച്ചോനുമറിയാം."

ഉമ്മയുടെ സ്ഥിരംപരാതി ഞങ്ങളെ കുറച്ചൊന്നുമല്ല അസ്വസ്ഥരാക്കാറുള്ളത്.

ഉപ്പ മൂന്നു വീട് സ്വന്തമായി ഉണ്ടാക്കിയിരുന്നെങ്കിലും ഞങ്ങൾ വളർന്നത് ഉമ്മയുടെ വീടായ മാളിയേക്കൽവീട്ടിലാണ്. ഉമ്മ വല്ലിപ്പയുടെ പിരിശക്കുട്ടി. ഉമ്മയുടെ ഉമ്മ മരിച്ചപ്പോൾ മക്കളെ നോക്കാൻവേണ്ടി രണ്ടാമത് വിവാഹം കഴിച്ചെങ്കിലും വല്ലിപ്പയ്ക്ക് എല്ലാ കാര്യങ്ങൾക്കും മോള് വേണം. അങ്ങനെയാണ് മകളെ വീട്ടിൽത്തന്നെ താമസിപ്പിക്കണമെന്ന് വല്ലിപ്പ ഉപ്പയുമായി ശട്ടം കെട്ടിയത്. വല്ലിപ്പയുമായി പിണങ്ങുന്നതോടെ ഉപ്പ പിന്നെ വീട്ടിൽ കയറില്ല. സ്വന്തം തറവാട്ടിൽച്ചെന്ന് താമസിക്കും. ഉമ്മയെ വിളിക്കാനളയക്കും. വല്ലിപ്പയെ ധിക്കരിക്കാനുള്ള കഴിവില്ലാത്തതിനാൽ ഉമ്മ പോകില്ല. അപ്പോൾ അവിടെ താമസിച്ചുകൊണ്ട് പുതിയ വീട് പണിത് ഉമ്മയെയും കുട്ടികളെയും കൂട്ടിക്കൊണ്ടുവരും. കുറച്ചു കാലം കഴിയുമ്പോഴേക്കും വല്ലിപ്പ ആളെവിട്ടും ഉമ്മയെ സ്വാധീനിച്ചും വീണ്ടും ഉമ്മയെ മാളിയക്കൽ വീട്ടിലെത്തിക്കും. ഉപ്പ ആളൊരു സാധു ആയതുകൊണ്ട് ഉമ്മയുടെ കണ്ണീരും വല്ലിപ്പയുടെ അവതാപറച്ചിലുംകേട്ട് വീണ്ടും ഉമ്മയുടെ വീട്ടിലെത്തും. ആൾത്താമസമില്ലാതെ വീട് നാശമാവുമ്പോൾ കിട്ടുന്ന വിലയ്ക്ക് വിൽക്കും.

"ഇങ്ങള് വല്ലിപ്പാന്റെ വാക്കുംകേട്ട് ആ വീടും കെട്ടിപ്പിടിച്ചിരുന്നിട്ടാ ഞങ്ങക്ക് സ്വന്തമായൊരു വീടില്ലാതെ പോയത്."

എന്റെ ഏറ്റവും മൂത്തസഹോദരി ആസി ഉമ്മയോട് കയർക്കുന്നത് കുട്ടിക്കാലത്ത് ഞാൻ കേട്ടിട്ടുണ്ട്. ഞാൻ കുട്ടിയായിരുന്നപ്പോൾ ഉപ്പയും വല്ലിപ്പയും എന്നും പിണക്കത്തിലായിരുന്നു. വല്ലപ്പോഴുമാണ് ഉപ്പ വീട്ടിലെത്തുന്നതെന്നും ഉപ്പയെ കാണുമ്പോൾ ഞാൻ കരയാറുണ്ടായിരുന്നു എന്നും ഇക്കാക്ക, ബി എം ഗഫൂർ ആണ് എന്നോട് പറഞ്ഞത്.

"ഉപ്പ അടുത്തേക്ക് വിളിച്ചാ ഓള് നെലോളി തുടങ്ങും. അതോടെ മൂപ്പരും കലി തുള്ളും. കൊണ്ടോയ്ക്കോന്നും പറഞ്ഞൊരാട്ടാണ്. പിന്നെ കുട്ടിക്ക് അടുപ്പമുണ്ടാവ്വോ. സൂറ ചെറുപ്പത്തിലെ ഒരിളിച്ചപ്പെട്ടിയാ. തൊട്ടേനും പിടിച്ചേനും കരച്ചില്. മൂപ്പരിക്ക് കുട്ട്യേള് കരേന്നത് കണ്ടാൽ കലിയാ. കുട്ട്യേളാവുമ്പം കരയൂലേ. എന്റെ ഉപ്പാക്ക് ഓളെ വല്യ കാര്യാ. ഭാഗ്യള്ള കുട്ട്യാ ഇന്റെ മോളെന്ന് എപ്പളും പറയും."

ഉമ്മ പറയാറുണ്ട്. വല്ലിപ്പ എന്നെ ചൂ എന്നാണ് വിളിക്കാറുണ്ടായിരുന്നത്. വല്ലിപ്പ മരിച്ചതോടെ ആ പേരും ഇല്ലാതായി. ഞാൻ ഒന്നിൽ പഠി

ക്കുമ്പോഴായിരുന്നു വല്ലിപ്പയുടെ മരണം. ഞാൻ ആദ്യം നേരിൽ കണ്ട മരണം വല്ലിപ്പയുടേതായിരുന്നു. സന്ധ്യയാവുമ്പോഴേക്ക് കുട്ടികളെയെല്ലാം കുളിപ്പിച്ച് ഉപ്പയുടെ അടുത്തേക്കയച്ചിട്ടാണ് ഉമ്മ മഗരിബ്നമസ്കാരത്തിനൊരുങ്ങുക. മഗരിബ് നിസ്കരിച്ചാൽ ഇശാഅ് നിസ്കാരം കഴിയുന്നതുവരെ ഉമ്മ താഴത്തെ നടുത്തളത്തിലുള്ള മുറിയിൽനിന്ന് പുറത്തിറങ്ങില്ല. തൊട്ടിലിൽക്കിടക്കുന്ന പ്രായത്തിലുള്ള കുഞ്ഞുണ്ടെങ്കില് അതിനെ തുണിത്തൊട്ടിലിൽ ഉറക്കിക്കിടത്തിയിട്ടായിരിക്കും ഉമ്മ നിസ്കരിക്കുക. ഉമ്മയ്ക്ക് സ്വന്തമായി കിട്ടുന്ന സമയവും അതുമാത്രമാണ്. മഗരിബ് കഴിഞ്ഞ് ഇശാബാങ്കുകൊടുക്കുന്നതുവരെ ഉമ്മ അവിടെയിരുന്ന് ഈണത്തിൽ ഖുറ്ആൻ ഓതും.

മുകളിലെ പൂമുഖമാണ് ഉപ്പയുടെ സാമ്രാജ്യം. വീട്ടിലുണ്ടെങ്കിൽ ഉപ്പ അവിടെയാണിരിക്കുക. മഗരിബ് നമസ്കാരവും ഖുറ്ആൻ പാരായണവും കഴിഞ്ഞാൽ ഉപ്പ അവിടെയിരുത്തിയാണ് ഞങ്ങൾക്ക് കഥ പറഞ്ഞുതരാറുള്ളത്. ഞങ്ങളുടെ കളിയിലുംകൂടും. ചിത്രം വരപ്പിക്കും. അന്നും പതിവുപോലെ ഞങ്ങളെ കുളിപ്പിച്ച് ഡ്രസ്സ്മാറ്റി മുകളിലേക്കയച്ച് ഉമ്മ കുളിമുറിയിലേക്കു നടന്നു. ഞാനെത്തുമ്പോൾ ഉപ്പ നിസ്കരിച്ച് സലാം വീട്ടുന്നുണ്ടായിരുന്നു. അന്ന് എന്തോ കാര്യത്തിന് ശാഠ്യംപിടിച്ച് കരഞ്ഞതുകൊണ്ടാണ് ഞാനെത്താൻ വൈകിയത്. ഇരുട്ട് തളംകെട്ടിനില്ക്കുന്ന കോണിപ്പടികൾ ഒറ്റയ്ക്ക് കയറാൻ പേടിയാണെങ്കിലും കരച്ചിലിനിടയിൽ ഞാൻ അക്കാര്യം മറക്കും. എന്നെ കണ്ടതും അച്ചു എരികയറ്റി.

"ഉമ്മാന്റടുത്ത്ന്ന് ഇന്നെത്ര കിട്ടി?"

ഞാൻ കരയാൻ ഭാവിക്കുമ്പോൾ ഉപ്പ പറഞ്ഞു. "മിണ്ടാണ്ടിരിക്ക്, തായത്ത്ന്ന് എന്തോ ഒച്ച കേൾക്കുന്നു."

ഞങ്ങളും ചെവി കൂർപ്പിച്ചു. ഒരു ഞരക്കം.....അല്ല അമറലോ......

ഉപ്പ ചാടിയെഴുന്നേറ്റ് ജനലിലൂടെ താഴേക്ക് നോക്കിയതും ചടപടാന്ന് പുറത്തേക്കൊരോട്ടം. തുരുതുരെ ഏണിപ്പടിയിറങ്ങുന്നത് കണ്ട് ഞങ്ങളും പിന്നാലെ ചെന്നു. ആണുങ്ങളുടെ ഏണിപ്പടിയിലൂടെയാണ് ഉപ്പ താഴേക്കിറങ്ങിയത്. ഉപ്പയും മക്കളും ചടപടാന്നിറങ്ങിയപ്പോൾ മരംകൊണ്ടുള്ള പടികൾ ഒന്നിച്ചുവിറച്ചു. ശബ്ദം കേട്ടാകണം ഉമ്മാമ നിസ്കാരക്കുപ്പായത്തോടെ തളത്തിലെ വാതിലിന്റെ നീലവിരി പൊന്തിച്ചു നോക്കിയത്. ഉപ്പയുടെ നെട്ടോട്ടംകണ്ട് ഉമ്മാമ അന്ധാളിച്ചു

"എന്താ പിയ്യാപ്ളേ....."

ഉത്തരം കൊടുക്കാതെ ഉപ്പ മുറ്റത്തേക്ക് കുതിക്കുന്നത് കണ്ട് ഉമ്മാമ ഉറക്കെ വിളിച്ചു: "മറിയൂട്ടീ, ബേം ബാ."

അത് കേട്ടാകണം ഉമ്മയും നിസ്കാരക്കുപ്പായത്തോടെ തളത്തിലെത്തി. ഉപ്പയും ആങ്ങളമാരും മുറ്റത്തേക്ക് കുതിക്കുന്നത് കണ്ട് ഞാൻ അന്തംവിട്ടു നില്ക്കുകയായിരുന്നു. ഉമ്മയെ കണ്ടതും ഓടിച്ചെന്ന് ഉമ്മയുടെ നിസ്കാരക്കുപ്പായത്തിൽ പിടിച്ചു.

“ഉപ്പ എന്തിനാടീ, പൊറത്തേക്ക് പാഞ്ഞത്?” ഉമ്മ എന്നോട് ചോദിച്ചു.

“തായത്ത്ന്ന് നെലവിളികേട്ട്......” ഞാൻ വിക്കിവിക്കി പറഞ്ഞു.

“റബ്ബേ.... ഉപ്പാവ ഒളു എടുക്കാൻ പോയിട്ട് ഇതുവരെ കേറീക്കില്ലേ..... അസ്സാ......”

നിസ്കാരക്കുപ്പായം പറിച്ചെറിയുന്നതിനിടയിൽ ഉമ്മ അകത്തേക്കു നോക്കി പണിക്കാരൻ അസ്സനെ വിളിച്ചു.

“എന്തേക്കും” എന്നു ചോദിച്ചുകൊണ്ട് കൈയിൽ വലിയൊരു ഗ്ലാസിൽ പാലുമായി അപ്പോഴേക്കും അസ്സനും അവിടെ എത്തിയിരുന്നു. മഗരിബ് നിസ്കാരം കഴിഞ്ഞാൽ വല്ലിപ്പയ്ക്ക് കുടിക്കാനുള്ള പാലായിരുന്നു അത്. പിന്നിൽ പണിക്കാരികളുടെ പട.

“അസ്സാ ബേം ബന്നാ.....”

എന്ന് പുറത്തുനിന്നുള്ള ഉപ്പയുടെ വിളികേട്ട് കൈയിലുള്ള ഗ്ലാസ് പൂമുഖത്തെ വട്ടമേശപ്പുറത്തുവച്ച് അസ്സൻ പെരുംപാച്ചിൽ. പിന്നാലെ പെൺപട. കൂടെ ഞാനും. ഞങ്ങളെത്തുമ്പോൾ ഉപ്പയും അസ്സനുംകൂടി വല്ലിപ്പയെ താങ്ങിപ്പിടിച്ച് കൊണ്ടുവരുന്നുണ്ടായിരുന്നു. ഇട്ടിരിക്കുന്ന വെള്ളക്കുപ്പായത്തിലും മുണ്ടിലും ചെളിപുരണ്ടിരുന്നു. പണിപ്പെട്ടാണ് വല്ലിപ്പ പടികൾ കയറിയത്. ഉമ്മറവരാന്തയിൽ കയറിയതും അവിടെ ത്തന്നെയുള്ള ചാരുകസേരയിലൊരു വീഴ്ച.

“കുടിക്കാനെന്തെങ്കിലും കൊടുക്ക്.”

അന്ധാളിച്ചുനില്ക്കുന്ന ഉമ്മയോട് എന്റെ ഉപ്പ പറഞ്ഞു. വാതില്ക്കലുണ്ടായിരുന്ന പണിക്കാരത്തി ഉമ്മമ്പിയുമ്മ തിരക്കിട്ട് ചെന്ന് വട്ടമേശപ്പുറത്തുണ്ടായിരുന്ന പാൽഗ്ലാസ്സെടുത്ത് ഉമ്മയെ ഏല്പിച്ചു. ഉമ്മ വിറയ്ക്കുന്ന കൈയോടെ ഗ്ലാസ് ഉപ്പയ്ക്ക് കൈമാറി. ഉപ്പ ഗ്ലാസ് വല്ലിപ്പയുടെ ചുണ്ടോടടുപ്പിച്ചു. വല്ലിപ്പ ഒറ്റശ്വാസത്തിൽ പാല് വലിച്ചുകുടിച്ചു. എന്നിട്ട് ചുറ്റും കണ്ണോടിച്ചു. പേടിച്ചരണ്ടുനില്ക്കുന്ന ഉമ്മയോടും ഉമ്മാമയോടുമായി പറഞ്ഞു:

“പേടിക്കാനൊന്നുമില്ല. ഒളുവെടുക്കുന്നതിനിടയിൽ ഒരു തലമിന്നൽ. ഒന്നും തിരിഞ്ഞില്ല. അപ്പളുണ്ട് അയമുട്ടീം മക്കളും മുന്നിൽ. അസ്സൻ വരുമ്പളത്തിന് ഓനും കുട്ട്യേളും എന്നെ എണീപ്പിച്ചിരുത്തീക്ക്.”

വല്ലിപ്പ ഉപ്പയെ നോക്കിക്കൊണ്ടായിരുന്നു പറഞ്ഞത്. വാക്കുകളിൽ സ്നേഹം. അപ്പോഴേക്കും ഉമ്മാമ പായാരം തുടങ്ങി.

“മഗരിബ് ഇരിട്കുത്തിയാൽ ഒറ്റക്ക് ഔളിലേക്ക് പോവല്ലേന്ന് എന്നും പറയുന്നതാ. ആര് കേക്കാൻ. മൂപ്പര് ഒളു എടുത്തുതീരുന്നതുവരെ കൂടെ ഉണ്ടാകണമെന്ന് ഇന്നോട് എപ്പളും ഞാൻ പറയലില്ലേ അസ്സാ.”

മുറ്റത്തിന്റെ പടിഞ്ഞാറുവശത്തായി മൂന്നു മുറികളും കുളിമുറിയും പ്രത്യേകം കെട്ടിയിട്ടുണ്ട്. കുളിമുറിക്കു പുറത്താണ് ഒളുവെടുക്കാനുള്ള ഔള്. സിമന്റുകൊണ്ടു കെട്ടിപ്പൊക്കിയ വെള്ളം കെട്ടിനിർത്തുന്ന ടാങ്കാണ് ഔള്. അതിൽ എന്നും വെള്ളം നിറയ്ക്കുന്നത് തണ്ണിംകോരി മാമൂദ്ക്കയാണ്. പള്ളിയിലെ ഔളിലും മാമൂദ്ക്കതന്നെയാണ് വെള്ളം നിറയ്ക്കു

ന്നത്. അങ്ങനെയാണ് തണ്ണിംകോരിയായത്.

"പടയുണ്ടാക്കാണ്ട് നീ അകത്ത് ചെന്ന് നിസ്ക്കാരക്കുപ്പായം കയിച്ചുവെച്ച് വെക്ക്."

വല്ലിപ്പ ഉമ്മാമയെ ശാസിച്ചു. എന്നിട്ട് കണ്ണീരടക്കുന്ന ഉമ്മയോടു പറഞ്ഞു:

"എനക്കൊന്നുമില്ലെടീ, ബേജാറാവണ്ട. നീ ചെന്ന് എന്റെ തുണീം കുപ്പായോം എടുത്ത് വെക്ക്. ഇത് മാറ്റീട്ട് എനക്കൊന്ന് കെടക്കണം."

ഉമ്മ കണ്ണീര് തുടച്ച് അകത്തേക്കോടി. കൂടെ ഞാനും ഉമ്മാമയും പെൺപടയും. ഉമ്മ വല്ലിപ്പയുടെ മുറിയിലെത്തി കിടക്ക തട്ടിക്കുടഞ്ഞ് അലമാരയിൽനിന്ന് കഴുകിത്തേച്ച മുണ്ടും ഷർട്ടും എടുത്ത് കട്ടിലിൽ വയ്ക്കുമ്പോഴേക്കും ഉപ്പയും അസ്സനും വല്ലിപ്പയെ താങ്ങിപ്പിടിച്ച് മുറിയിലെത്തിച്ചിരുന്നു. കൂടെ മൊയില്യാരുമുണ്ടായിരുന്നു.

"മഗരിബ് കയിഞ്ഞ് പൊരേലേക്ക് മടങ്ങുമ്പളാ ഇബിടത്തെ മിറ്റത്ത് കൂട്ടംപറച്ചില് കേട്ടത്, ഇന്നേരത്ത് എന്തേക്കുമെന്ന് നിരീച്ച് ആത്തെത്തിയപ്പോൾ എന്താ കഥ..."

മൊയില്യാര് എല്ലാവരെയും നോക്കി കഥ തുടങ്ങുന്നത്കണ്ട് ഉപ്പ പറഞ്ഞു:

"ഇങ്ങളൊന്ന് പൊറത്തേക്ക് നിക്ക്. മൂപ്പരെ തുണീം കുപ്പായോം ഒന്നു മാറ്റിക്കട്ടെ."

ഉപ്പയും അസ്സനുംകൂടി വല്ലിപ്പയുടെ ഡ്രസ്സ് മാറ്റിക്കുമ്പോൾ ഉമ്മയുടെ കാച്ചിക്കോന്തലയുംപിടിച്ച് ഞാൻ മുറിക്കകത്തുതന്നെ നിന്നു. വല്ലിപ്പ തളർന്ന ശബ്ദത്തിൽ "അള്ളാ അള്ളാ" എന്ന് വിളിക്കുന്നുണ്ടായിരുന്നു. ഉപ്പ വളരെ സൂക്ഷിച്ച് വല്ലിപ്പയെ കിടക്കയിൽ കിടത്തി. വല്ലിപ്പ ശ്വാസംകഴിക്കാൻ പണിപ്പെടുന്നുണ്ടായിരുന്നു. ഉമ്മ അടുത്തുചെന്ന് തല തടവിയപ്പോൾ ഞാനും ചെന്നു കൈയിൽപ്പിടിച്ചു. വല്ലിപ്പ എന്തോ പറയാൻ ശ്രമിക്കുന്നു. പക്ഷേ, സാധിക്കുന്നില്ല. അതു കണ്ട് ഉമ്മ നിലവിളി തുടങ്ങി. അതുകേട്ട് അടുത്തുള്ള കട്ടിലിലിരിക്കുകയായിരുന്ന ഉമ്മാമയും അടുത്തെത്തി. വല്ലിപ്പയുടെ വട്ടക്കണ്ണുകൾ ഉരുളുന്നു. ചുറ്റും പകച്ചു നോക്കുന്നു.

"ഉമ്മാ..... വല്ലിപ്പാ..." ഉമ്മയെ തോണ്ടി ഞാൻ കരഞ്ഞു. ഉമ്മാമ അതിനേക്കാൾ വലിയ നിലവിളി.

"ബദ്രീങ്ങളേ, എന്താ പറ്റ്യത്..... വൈന്നേരം നല്ലോണം വർത്താനം പറഞ്ഞ മനിശനല്ലേ. ഞാൻ ആത്തേക്ക് പോണവരെ ഒന്നുമുണ്ടായിരുന്നില്ലല്ലോ. കൊയ്യക്കാരൻ ചാത്തപ്പനോട് തേങ്ങപറിക്കുന്ന കാര്യം പറയുന്നത് കേട്ടാണല്ലോ......."

"ഒച്ചോംബിളിം കൂട്ടി മൂപ്പരെ ബേജാറാക്കാണ്ട് സംസുംബെള്ളംകൊടുക്ക് മറിയൂട്ടീ."

ഉപ്പ പറഞ്ഞതും ഉമ്മ തിടുക്കത്തിൽച്ചെന്ന് വല്ലിപ്പയുടെ മുറിയിലെ കണ്ണാടി അലമാര തുറന്ന് കഴുത്തിൽ ചരടുകെട്ടിയ സംസംവെള്ളത്തിന്റെ

കുപ്പിയെടുത്ത് വല്ലിപ്പയുടെ അരികിലെത്തി. വല്ലിപ്പയും ഉമ്മാമയും ഹജ്ജിനുപോയപ്പോൾ മക്കത്തുനിന്നുകൊണ്ടുവന്നതായിരുന്നു സംസം വെള്ളം. ഉപ്പ അപ്പോൾ വല്ലിപ്പയുടെ ചെവിയിൽ എന്തോ ഓതിക്കൊടുക്കുന്നുണ്ടായിരുന്നു. ഉമ്മ തട്ടത്തിന്റെ തുമ്പുകീറി പുണ്യജലം നനച്ചു വല്ലിപ്പയുടെ വായിലേക്ക് പിഴിഞ്ഞൊഴിച്ചു. ഉപ്പയും ഉമ്മാമയും അതുതന്നെ ചെയ്യുന്നത് നോക്കി ഞാൻ അന്തംവിട്ടുനില്ക്കുമ്പോൾ വല്ലിപ്പ ചുറ്റും പകച്ചു നോക്കുന്നുണ്ടായിരുന്നു. പണിപ്പെട്ട് ശ്വാസംകഴിക്കുന്നുമുണ്ടായിരുന്നു. പെട്ടെന്ന് കണ്ണടയുന്നു. ശ്വാസം നിലയ്ക്കുന്നു. ഉമ്മയുടെയും ഉമ്മാമയുടെയും വീട്പിടിച്ചുകുലുക്കുന്ന നിലവിളി. പണിക്കാരുടെ ഒപ്പാരി. കുട്ടികളുടെ കരച്ചിൽ. പേടിച്ചരണ്ട് ഞാനും നിലവിളിച്ചു: വല്ലിപ്പാ...

"വല്ലിപ്പ പോയി മോളേ...."

മൂന്ന്

വല്ലിപ്പയുടെ മരണം ഏതോ ചരിത്രപുസ്തകത്തിന്റെ അവസാനത്തെ താളാണെന്ന് മനസ്സിലാക്കാനുള്ള ബുദ്ധി അന്നെനിക്കുണ്ടായിരുന്നില്ല. മരിച്ചവിവരമറിഞ്ഞു വീട് ആളുകളെക്കൊണ്ട് നിറഞ്ഞു. അകത്തും പുറത്തും തിരക്ക്. അതിനിടയിൽ ദിക്കുംപൊക്കും തിരിയാതെ നിലവിളിക്കുന്ന എന്നെ വാരിയെടുത്ത് പണിക്കാരി കദീശുമ്മ അടുക്കളയിലെത്തി. എന്നെ പെട്ടിപ്പുറത്തിരുത്തി തലയ്ക്ക് കൈയുംവെച്ച് കദീശുമ്മയുമിരുന്നു.

"റബ്ബേ ഞാനെന്താ ഈ കാണുന്നതും കേക്കുന്നതും. നാട്ടിന് നാഥനില്ലണ്ടായിലേ......"

കദീശുമ്മ മൂക്കുപിഴിഞ്ഞുകൊണ്ട് ആരോടെന്നില്ലാതെ പറഞ്ഞു.

അടുക്കളയിൽ പണിക്കാരികൾമാത്രമേ ഉണ്ടായിരുന്നുള്ളൂ.

"അല്ല കദീശുമ്മാ, പത്തില് ചുടണോ....."

അടുപ്പിനരികിൽ പലകയിട്ടിരുന്ന് വലിയ പത്തിരിക്കല്ലിൽ പത്തിരി ചുടുകയായിരുന്ന കുഞ്ഞാമിന ചോദിച്ചു. ചുട്ട പത്തിരി ആരും കാണുന്നില്ലെന്ന മട്ടിൽ കുഞ്ഞാമിന മുഖം മറച്ചിരുന്ന് തിന്നുന്നത് ഞാൻ കാണുന്നുണ്ടായിരുന്നു.

"മതി പഹച്ചി ഇന്റെ പത്തില് ചുടല്. ഇതാരാ പോയേന്നാ ഇങ്ങളെ വിചാരം. ഇന്നാട്ടിലെ രാജാധിരാജനാ അക്കെടക്കുന്നത്."

ഉമ്മമ്പിയുമ്മ നിലവിളിയോട് നിലവിളി. അതുകണ്ട് ഞാനും കരയാൻ തുടങ്ങി.

"ഇങ്ങളൊന്ന് മിണ്ടാണ്ടിരിക്കുന്നുണ്ടോ..... കുഞ്ഞാമിനാ വെച്ചതും വെക്കാത്തതുമെല്ലാമെടുത്ത് ബായച്ചോട്ടിലിട്ടേക്ക്. ഒരു സാധനം ബാക്കിണ്ടാവരുത്."

കദീശുമ്മ ശാസിക്കുന്ന സ്വരത്തിലാണ് പറഞ്ഞത്.

"കുഞ്ഞിമ്മക്കക്ക് പൈക്കൂലേ.." കുഞ്ഞാമിനാക്ക് സംശയം.

"മയ്യത്ത് പൊരേലുള്ളപ്പം ആരും അന്നം തിന്നൂല പഹച്ചീ."

ഉമ്മമ്പിയുമ്മയുടെ രോഷം അണപൊട്ടി. അരച്ച അരിയും കൂട്ടാൻ ചട്ടികളുമായി ഉമ്മമ്പിയുമ്മ അടുക്കളമുറ്റത്തേക്കു നടന്നു. ചുട്ടുവെച്ച പത്തിരിപ്പാത്രവുമായി കൂടെ പോകുന്നതിനിടയിൽ കുഞ്ഞാമിന രണ്ടു മൂന്ന് പത്തിരിയെടുത്ത് തുണിക്കോന്തലിയിൽ പൊതിഞ്ഞുവയ്ക്കുന്നത് കണ്ട് അക്കാര്യം കദീശുമ്മയോട് പറയാൻ തുടങ്ങുമ്പോഴാണ് തലയിൽകൈവെച്ച് നിലവിളിച്ചുകൊണ്ട് കാര്യസ്ഥൻ മൊയ്ത്യാക്ക പൊത്തോന്ന് അടുക്കളയിലെ അരിപ്പെട്ടിയിൽ വന്നുവീണത്.

"എന്റെ റബ്ബേ.... എനക്കൈടെപ്പ് കാണാൻ കയ്യുന്നില്ലേ. മഗരിബിന് ഞാൻ പൊരേപ്പോകുമ്പം ചാരിക്കസാല നെറഞ്ഞിരുന്ന മനിശനല്ലേ......."

"മൊയ്ത്യാക്കാ അടങ്ങ്. പടച്ചോന്റെ ബേണ്ടുക നടപ്പിലാവുമ്പം ഞമ്മക്കെന്തു ചെയ്യാൻ കയ്യും?"

"എന്നാലും കദീശാ...."

"ഉപ്പ കുല്മാല്കൂട്ടണ്ട് പൊറത്തേക്ക് ചെല്ല്. ചെറിയ മൂപ്പര് അന്നശിക്കണ്."

കരഞ്ഞുകലങ്ങിയ കണ്ണുകളുമായി അവിടെയെത്തിയ അസ്സൻ പറഞ്ഞു.

"പന്ത്രണ്ടാം ബയസ്സിലാ ഉപ്പ എന്നെ മൂപ്പരെ കൈയിലേല്പിച്ചത്. പെരേല് പട്ടിണിയാ. ഇബിടാവുമ്പം മൂന്നുനേരം തിന്നും കുടിച്ചും കെടക്കാലോ എന്നും പറഞ്ഞാ ഉപ്പ പോയത്. ഇബിടെ കേറിയേരാ പള്ളനെറച്ച് ചോറ് ബെയിച്ചത്. ഇച്ചിപോന്ന് മൂപ്പരെന്നോട് ഇന്നുവരെ പറഞ്ഞിക്കില്ല. അയിന് എട കൊടുത്തിക്കുമില്ല. കളവും ചതിയും കാണിക്കാതെ നേരോടെ നെറിയോടെ നിക്കുന്നവരെ മൂപ്പരിക്ക് വലിയ കാര്യാ. ഇന്നാട് നാഥനില്ലാക്കളരിയായില്ലേ....."

മൊയ്ത്യാക്ക അലമുറ നിർത്തുന്നില്ല.

"അസ്സാ...... മൊയ്തീനേ...... കുന്തിരക്കം പൊകയിപ്പിക്കാൻ പറഞ്ഞിട്ട് എല്ലാരും ഏടപ്പോയി?"

നാലാപ്പാട്ടിൽനിന്ന് ആരോ വിളിച്ചുചോദിക്കുന്നു. നടുത്തളത്തിൽനിന്നിറങ്ങുന്നത് നടുമുറ്റവും അതിനു ചുറ്റു മുറികളുമുള്ള, ഞങ്ങൾ നാലാപ്പാടെന്നു വിളിക്കുന്ന നാലുകെട്ടിലാണ്. നടുമുറ്റത്തിനു ചുറ്റും അരമതിലുണ്ട്. നടുമുറ്റത്തേക്കിറങ്ങാൻ പടവുകളുമുണ്ട്. സിമന്റിട്ട മുറ്റം. മഴവെള്ളം പുറത്തേക്കൊഴുകാൻ ഓവുണ്ട്. നടുമുറ്റത്തിന് കമ്പിവലകൊണ്ടാണ് മേലാപ്പ്. അവിടെ നിന്നാൽ ആകാശം കാണാം, മഴയും വെയിലും നിലാവും കാണാം. മഴക്കാലത്ത് സ്ത്രീകളും കുട്ടികളും നടുമുറ്റത്തിറങ്ങി മഴനനയാറുണ്ട്. പാത്രങ്ങൾ സൂക്ഷിക്കുന്ന കുഞ്ഞിയറയ്ക്ക് പുറമേ പ്രസവമുറിയും സാമാനമുറിയും നാലാപ്പാട്ടിലാണ്. അതുകൂടാതെ കിഴക്കെ വരാന്തയിലേക്കും പടിഞ്ഞാറേ വരാന്തയിലേക്കും പോകുന്ന രണ്ട് ചെറിയ മുറികളുമുണ്ട്. മുറിയെന്നു പറയാൻ വയ്യ. വരാന്തയിലേക്കു പോകാനുള്ള വഴിയാണ്. പെരിയകം എന്നാണ് അതിനെ പറയുന്നത്.

വഴിക്ക് ഞങ്ങളുടെ നാട്ടിൽ പെരിയ എന്നാണ് പറയാറുള്ളത്. പടിഞ്ഞാറേ ഭാഗത്തുള്ള പെരിയകത്ത് ഇരുവശത്ത് ചുമരോട് ചേർത്ത് രണ്ടു പത്തായങ്ങളുണ്ട്. ഉയരമുള്ളതും കുറഞ്ഞതും. അകത്ത് നെല്ലാണ്. ഉയരംകുറഞ്ഞ പത്തായപ്പുറത്താണ് ഉമ്മാമ നിസ്കരിക്കുന്നതും ഖുറ്ആൻ ഓതുന്നതും. ഒഴിവുവേളകളിൽ അവിടെയിരുന്നുതന്നെയാണ് ഉമ്മാമ ഉമ്മയുടെയും ഉമ്മാമയുടെയും പെങ്കുപ്പായത്തിൽ വർണ്ണനൂലുകൊണ്ട് അലങ്കാരപ്പണി ചെയ്യുന്നത്. അവിടന്നിറങ്ങുന്നിടത്തും വരാന്തയുണ്ട്. വരാന്തയുടെ അറ്റത്തായി ഉയർത്തിക്കെട്ടിയ തിണ്ണയുമുണ്ട്. വരാന്തയിൽനിന്നിറങ്ങുന്നത് കളത്തിലേക്കാണ്. കളം സിമന്റുപാകിയതാണ്. നെല്ലുകുത്തുപുരയും അവിടെത്തന്നെ. മൂന്നുരലുകൾ നിരക്കനെയിട്ടിട്ടുണ്ട്. ഒരു ഭാഗത്തായി തറയിൽ രണ്ടുമൂന്നു വലിയ അടുപ്പുകളുമുണ്ട്. കല്യാണങ്ങൾക്കും മറ്റും അവിടെവെച്ചാണ് പാചകം. കിഴക്കേ പെരിയകത്ത് ഒരു ചെറിയ ബെഞ്ച്മാത്രമേയുള്ളൂ. അതിലേ ചെന്നാൽ കിഴക്കേ വരാന്ത. അവിടെ കുളിമുറിയും കിണറും. കുളിമുറിയുടെ ഒരുവശത്തായി ഉയർത്തിക്കെട്ടിയ അടുപ്പ്. അതിനു മുകളിലുള്ള വലിയചെമ്പിൽ എപ്പോഴും ചൂടുവെള്ളമുണ്ടായിരിക്കും. അടുപ്പിൽ കനലും. കുളിമുറിയുടെ അകത്തുനിന്നും പുറത്തുനിന്നും വെള്ളംകോരാം. അടുക്കളക്കുളിമുറിയിൽ നിന്നും അടുക്കളമുറ്റത്തുനിന്നും വെള്ളം കോരാവുന്നവിധത്തിലാണ് കിണറിന്റെ ആൾമറ. വെള്ളം കോരുമ്പോൾ പരസ്പരം കാണുകയുമില്ല. വരാന്ത കഴിഞ്ഞാൽ മുറ്റവും പടിപ്പുരയുമുണ്ട്. കിണറ്റിൻകരയിൽ മുണ്ടുകഴുകാനുള്ള കല്ല്.

"കുഞ്ഞാമിനാ, ചെന്ന് കേക്കേ പടിപ്പുരവാതില് തൊറന്ന് വെക്ക്. പെണ്ണുങ്ങമ്മാര് എമ്പാടും വരാനുണ്ടാവും." കദീശുമ്മ പറഞ്ഞു.

ചെരട്ട കത്തീക്ക്. കൊണ്ടോയിക്കോ അസ്സനേ."

ഉമ്മമ്പിയുമ്മ ചിരട്ടക്കനൽ നിറച്ച മൺപാത്രം അസ്സനെ ഏല്പിച്ചു.

അസ്സൻ മറ്റൊരു ചിരട്ടയിൽ നിറച്ച മണ്ണിൽ, കത്തിച്ച ചന്ദനത്തിരി കുത്തുകയായിരുന്നു. കൈയിലിരുന്ന തകരപ്പാത്രത്തിൽനിന്ന് അസ്സൻ കുന്തിരിക്കം ചിരട്ടക്കനലിലിട്ടപ്പോൾ മൂക്കിലടിക്കുന്ന മണമുള്ള പുകച്ചുരുളുകൾ തിരിഞ്ഞും പിരിഞ്ഞും മേലോട്ടുയർന്നു. അതുംകൊണ്ട് അസ്സൻ നടന്നപ്പോൾ പുകച്ചുരുളുകൾ അസ്സനേയും പൊതിഞ്ഞു.

"ഉമ്മാനെ കാണണം."

എന്നെ ആരും ശ്രദ്ധിക്കുന്നില്ലെന്നായപ്പോൾ ഞാൻ വിതുമ്പി.

"കുഞ്ഞാമിനാ ഇഞ്ഞി വാതില് തൊറക്കാൻ പോവുമ്പം കുഞ്ഞനേം കൊണ്ടോയിക്കോ." കദീശുമ്മ

അകത്തെ വിശേഷം കാണാൻ അവസരംകിട്ടിയ സന്തോഷത്തോടെ കുഞ്ഞാമിന "ബാ മോളേ" എന്നു പറഞ്ഞ് എന്നെ പെട്ടിപ്പുറത്തുനിന്ന് താഴെയിറക്കി, കൈയുംപിടിച്ച് അടുക്കളയിൽനിന്ന് നാലാപ്പാട്ടിലിറങ്ങി സാമാനമുറിയുടെ മുമ്പിലൂടെ കിഴക്കേ പെരിയകം കടന്ന് കിഴക്കേ വരാന്തയിലെത്തി. വീട്ടിലേക്കാവശ്യമുള്ള അരിയും പലചരക്കുസാധനങ്ങളും

സൂക്ഷിക്കുന്ന സ്റ്റോർമുറിയാണ് സാമാനമുറി. സാധാരണ രാത്രികാലങ്ങളിൽ ഇരുട്ടിലാണ്ടുകിടക്കുന്ന കിഴക്കേ വരാന്തയിലും മുറ്റത്തും അന്ന് പാനീസിന്റെ വെളിച്ചം. വരാന്തയിലെ ഓടിന്റെ കഴുക്കോലിൽ തൂക്കിയ പെട്രോമാക്സും പാനീസും കാറ്റിലാടുമ്പോൾ ഇരുളും വെളിച്ചവും ഒളിച്ചുകളിക്കുന്നുണ്ടായിരുന്നു. ഞങ്ങളെത്തുന്നതിനുമുമ്പ് ആണുങ്ങളാരോ പടിപ്പുരവാതിൽ തുറന്നിട്ടിരുന്നു. കിഴക്കെ വരാന്തയിലും പടിഞ്ഞാറെ വരാന്തയിലുള്ളതു പോലുള്ള തിണ്ണയുണ്ട്. വിശേഷാവസരങ്ങളിലും കല്യാണത്തിനും മറ്റുമെത്തുന്ന പെണ്ണുങ്ങൾ നിസ്കരിക്കുന്നതും ഭക്ഷണം കഴിക്കുന്നതും ഈ തിണ്ണകളിലാണ്. എന്നെ അവിടെയിരുത്തി കുഞ്ഞാമിനയും ഇരുന്നു. അതിനോട് ചേർന്നാണ് ഉമ്മയുടെ പകൽമുറി. രാത്രി കിടക്കാൻമാത്രമേ ഉമ്മ മുകളിലെ അറയിൽ പോകാറുള്ളൂ. പകൽസമയത്ത് നിസ്കരിക്കുന്നതും കുട്ടികളെ ഉറക്കുന്നതും അതിഥികളെ സല്ക്കരിക്കുന്നതും ഈ മുറിയിലാണ്. മുറി സാമാന്യം വലുതാണ്. കുഞ്ഞാമിന ഒച്ചയുണ്ടാക്കാതെ തിണ്ണയിലിരുന്നുകൊണ്ട് ജനൽപൊളി കുറച്ചു തുറന്നു. മുറിയിൽ നിറയെ പെണ്ണുങ്ങൾ. എല്ലാവരും എന്തൊക്കെയോ പറഞ്ഞു കരയുന്നു. ഉമ്മാമ മുഖം മറച്ച് കട്ടിലിൽ കിടക്കുന്നു. ഉമ്മ കട്ടിലിലിരുന്നു തട്ടംകൊണ്ട് കണ്ണീരൊപ്പുന്നു. ചുമരോട് ചേർത്ത് നാല് ഒറ്റക്കട്ടിലുകളുണ്ട് മുറിയിൽ. ഒരു നിസ്കാരബെഞ്ചും. ചുമരിൽ മരപ്പൊളികളുള്ള ചുമരലമാര കൂടാതെ വലിയൊരു കണ്ണാടി അലമാരയുമുണ്ട്. അതിലാണ് ഉമ്മ പലഹാരങ്ങൾ സൂക്ഷിക്കാറുള്ളത്. ഉമ്മയുടെ കണ്ണുതെറ്റിയാൽ കുട്ടികൾ അലമാര തുറന്ന് ചുക്കപ്പവും പെട്ടിയപ്പവും കൈക്കലാക്കും. അപ്പോൾ അവിടെയെത്തിയ കാച്ചിയും കുപ്പായവും കസവുകരതട്ടവുമിട്ട തടിച്ച് ഉയരംകൂടിയ ഒരു സ്ത്രീ ഉമ്മയോട് കുറ്റപ്പെടുത്തുന്ന രീതിയിൽ പറയുന്നു:

“എന്നാലും മറിയൂട്ടിയമ്മായി, വല്ലിക്കാക്ക് സുഖമില്ലാഞ്ഞിട്ട് ഞാളെയൊന്നറിയിച്ചില്ലാലോ.”

“അയിന് ഉപ്പാവാക്ക് ഒരു സൂക്കേടും ഇല്ലേനും പാത്തൂച്ചാ. നല്ലോണം ഒളു എടുക്കാൻപോയതാ. എന്നോടും എളാമാനോടും അതുവരെ മണിമണിപോലെ വർത്താനം പറഞ്ഞതല്ലേ. മഗരിബ് നിസ്കാരം കയിഞ്ഞ് സലാം വീട്ടുമ്പളാ സൂറാന്റെ ഉപ്പ തായത്ത്ന്ന് നെലവിളികേട്ടത്. മൂപ്പര് എത്തുമ്പോ തലമിന്നി കെടക്കുന്ന്.....”

“കാരണോനും മരുമോനും തമ്മില് ജഹളയൊന്നും ഉണ്ടായിക്കില്ലേക്കും.... കീരീം പാമ്പുംപോലെ കയിഞ്ഞോാലല്ലേ.”

ഉമ്മ അതിനു മറുപടി പറയാതെ ഉറക്കെ കരഞ്ഞു. ഉമ്മാമ പക്ഷേ ദുഃഖം കടിച്ചിറക്കുന്നതിനിടയിലും എന്തോ പറയാൻ തുടങ്ങുന്നത് കണ്ട് ഉമ്മ തടഞ്ഞു. എന്നിട്ട് അപ്പോഴും കലിതുള്ളുന്ന ആ സ്ത്രീയോട് ഉമ്മ പറഞ്ഞു:

“പാത്തൂച്ച ഇരിക്ക്.”

അവർ കലിയടക്കി കട്ടിലിലിരുന്നിട്ട് ചോദിച്ചു:

"അറീക്കണ്ടോലെയെല്ലാം അറീച്ചിക്കോ?"

അതൊക്കെ ആണുങ്ങള് ചെയ്തോളും. അതാ ഈടത്തെ രീതി."

ഉമ്മാമ കണ്ണീരടക്കി പിറുപിറുത്ത്.

"അതാരാ...?" ഞാൻ കുഞ്ഞാമിനയെ തോണ്ടി ചോദിച്ചു. ഉമ്മയേയും ഉമ്മാമയേയും കരയിച്ച ആ സ്ത്രീയോടുള്ള കലി വാക്കുകളിലുണ്ടായിരുന്നു.

"വല്യമുപ്പരെ മൂത്ത പെങ്ങളെ മോളാ. തറവാട്ട് കാരണോര് സ്വത്ത് മുയുമൻ മക്കക്ക് എയ്തിക്കൊടുത്തെന്നും പറഞ്ഞ് ഇബിടെബന്ന് മൂപ്പരോട് ജഹളയുണ്ടാക്കലാ മൂപ്പത്തിന്റെ പണി."

കുഞ്ഞാമിന സ്വരം താഴ്ത്തി പറഞ്ഞു.

ഉമ്മ എണീറ്റ് തട്ടം തലയിൽ ചുറ്റിയിട്ട് വാതിൽക്കലേക്ക് നടക്കുന്നതു കണ്ട് ഒരു സ്ത്രീ ചോദിക്കുന്നു:

"എന്തേക്കും മാണ്ട്യത്?"

"ഏശാ നിസ്കരിച്ചിക്കില്ല. അപ്പളത്തിനല്ലേ......"

ഉമ്മയുടെ സ്വരം ഇടറി. ഉമ്മ സാധാരണ നിസ്കരിക്കുന്ന ബെഞ്ചിൽ പെണ്ണുങ്ങൾ തിക്കിത്തിരക്കി ഇരിക്കുന്നുണ്ടായിരുന്നു. ഉമ്മ പായയിൽ തെറുത്തുവെച്ച നിസ്കാരപ്പായയുമായി മുറിക്ക് പുറത്തിറങ്ങി.

"ചെറിയമ്മായി ഇങ്ങോട്ടായിരിക്കും ബെരുന്നത്."

കുഞ്ഞാമിന എണീറ്റു നിന്നുകൊണ്ട് പറഞ്ഞു. അതുപോലെ തന്നെ ഉമ്മ അവിടെയെത്തി. കുഞ്ഞാമിനയെ കണ്ടപ്പോൾ പറഞ്ഞു:

"എന്റെ അറയിലെ തെരയിൽ പായകളുണ്ട്. അതെടുത്തുകൊണ്ടേന്ന് തെണ്ണമ്മല് വിരിച്ചോ. ഞാൻ നിസ്കരിച്ച് കയിഞ്ഞിട്ട് നിസ്കാരക്കുപ്പായമെടുത്തുതരാം."

കുഞ്ഞാമിന അകത്തേക്കു നടന്നു. ഉമ്മ നിസ്കരിക്കാൻ തുടങ്ങിയപ്പോൾ ഞാൻ തിണ്ണയിൽനിന്നുകൊണ്ട് ജനാലയുടെ അഴിപിടിച്ച് മുറിക്കകത്തേക്ക് നോക്കി. ഉമ്മാമ "അള്ളാ ഇന്റെ വിധി" എന്നു പറഞ്ഞുകൊണ്ട് എണീറ്റിരുന്നു. അപ്പോൾ കുഞ്ഞാമിന അവിടെയെത്തി. കുഞ്ഞാമിനയോടായി ഉമ്മാമ പറഞ്ഞു:

"എണേ, എന്റെ നിസ്കാരപ്പായം എടുത്തിട്ട് വന്നാ."

അല്പസമയത്തിനകം കുഞ്ഞാമിന ഉമ്മാമയുടെ നിസ്കാരപ്പായയുമായി എത്തി. കിട്ടിയസന്ദർഭം മുതലാക്കിയതുപോലെ കുഞ്ഞാമിന കല്പിച്ചു:

"നിസ്ക്കാരബെഞ്ചുമ്മെന്ന് എല്ലാരും എണീച്ചാ, വലിയമ്മായി നിസ്ക്കരിക്കട്ടെ."

പെണ്ണുങ്ങൾ അതൃപ്തിയോടെയാണെങ്കിലും എണീറ്റ് ഇരിക്കാൻ സ്ഥലം പരതി. ഉമ്മാമ കരഞ്ഞുകൊണ്ട് നിസ്കാരക്കുപ്പായമിട്ട് കരച്ചിലടക്കി നിസ്കരിക്കാൻ തുടങ്ങി. കുറച്ചുനേരം അകക്കാഴ്ചകണ്ട് നിന്നിട്ട് പിന്നിൽ ഒച്ചയൊന്നും കേൾക്കാതെ തിരിഞ്ഞുനോക്കിയപ്പോൾ ഉമ്മ തിണ്ണയിലില്ല. നിസ്കാരപ്പായ തെറുത്തുവെച്ചിരിക്കുന്നു. ഇരുട്ട് നിഴൽവി

രിച്ച മുറ്റത്തേക്ക് നോക്കിയപ്പോൾ എനിക്ക് കരച്ചിൽവന്നു മുട്ടി.

"കുഞ്ഞാമിനിത്താ....." ഞാൻ ഏങ്ങി.

"കുഞ്ഞമിനാ കുഞ്ഞൻ കരയുന്ന്..." ഏതോ സ്ത്രീ പറഞ്ഞു.

"അയിനെ ആടെ ഒറ്റക്കാക്കി പോന്നാ അയിന് പേടിയാകൂലേ." ബെഞ്ചിൽനിന്ന് എണീറ്റ മറ്റൊരു സ്ത്രീയുടെ കമന്റ്.

ഉമ്മ അലമാര തുറന്ന് നിസ്കാരക്കുപ്പായങ്ങളെടുത്ത് കുഞ്ഞാമിനയുടെ കൈയിൽകൊടുത്തിട്ട് കട്ടിലിൽ ഇടമുണ്ടാക്കി ഇരുന്നു. കുഞ്ഞാമിന നിസ്കാരക്കുപ്പായങ്ങളുമായി മുറിയിൽനിന്നിറങ്ങുന്നത് കണ്ട് ഞാൻ കണ്ണീരടക്കി.

അപ്പോൾ പടിപ്പുരവാതിൽക്കൽ കാറുവന്നു നില്ക്കുന്ന ഒച്ച.

"അള്ളാന്റുപ്പാവാ........" അലമുറ.

"കുഞ്ഞാമി എത്തീന്നാ തോന്നുന്നത്."

ഉമ്മ പറഞ്ഞത് കേട്ട് ഞാൻ തിണ്ണയുടെ അറ്റത്ത് ചെന്നിരുന്നു പുറത്തേക്കു നോക്കി. പടിപ്പുരവാതിലിൽ അലറിവിളിച്ചുകൊണ്ട് കോഴിക്കോട്ടെ എളാമ. ഉമ്മയുടെ അനിയത്തി. പിറകിൽ അവരുടെ പെൺമക്കളായ മാളുത്തയും ജമ്പൂത്തയും. എല്ലാവരും കരയുന്നുണ്ട്. കുഞ്ഞാമിന എന്നെ മറന്ന് തിരക്കിട്ട് മുറ്റത്തിറങ്ങിയപ്പോൾ ഞാൻ തിണ്ണയിൽനിന്നിറങ്ങി. കുഞ്ഞാമിന എളാമയുടെ കൈപിടിച്ച് പടികൾ കയറ്റുന്നു. എളാമ കരച്ചിലോട് കരച്ചിൽ. കണ്ടപ്പോൾ എനിക്കും കരച്ചിൽവന്നു. കരഞ്ഞുകൊണ്ട് അവരോടൊപ്പം അകത്തേക്കു നടക്കുമ്പോൾ എളാമയുടെ ഇളയമകൾ ജമ്പൂത്താത്ത എന്നെ കൈപിടിച്ചിട്ടു പറഞ്ഞു, "കരയണ്ടാട്ടോ." അവരുടെ പേര് ജമീല എന്നാണെങ്കിലും ജമ്പൂട്ടി എന്നാണ് എല്ലാവരും വിളിച്ചിരുന്നത്. ഞങ്ങൾ ജമ്പൂത്താത്തയെന്നും. എനിക്കപ്പോൾ തോന്നിയ സുരക്ഷിതത്വം പറഞ്ഞറിയിക്കാൻ വാക്കുകളലില്ല.

നാല്

മുറിയിലിരിക്കുന്ന പെണ്ണുങ്ങൾ ഒന്നടങ്കം തളത്തിലെത്തിയപ്പോൾ നിന്നുതിരിയാൻ ഇടമില്ലാത്ത തിരക്ക്. ശ്വാസംമുട്ടി. എളാമ അലറിക്കരഞ്ഞുകൊണ്ട് പുറത്തെ തളത്തിലേക്ക് പോയപ്പോൾ ജമ്പൂത്താത്ത എന്റെ കൈവിടുവിച്ച് അവരെ അനുഗമിച്ചു. നടുവകത്തെ നീലവിരി പൊക്കി വാതിലിൽ തിരുകിവച്ചിരുന്നു. ജമ്പൂത്തയുടെ പിന്നാലെ ഞാനും പുറംതളത്തിലിറങ്ങി. പൂമുഖത്ത് ഒത്തനടുവിലായിട്ട് ബെഞ്ചിൽ വല്ലിപ്പയെ പുതപ്പിച്ച് കിടത്തിയിരിക്കുന്നു. ബെഞ്ചിന്റെ നാലു കാലിലും നനഞ്ഞ തുണി ചുറ്റിയിരുന്നു. കുന്തിരിക്കത്തിന്റെയും ചന്ദനത്തിരിയുടെയും മണം. ഖുറ്ആന്റെ ഈണം.

"ആണുങ്ങളൊന്ന് ഒയിഞ്ഞ് നിക്ക്. കുഞ്ഞാമി അമ്മായി ബന്നിക്ക്. ഓലൊന്നു കണ്ടോട്ടെ."

ഒരു തലയിൽക്കെട്ടുകാരൻ പറയുന്നു. ആണുങ്ങൾ വഴിമാറുന്നു.

എളാമ നിലവിളിയോടെ വല്ലിപ്പയുടെ ദേഹത്ത് വീഴുന്നു.

"കുഞ്ഞാമീ, സബൂർ..."

ഉമ്മയുടെ ആങ്ങള പൂക്ക എളാമയുടെ പുറത്തുതട്ടി ആശ്വസിപ്പിക്കുന്നു. വല്ലിപ്പയുടെ തലയ്ക്കൽ കസേരയിട്ടിരുന്ന കുട്ടികളെ ഓത്തു പഠിപ്പിക്കുന്ന കുഞ്ഞാമുല്ലാക്ക വല്ലിപ്പയുടെ മുഖത്തുനിന്ന് തുണിമാറ്റിയപ്പോൾ എളാമയും മക്കളും ഉറക്കെ അലമുറയിടുന്നു. തുണിക്കഷണം കൊണ്ട് താടികെട്ടിയ വല്ലിപ്പയുടെ മുഖം കണ്ടപ്പോൾ ഞാൻ അന്തംവിട്ട് നിലവിളിക്കുന്നു.

ഉപ്പവന്ന് എന്റെ കൈപിടിച്ച് അകത്തെ നടുത്തളത്തിലാക്കിയിട്ട് പറയുന്നു: "ഉമ്മാന്റടുത്ത് പോയിക്കോ."

ഞാൻ ഉമ്മയുടെ മുറിയിലെത്തിയപ്പോൾ മുറയിൽ ഉമ്മയും ഉമ്മാമയും മാത്രമേ ഉണ്ടായിരുന്നുള്ളു. പെൺപട മുൻവശത്തെ അതിശയം കാണാൻ എളാമയെ അനുഗമിച്ചിരുന്നു. ഉമ്മയും ഉമ്മാമയും മുറിയിൽ ചുമരിനോടു ചേർത്തിട്ട രണ്ടുകട്ടിലുകളിലായി കിടക്കുകയാണ്. ഉമ്മാമ തട്ടംകൊണ്ട് മുഖം മറച്ചിരുന്നു. ഞാൻ ഉമ്മയുടെ പിന്നിലായി കട്ടിലിൽ കയറി കിടന്നു. ഉമ്മ കണ്ണുതുറന്നു നോക്കിയിട്ട് പറഞ്ഞു:

"പുറത്തിറങ്ങിനടന്ന് കണ്ടതിനും കേട്ടതിനും ആർപ്പിടാതെ ഇവിടെക്കിടന്നുറങ്ങിക്കോ." ഉമ്മയോട് ചേർന്ന് കിടന്നപ്പോൾ എന്റെ കണ്ണുകൾ താനെ അടഞ്ഞു.

സംസാരം കേട്ട് ഞാൻ കണ്ണുതുറക്കുമ്പോൾ മുറിയിൽ വിളക്കുകത്തുന്നുണ്ടായിരുന്നില്ല. ജനലിലൂടെ സൂര്യന്റെ വെള്ളിവെളിച്ചം മുഖത്തടിക്കുന്നു. ഞാൻ കണ്ണുമിഴിച്ച് എണീറ്റിരുന്നു. ഉമ്മയും എളാമയും കട്ടിലിലിരുന്ന് നേരിയ ശബ്ദത്തിൽ സംസാരിക്കുന്നു.

"എളാമ മറയിൽ കിടക്കുന്നില്ലേ?" ഉമ്മയുടെ അനിയത്തി ചോദിക്കുന്നു.

അതുകേട്ട് എന്റെ കണ്ണുകൾ ഉമ്മാമയെ പരതി. ഉമ്മാമ മുറിയിലുണ്ടായിരുന്നില്ല.

"എളാമാനെ ഇന്നലെത്തന്നെ പാത്തൂച്ച ഉപ്പാവാന്റെ മുറിയിലാക്കി വാതിലടച്ചു. മറയിരിക്കുന്നതുകൊണ്ട് നാലുമാസവും പത്തുദിവസും മറ്റാനാണുങ്ങള് കാണാൻ പാടില്ലാന്ന് പറഞ്ഞാ ആടെ കൊണ്ടാക്കിയത്. മുറീന്റെ ജനലെല്ലാം അടച്ച് കബറുപോലെ ആക്കീക്ക്."

"ഇവിടെ ഭരിക്കാൻ അവസരം കാത്തുനിക്കുകയായിരുന്നു പാത്തൂച്ച. പതിനഞ്ച് കൈയാണ്ട് ഇബിടന്നിറങ്ങൂന്നു തോന്നുന്നില്ല." എളാമ.

"എന്തെങ്കിലും ചെയ്തോട്ടെ. കരളിൽക്കുത്തുന്ന വർത്താനം പറയാഞ്ഞാമതി. ഉമ്മ."

"ഇന്നലെ എന്താ പറഞ്ഞത്?"

എളാമയുടെ സ്വരത്തിൽ ആകാംക്ഷ.

"അതൊന്നും ഇനി ചിക്കിപ്പരത്തണ്ട. ഉപ്പാവാനെ കുളിപ്പിക്കാനെടുത്തോ..."

ഉമ്മ ചോദിക്കുന്നു.

“മറിയൂട്ടീ” എന്നു ഉറക്കെ വിളിച്ചുകൊണ്ട് ഉമ്മയുടെ സഹോദരൻ പൂക്ക അവിടെയെത്തുന്നു.

“കുളിപ്പിക്കല് കയിഞ്ഞോ?” ഉമ്മ ചോദിക്കുന്നു.

“ഇല്ല. അല്ല മറിയൂട്ടീ, ഇന്നലെ എന്താണ്ടായത്?”

ഉമ്മ തലേദിവസത്തെ കഥകൾ ആവർത്തിച്ചു.

“ ഉപ്പാവാന്റെ നെലവിളികേട്ട് മൂപ്പരും കുട്ട്യേളും ചടപടാന്ന് കോണിയിറങ്ങി മിറ്റത്തേക്ക് പായുന്നതും എളാമ മറിയൂട്ടീന്നും പറഞ്ഞ് നെലവിളിക്കുന്നതും കേട്ട് നിസ്ക്കാരക്കുപ്പായത്തോടെ ഞാനെത്തുമ്പം എന്താ കഥ.....”

ഉമ്മ മുഴുമിക്കാനാവാതെ ഏങ്ങിക്കരഞ്ഞു. അപ്പോൾ എളാമയും കരച്ചില് തുടങ്ങി.

“ഇങ്ങളിബിടെ കരഞ്ഞിരുന്നതോണ്ട് മരിച്ചോല് മടങ്ങി വരൂലാ. മേലാക്കം മേണ്ടത് നോക്ക് കുട്ട്യേളെ.” അപ്പോൾ അവിടെയെത്തിയ ഉമ്മാമയുടെ ഏട്ടത്തി ഉമ്മാത്തൂത്ത ശാസിക്കുന്നതുപോലെ പറഞ്ഞു.

“അതു നേരാ. മയ്യത്തെടുക്കമ്പളത്തിന് ചോറിനുള്ള ഏർപ്പാടാക്കീക്കോ?” എളാമ ചോദിച്ചു.

“അതെല്ലാം മമ്മൂട്ടിക്കാനെ ഏല്പിച്ചിക്ക്. മയ്യത്തെടുത്താലുടനെ പെണ്ണുങ്ങക്ക് കായി പുയുങ്ങിയതും ചായയും. ഉച്ചക്കലേക്ക് നെയ്ച്ചോറും എറച്ചിക്കൂട്ടാനും പരിപ്പുതാളിച്ചതും. അരിയും നെയ്യും എറച്ചിയുമെല്ലാമെത്തി. മയ്യത്തെടുത്താലുടൻ ചോറിന്റെ പണി തുടങ്ങും.”

“അല്ല, കാദൂ, ഇനി കുഞ്ഞൂന്റെ കാര്യമെങ്ങനാ?”

പൂക്കയുടെ പേര് കാദർകുട്ടി എന്നാണെങ്കിലും കാദു എന്നാണ് എല്ലാവരും വിളിക്കുന്നത്.

“അതെന്തു ചോദ്യാ ഉമ്മാത്തൂത്താ? ഉപ്പാവ ഇല്ലാന്നുവെച്ച് എളാമാക്ക് ഇവിടെ ഒരു കൊറവും വരുത്തൂലാ. എളാമ ഞമ്മക്ക് ഉമ്മാനെപ്പോലെത്തന്നെയാ.”

“അതറിയാം മക്കളെ. മൂപ്പരെ തറവാട്ടിലുള്ളോര് അച്ചംപുച്ചം പറേന്നത് കേട്ടപ്പോൾ...”

“അതൊന്നും ഇങ്ങള് കാര്യക്കണ്ട. മൂന്നുദെവസത്തെ കാര്യല്ലേ? കണ്ണോക്ക് കയിഞ്ഞാല് ഓല് പിരിയൂലേ.” പൂക്ക സമാധാനിപ്പിച്ചു.

“ഉം...ഉം.....കണ്ണോക്ക്......പതിനഞ്ച് കയിഞ്ഞാലും പോവൂന്ന് എനക്ക് തോന്നുന്നില്ല.” ഉമ്മാത്തൂത്ത.

“ഇപ്പം അയിനെപ്പറ്റിയൊന്നും ആരും മിണ്ടണ്ട. അല്ല കാദൂ, എളാമ മറയിക്കെടക്കുമ്പം പകലെങ്ങനാ കുളിമുറീപോകുന്നത്?” ഉമ്മ.

“അത് ഞമ്മള് ആലോയിച്ചതാ. എളാമാന്റെ മുറീല് തല്ക്കാലം ഓവറയുണ്ടാക്കാനുള്ള ഏർപ്പാടുണ്ടാക്കാന്നാ മമ്മൂട്ടിക്ക പറഞ്ഞത്.”

“അത് നന്നായി മക്കളെ. നാലുമാസോം പത്തുദെവസോം ഓളിനി അയിന്റുള്ളില് കൂടാനുള്ളതല്ലേ.” ഉമ്മാത്തൂത്ത.

"ഇങ്ങള് കൊറച്ചീസം കയിഞ്ഞിട്ട് പോയാമതി." പൂക്ക.

"നാപ്പത് കയ്യുന്നതുവരെ ഞാനുണ്ടാകും."

"കാദൂക്കാ, കുളിപ്പിക്കല് കയിഞ്ഞ്" എന്ന് ആരോ മുറിയുടെ വാതില്ക്കൽ നിന്ന് പറയുന്നത്കേട്ട് പൂക്ക എഴുന്നേറ്റു.

"ഇബളെന്തോ തിന്നേ്വ കുടിക്ക്വേ ചെയ്ത്ക്കോ." ഉമ്മയുടെ പിറകിൽ കണ്ണും തിരുമ്മി അന്തംവിട്ടിരിക്കുന്ന എന്നെ നോക്കി എളാമ ചോദിച്ചു.

"ഏടെ.... ഇന്നലെ രാത്രിവന്നു കെടന്നതാ."

അപ്പോൾ കുഞ്ഞാമിന എത്തി. ഉമ്മയുടെ അടുത്തുവന്ന് സ്വകാര്യം പറയുന്ന മട്ടിൽ ചോദിച്ചു

"മണ്ണട്ടക്കദീശ ഓളാടന്ന് കട്ടൻചായയും കായിപുയുങ്ങിയതും കൊണ്ടേന്നിക്ക്. ഇങ്ങക്ക് രണ്ടാക്കും തരട്ടെ."

"ഇനിക്കെന്താ പെരാന്താണേ, ഉപ്പാവാന്റെ മയ്യത്ത് പൊരേലുള്ളപ്പം ഞമ്മക്ക് തൊണ്ടേല് വെള്ളമിറങ്ങ്വോ?"

എളാമ കുഞ്ഞാമിനയെ ശാസിച്ചു.

ഉമ്മ പറഞ്ഞു:

"നീ എവളെ കൂട്ടിക്കൊണ്ടോയി പല്ലുതേപ്പിച്ച് എന്തെങ്കിലും കൊടുക്ക്." കുഞ്ഞാമിന എന്നേയുമെടുത്ത് കിഴക്കേവരാന്തയിലെത്തി. അവിടെ പെണ്ണുങ്ങളുടെ തിരക്ക്. തിണ്ണയിലും വരാന്തയിലും നാലാപ്പാട്ടിലും പെണ്ണുങ്ങളുടെ നിര.

കുളിമുറിയുടെ പുറത്ത് എന്നെ നിർത്തിയിട്ട് കുഞ്ഞാമിന കുളിമുറിയിൽച്ചെന്ന് ഉമിക്കരിപ്പാത്രവുമായി എത്തി. ഒരു നുള്ള് ഉമിക്കരി എന്റെ കൈയിലിട്ടുതന്നിട്ട് പറഞ്ഞു:

"പല്ല് തേക്ക്, കുഞ്ഞാമിന വെള്ളം കോരട്ടെ."

ഞാൻ പതിവുപോലെ വരാന്തയിൽ കുന്തിച്ചിരുന്ന് പല്ലുതേച്ച് മുറ്റത്തേക്ക് നീട്ടിത്തുപ്പി. കുഞ്ഞാമിന വന്ന് മുഖവും വായയും കഴുകിച്ചിട്ടു ചോദിച്ചു:

"ഇന്നലെ അന്തിക്ക് കേറിക്കെടന്നതല്ലെ, മൂത്രം പാത്തീട്ട് വാ."

ഞാൻ നാണത്തോടെ കുളിമുറിയിൽ കയറി കതകുചാരി.

ഞാൻ കുളിമുറിയിൽ നിന്നറങ്ങിയപ്പോൾ കുഞ്ഞാമിന അവിടെയുണ്ടായിരുന്നില്ല. ഞാൻ നിലാത്തിട്ട കോഴിയെപ്പോലെ അകത്തേക്ക് നടക്കുമ്പോൾ മണ്ണട്ടമറിയം വന്ന് കൈക്ക്പിടിച്ചു.

"വമ്പത്തി ഇബിടെ നിക്ക്ന്നാ....മറീത്ത ഏടെല്ലാം നോക്കി. ബാ."

പടിഞ്ഞാറെ പെരിയകത്താണ് മറീത്ത എന്നെ കൂട്ടിക്കൊണ്ടുപോയത്. ഉമ്മാമയുടെ പത്തായപ്പുറത്ത് എന്നെ ഇരുത്തിയിട്ട് പറഞ്ഞു:

"ഇത് തിന്ന് ചായേംകുടിച്ചോ. ബാക്കി മക്കളെല്ലാം തിന്ന്. ഇന്നേം നോക്കി നടക്കാത്ത സ്ഥലല്ല."

എന്റെ മുന്നിൽ ഒരു പാത്രത്തിൽ പുഴുങ്ങിയ തണുത്ത് മരവിച്ച നേന്ത്രപ്പഴത്തുണ്ടുകളും ഗ്ലാസിൽ കട്ടൻചായയും.

“എനക്ക് പാലു മതി.”

“ഇന്ന് പശൂനെ കറന്നിക്കില്ല മോളെ. ഇതു കുടിച്ചോ.”

അപ്പോഴേക്കും അകത്ത്നിന്ന് പെണ്ണുങ്ങളുടെ കൂട്ടക്കരച്ചിൽ...

“എന്റുപ്പാവാനെ കൊണ്ടോവല്ലേ... വല്ലിപ്പാ... വല്ലിക്കാ... ഉപ്പാവാ... എന്റെ പൊന്നാരപ്പുവാ..... ഞമ്മക്കിനി ആരുണ്ട്......”

കേട്ടതും മറീത്ത അകത്തേക്ക് മണ്ടി.

“വമ്പത്തി ഇബിടത്തന്നെ ഇരിക്കണേ.....” എന്ന് ഓടുമ്പോൾ എന്നെ നോക്കി പറയുന്നുണ്ടായിരുന്നു.

ഞാൻ ഒരു കഷണം പഴം തൊലി ഉരിഞ്ഞ് വായിലിട്ട് പടിഞ്ഞാറേ വരാന്തയിലെത്തി. ഉരൽപ്പുരയിലിരുന്ന മൂന്ന് ആണുങ്ങൾ ഉള്ളി തൊലി കളയുന്നു. മുറ്റമടിക്കുന്ന മാതയും ചോയിച്ചിയും സിമന്റുപാകിയ കള ത്തിലിരുന്ന് വലിയ ഉരുളികൾ തേച്ച് കഴുകുന്നു.

എന്നെ കണ്ടപ്പോൾ ചോയിച്ചി ചോദിച്ചു

“വല്ലിപ്പാനെ കൊണ്ടോവുന്നത് കാണാൻ കുഞ്ഞൻ പോവുന്നില്ലേ?”

“വല്ലിപ്പാനെ എങ്ങോട്ടാ കൊണ്ടോവണത്?” എന്റെ സ്വരം ഇടറി.

“എണേ, കുഞ്ഞനെ കരയിക്കണ്ട.” ആണുങ്ങളാരോ ചോയിച്ചിയെ ശാസിച്ചു.

“രാവിലെ മിറ്റമടിക്കാൻവന്നാല് എന്നും എന്തെങ്കിലും ലോഗ്യം ഞാളോട് പറയാണ്ടിരിക്കൂലാ. അങ്ങനത്തെ വല്യമൂപ്പരെ ഞാളെയൊന്നു കാണിക്കൂലാന്ന് പറഞ്ഞാ ഞാക്കത് സഹിക്കൂലാ.....” ചോയിച്ചി തേങ്ങി.

“കുളിപ്പിക്കണേന് മുന്നം നീ കണ്ടതല്ലേ, കുളിപ്പിച്ച് കഫംചെയ്താ പ്പിന്നെ ആണുങ്ങളെ മാറ്റാൻ പെണ്ണുങ്ങളും പെണ്ണുങ്ങളെ മാറ്റാനാണു ങ്ങളും കണ്ടൂടാന്നാ ശറഇന്റെ വിധി...”

ഉള്ളി മുറിക്കുന്നവരിലൊരാൾ ചോയിച്ചിയെ ആശ്വസിപ്പിച്ചു.

ഞാൻ ഉമ്മറത്തെ ലക്ഷ്യംവച്ചു നടന്നു. ഉമ്മയേയും എളാമയേയും പെണ്ണുങ്ങമ്മാർ താങ്ങിപ്പിടിച്ച് മുറിയിലേക്കു കൊണ്ടുവരുന്നു. എന്റെ ഏട്ട ത്തിമാരും എളാമയുടെ മക്കളുമെല്ലാം നിന്നും നടന്നും കരച്ചിലോട് കര ച്ചിൽ. നടുത്തളത്തിൽ നിന്നുതിരിയാൻ ഇടമില്ലാത്ത തിക്കും തിരക്കും. ഞാൻ ആ തിരക്കിനിടയിലൂടെ നൂണ്ട് ഉമ്മറത്തെത്തി. പൂമുഖത്ത് വല്ലി പ്പയില്ല. വല്ലിപ്പയെ കിടത്തിയ കട്ടിലുമില്ല. പൂമുഖത്തും പെൺപട. ഞാൻ തിരക്കിട്ട് ഉമ്മറത്തെത്തി. പച്ചപ്പട്ടുകൊണ്ട് പൊതിഞ്ഞ പെട്ടി തോളലേറ്റി പൂക്കയും ഉപ്പയും മറ്റും ഗേറ്റു കടക്കുന്നു.

“ലാഹിലാഹാ ഇല്ലള്ളാഹ്......ലാഹിലാഹാ ഇല്ലള്ളാഹ്...” മുമ്പിൽ നടക്കുന്ന കുഞ്ഞമ്മോട്ടി സീതി ചൊല്ലുന്നു. കൂടെയുള്ളവർ ഏറ്റു ചൊല്ലു ന്നു. എന്റെ ആങ്ങളമാരും പിന്നാലെ പോകുന്നത് കണ്ട് ഞാനും മുറ്റ ത്തിറങ്ങി.

“എടീ, നീയെങ്ങോട്ടാ....” എന്റെ ഏറ്റവും മൂത്ത സഹോദരി ഞാൻ പൂത്തയെന്നു വിളിക്കുന്ന ആസി വന്ന് കൈപിടിച്ചു.

“വല്ലിപ്പ....ഞാൻ വിതുമ്പി.....”

"അകത്തേക്ക് നടക്ക്." പൂത്ത പറഞ്ഞു. അപ്പോഴാണ് പൂത്തയുടെ മൂന്നാമത്തെ മകൾ നസീമിനെ ഞാൻ കണ്ടത്.

"നെച്ചീ, വല്ലിപ്പയെ പള്ളീലേക്ക് കൊണ്ടോയതെന്തിനാ?"

അവളെ ഞാൻ നെച്ചിയെന്നാണ് വിളിക്കുന്നത്. അവളെന്നെ ചൂ വെന്നും.

"വല്ലിപ്പ മരിച്ചുപോയി. ഇനി പൊരേല് കെടത്തിക്കൂടാ."

അവളെന്നെ സമാധാനിപ്പിച്ചിട്ടു ചോദിച്ചു.

"നീ ഏടേനും? ഞാൻ രാത്രി വന്നപ്പളേ ഇന്നെ തെരയണു."

"ഞാൻ ഉമ്മാന്റടുത്ത് കെടന്ന് ഒറങ്ങിപ്പോയി."

"രണ്ടാളും അകത്തേക്ക് നടന്നോ." എന്നു പറഞ്ഞിട്ട് പൂത്ത ഉമ്മറത്ത് അവിടവിടെ കൂട്ടംകൂടി നിക്കുന്ന പെണ്ണുങ്ങമ്മാരോട് പറഞ്ഞു: "ചായ കുടിക്കാണ്ടെ ആരും പോവല്ലേ."

പൂത്ത അകത്തേക്ക് നടന്നപ്പോൾ ഞങ്ങളും കൈകോർത്ത് പൂത്തയെ പിന്തുടർന്നു.

അഞ്ച്

ഞാൻ ജനിക്കുന്നതിനുമുമ്പുതന്നെ എന്റെ രണ്ടു സഹോദരിമാരുടെയും വിവാഹം കഴിഞ്ഞിരുന്നു. അവരുടെ കല്യാണഘോഷങ്ങളെക്കുറിച്ച് ഉമ്മ പറഞ്ഞുകേട്ട അറിവേ എനിക്കുള്ളൂ. മൂത്ത ഇത്താത്തയുടെ വിവാഹം നാല്പതുദിവസത്തെ അടിയന്തിരമായിരുന്നത്രെ.

"അയിമ്പത് ആടിനെയാ ഓശാരം കിട്ടിയത്. നെയ്യും ജീരകശാലയും കൊലയും കൊണ്ടുവന്നുതള്ളിയതിന് കണക്കില്ല."

കഴിഞ്ഞുപോയ സംഭവങ്ങളെക്കുറിച്ച് ഉമ്മ പൊടിപ്പും തൊങ്ങലുവെച്ച് പറയുമ്പോൾ അതിലൊന്നും പങ്കെടുക്കാൻ സാധിക്കാത്തതിലുള്ള എന്റെ സങ്കടം അണപൊട്ടും.

"ഇങ്ങക്കെന്നെ കൊറച്ച് നേരത്തേ പെറ്റൂടൈനോ?" എന്റെ അരിശം വാക്കുകളായി പുറത്തെത്തും.

"ഇനിക്കെന്താ പെരാന്താണേ, അതെല്ലാം ഞമ്മളെ കൈമലാ? അള്ള കണക്കാക്കുന്ന സമയത്തല്ലേ ജനിപ്പും മരിപ്പും. ഇന്നെ പെറാനുള്ള ശേഷി എന്റെ തടിക്കില്ലെന്നാ ഡോക്ടര് ബാലകൃഷ്ണൻനായര് പറഞ്ഞത്. വേദന സഹിക്കാനുള്ള ശക്തി ഹാർട്ടിനില്ലാ, ഇതങ്ങലസിപ്പിക്കാമെന്നാ മൂപ്പര് പറഞ്ഞത്."

"അലസിപ്പിക്കാന്ന് പറഞ്ഞാലെന്താ...?"

എന്റെ സംശയം അവഗണിച്ചുകൊണ്ട് ഉമ്മ തുടരുന്നു.

"ഇന്നെ പള്ളേലുള്ളപ്പം എനക്ക് അരുതായ്കയും വല്ലായ്കയും നല്ലോണമുണ്ടായിരുന്നു. മുപ്പത്തിയെട്ടാം വയസ്സിലാ ഇന്നെ ഞാൻ പെറ്റത്. ഏയാംമാസം തികഞ്ഞപ്പളേ ഉപ്പാവ ഈറ്റിച്ചി ആമിനാനെ തലശേരീന്ന് ബരുത്തീക്ക്. എട്ടായപ്പം പേറ്റിച്ചി മാത രാത്രിയാകുമ്പം ഈടെയാ

കെടപ്പ്. ഒരു ദെവസം രാത്രി കഞ്ഞികുടി കയിഞ്ഞ് കെടക്കാൻ തുടങ്ങുമ്പോ അടിവയറ്റിന്നൊരു കൊളുത്തിവലി. മാസം തികഞ്ഞിട്ടില്ല. പേറ്റുനോവാണെന്ന് നിരീച്ചതും കൂടിയില്ല. ആമിനാ, നീ മാതേനെയൊന്ന് വിളിച്ചാന്ന് പറയലും ആമിന പൊരേലുള്ളോലെ മുയുമനും വിവരമറിയിച്ചു. മാത വയറ് തൊട്ടുയുഞ്ഞി നോക്കിയിട്ട് പറഞ്ഞു: കുട്ടിത്തലപൊറത്തെത്തീക്ക്. പേറ്റുമുറീലെത്തൂന്നു തോന്നുന്നില്ല. ഇബടത്തന്നെ കെടക്കാം. കേട്ടതും എളാമ ഉപ്പാവാനെ വിളിച്ച് നിസ്ക്കാരബെഞ്ചുമ്മല് പായവിരിപ്പിച്ച്. അതാ രീതി. മക്കക്ക് നൊമ്പലം തൊടങ്ങ്യാ ഉപ്പാവയാ കട്ടിലിൽ കെടുത്തുന്നത്. അപ്പളത്തിന് അവുള്ളമൊയില്യാരെ വിളിപ്പിച്ച് എയ്ത്തീരെയ്തിച്ച് കുടിക്കാൻ തന്നു. കുഞ്ഞമ്മോട്ടി സീതിയും എത്തി. ഓത്തും ബൈത്തും ജോർ. മാത പറഞ്ഞിട്ടും എനക്ക് സംശയമേനും. എന്റെ കണക്കില് പതിനഞ്ച്ദെസം പിന്നോട്ടാ. കട്ടിലിൽ കിടന്നതും ബേദനസഹിക്കാണ്ടെ ഓൻ രണ്ടും രണ്ടു പാത്രത്തിലാക്കിത്തന്നു. പക്ഷേങ്കി പെറുമ്പം നീ ഒരെലിക്കുട്ടീന്റത്തരേ ഉള്ളേനും. നെറം തീരെയില്ല. നെറ്റിമ്മലാണെങ്കില് നെറച്ച് മുടി. ഇന്നെ പെറ്റപ്പം കാണാനൊരു ചേലുമില്ലായിരുന്നു."

അങ്ങനെയായത് എന്റെ കുറ്റമാണെന്ന മട്ടിലായിരുന്നു സംസാരം. കേട്ടതും എന്റെ കണ്ണു നിറഞ്ഞു. ഞാൻ കലി തുള്ളി.

"അത് എന്റ കുറ്റാ? ഇങ്ങക്ക് സൂക്കേടായിട്ടല്ലേ. അതോണ്ടല്ലേ ബാലകൃഷ്ണൻനയാര് പെറണ്ടാന്ന് പറഞ്ഞത്. ഇങ്ങളെന്തിനാ എന്നെ പെറാൻ പോയത്?"

"അള്ളാനെ മറന്ന വർത്താനം പറഞ്ഞാ ഒരു വീക്ക് വെച്ചുതരും. പെറുമ്പം മൊഞ്ചില്ലെങ്കിലും മഞ്ഞപ്പാലും കുറുക്കുംതന്ന് ആറുമാസംകൊണ്ട് നീ നല്ല ഉണ്ടപ്പക്രിച്ചിയായില്ലേ. നെറം കൊറവാണെങ്കിലും ഇനിക്കിപ്പം എന്താ ഒരു ചേല്കേട്?"

അതോടെ എന്റെ മുഖം തെളിയും. ഉമ്മയുടെ മറ്റു രണ്ടുപെൺമക്കളും വെളുത്തിട്ടാണ്. സുന്ദരിമാരാണ്. എനിക്ക് മൊഞ്ചും നെറവും കുറവാണ് എന്നു ചെറുപ്പം മുതൽ എല്ലാവരും പറയുമായിരുന്നു.

"മറീത്താത്താന്റെ മോളാന്ന് കണ്ടാപ്പറയൂലാട്ടോ" എന്ന് തലശ്ശേരിയിൽനിന്നെത്തുന്ന ഉമ്മയുടെ ബന്ധുക്കളുടെ സ്ഥിരംപല്ലവി എന്നെ കുറച്ചൊന്നുമല്ല അലോരസപ്പെടുത്താറുള്ളത്. അപ്പോൾ ഉമ്മയാണ് രക്ഷയ്ക്കെത്താറുള്ളത്.

"ഓക്ക് ഓളെ ഉപ്പാന്റെ നെറാ."

"ആണുങ്ങക്ക് കറുപ്പ് ചേലാ. ഇങ്ങളെ പിയ്യാപ്ള കറുത്തിട്ടാണെങ്കിലും എന്താ ഓജാറ്... പെണ്ണുങ്ങളങ്ങനല്ല."

എന്റെ ആങ്ങളമാരിൽ കറുത്തവരും വെളുത്തവരുമുണ്ട്. അതിൽ ആർക്കും പരാതിയില്ല. ഈ വിചാരം ചെറുപ്പത്തിൽ എന്നെ വല്ലാതെ അസ്വസ്ഥയാക്കിയിരുന്നു. ആണിനും പെണ്ണിനുമെന്താ രണ്ടു രീതി എന്നു ഉറക്കെ ചോദിക്കാറില്ലെങ്കിലും മനസ്സിലിട്ട് നടക്കാറുണ്ടായിരുന്നു. ചോദ്യം ചോദിക്കുന്നത് ഉമ്മയ്ക്കിഷ്ടമില്ല. ഞാൻ ചോദ്യം ചോദിച്ച് ഉമ്മയെ ഉത്ത

രംമുട്ടിക്കുന്നതുകൊണ്ടാണ് തർക്കക്കോഴിയെന്ന് വിളിപ്പേര് കിട്ടിയത്. മുസ്ലീംലീഗ് നേതാവും എം. പിയുമായിരുന്ന എന്റെ വലിയ കാരണവർ ബി പോക്കർ സാഹിബ് വക്കീലായിരുന്നു. അതിന്റെ തുടർച്ചയെന്നോണം എന്റെ മൂത്തസഹോദരൻ ബി എം അഹമ്മദ് മദിരാശിയിൽച്ചെന്ന് പഠിച്ച് വക്കീലായി.

"ഓൻ മദിരാശിയിൽ വക്കീല്ഭാഗത്തിനു പഠിക്ക്യാ" എന്ന് അഭിമാനത്തോടെയാണ് ഉമ്മ പറയാറുള്ളത്.

"അന്നേരത്തിന് വല്ല കച്ചോടത്തിനും പറഞ്ഞയച്ചിരുന്നെങ്കില് ഇപ്പം ഒരുനെലക്കായേനെ." എന്നായിരുന്നു ഉപ്പ പറയാറുണ്ടായിരുന്നത്.

"ഇങ്ങള് കച്ചോടം ചെയ്തേന്റെ ഫലം ഞാൻ കൊറേ അനുഭവിച്ചതാ. എന്റെ മക്കള് പഠിച്ച് ഉദ്യോഗംനേടി ഉള്ള വരുമാനംകൊണ്ട് കയിഞ്ഞാമതി" എന്നു പറയുമ്പോൾ ഉമ്മയുടെ സ്വരം പതറുമായിരുന്നു. ആദ്യകാലത്ത് എന്റെ ഉപ്പ നരിയായിരുന്നെന്നാണ് ഉമ്മ പറയുന്നത്.

"അങ്ങോട്ടൊന്നും മിണ്ടിക്കൂടാ. ഈറ്റപ്പുലിയെപ്പോലെ ഉറഞ്ഞുതുള്ളും. അങ്ങനെ നാവടക്കിയല്ലേ ഉള്ള സ്വത്തെല്ലാം ദീവാളികളിച്ചത്. എന്റെ അയ്മ്പത് പവന്റെ ചക്കരമാല പണയംവയ്ക്കാനെന്നും പറഞ്ഞ് വാങ്ങിക്കൊണ്ടോയിട്ട് പിന്നെ ഞാൻ കണ്ടിക്കില്ല. അവസാനമായി ഞാൻ സൂറാക്കുംമാണ്ടി ഉണ്ടാക്കിച്ച ഇരുപത് പവന്റെ പടിമാല ആമൂട്ടിയും കൊണ്ടോയി."

ആമൂട്ടിയാണ് ബി. എം. അഹമ്മദ്. ഉമ്മ പ്രതീക്ഷയോടെ വളരെ പ്രയാസപ്പെട്ട് മൂപ്പരെ വക്കീൽഭാഗം പഠിപ്പിച്ചെങ്കിലും മൂപ്പർക്ക് ഉപ്പയെപ്പോലെ കച്ചവടത്തിലായിരുന്നു കമ്പം.

"ഓൻ പഠിച്ച് നല്ലനിലയിലെത്തിയാ ബാക്കിയുള്ള ആങ്കുട്ട്യേക്ക് ഒരു തുണയാകുമല്ലോന്നാ വിചാരിച്ചത്. ഞമ്മളൊന്നു കരുതുന്നു, അള്ളാഹു മറ്റൊന്ന് വിധിക്കുന്നു. ഓനും ഉപ്പാന്റെ വയിക്കാ പോയത്. രണ്ടാളെക്കൊണ്ടും ഞാൻ കഷ്ടനഷ്ടങ്ങളെമ്പാടും സഹിച്ചു. ഓനിക്ക് പഠിപ്പുണ്ടായതുകൊണ്ട് അള്ളാഹു കൈച്ചലാക്കിക്കൊടുത്തു. ആദ്യം കടല്കടന്ന് അക്കരെച്ചെന്നപ്പോ കൊറേ കഷ്ടപ്പെട്ടെങ്കിലും അള്ളാന്റെ ബേണ്ടുകകൊണ്ട് മുന്തിയ പണി കിട്ടി. അതാ പഠിപ്പിന്റെ പത്രാസ്. ഏടെച്ചെന്നാലും നാലാളെ എടേല് സീറ്റുണ്ടാകും. എനക്കൊന്നും തരുന്നില്ലെങ്കിലും ഓന്റെ ഓളും മക്കളും നല്ലോണം കയീന്നുണ്ടല്ലോ. അതോണ്ടാ ഇങ്ങളോടെല്ലാം ഞാൻ പറേന്നത് നല്ലോണം പഠിച്ച് ഉദ്യോഗസ്ഥരാവണമെന്ന്. എന്നാ അല്ലലില്ലാണ്ട് കയ്യാലോ."

എല്ലാരും ഒന്നിച്ചിരിക്കുമ്പോൾ ഉമ്മ സ്ഥിരം പറയാറുണ്ട്. അത് കേൾക്കുമ്പോൾ എന്റെ തൊട്ടുമൂത്ത സഹോദരൻ അസ്സു പറയും:

"ഞാൻ പൊന്നുക്കാനെപ്പോലെ വക്കീലാകും."

ബി എം അഹമ്മദിനെ ഞങ്ങൾ പൊന്ന്ക്ക എന്നാണ് വിളിച്ചിരുന്നത്.

അപ്പോൾ ഇക്കാക്ക ബി എം ഗഫൂർ പറയും:

"നീ പൊന്നുക്കാനെപ്പോലത്തെ വക്കീലാവണ്ട. വക്കീലായാ മതി."

പൊന്നുക്ക ഉമ്മയെ നിരാശപ്പെടുത്തിയതിന്റെ വേദന ഇക്കാക്കയുടെ വാക്കുകളിലുണ്ടാകുമായിരുന്നു.

"എനക്കും പഠിച്ച് സ്വന്തംകാലിൽ നില്ക്കണം. വക്കീലാകണം. വലിയ ആളാകണം." ഉമ്മയെ സന്തോഷിപ്പിക്കാനായി വലിയ വീര്യത്തിൽ ഞാൻ പറഞ്ഞപ്പോൾ കൂട്ടച്ചിരി. പരിഹാസം.

"എനക്കെന്താ വക്കീലായിക്കൂടെ?" എന്റെ സ്വരമിടറി.

"ആളെ കണ്ടാ പേടിച്ച് നെലവിളി തുടങ്ങും. എന്നിട്ടാ വക്കീലാകാൻ പോകുന്നത്. വക്കീലാകാൻ ധൈര്യം വേണം." അച്ചു എരികയറ്റും.

"ഇപ്പം ഞാൻ ചെറുതായിട്ടല്ലേ നെലോളിക്കുന്നത്. വലുതായാ അങ്ങനെയൊന്നുമുണ്ടാകില്ല. അല്ലേമ്മാ?"

"പെണ്ണുങ്ങള് പഠിച്ച് പണി കിട്ടിയിട്ടല്ല വലിയ ആളാകുന്നത്. നല്ല മാലും മുതലും മൊഞ്ചും സീനത്തുമുള്ള പിയ്യാപ്ളനെക്കിട്ടാൻ ഇപ്പളെ ദുആഎരന്നോ. ഇങ്ങളെല്ലാരോടുംകൂടിയാ ഞാൻ പറേന്നത് ഇബക്ക് പഠിപ്പും പത്രാസുമുള്ള നല്ലൊരു പിയ്യാപ്ളനെ ഇങ്ങള് നോക്കിയെടുക്കണം. അന്നേരം നീയും വലിയ ആളാകും."

"എനക്ക് പഠിക്കണം. പണിക്കും പോണം." ഞാൻ വിട്ടുകൊടുക്കില്ല.

"സൂറാ നീയൊരു പെണ്ണാ, എന്തിനും ഏതിനും തർക്കിക്കുന്ന ഇന്റെ സ്വഭാവം മാറ്റുന്നതാ നല്ലത്."

ഉമ്മയുടെ താക്കീത് എന്നെ ഭയപ്പെടുത്തും. പെണ്ണായതുകൊണ്ട് ഞാൻ മിണ്ടരുത്. പെണ്ണായ മൊഞ്ചുവേണം. എനക്ക് പെണ്ണാവണ്ട എന്നു പറയാൻ തോന്നുമെങ്കിലും ഉമ്മയുടെ വഴക്ക് പേടിച്ച് കണ്ണ്നിറച്ച് മിണ്ടാതിരിക്കും.

"ഇവളെ ഞമ്മക്ക് മീശക്കാരൻ പോലീസുകാരനെക്കൊണ്ട് കെട്ടിക്കാം. തർക്കംപിടിച്ചാൽ അയാൾ നല്ല പെടകൊടുത്തോളും."

അച്ചുവിന്റെ കമന്റ്. അതുവരെ അടക്കിവെച്ച എന്റെ സങ്കടം അതോടെ അണപൊട്ടും.

"എന്തിനാടാ, നീയോളെ കരയിക്കുന്നത്." ഇക്കാക്ക അച്ചുവിന്റെ തലയ്ക്കൊരു മേട് കൊടുക്കുന്നു. അതിനു പകരം വീട്ടാൻ അച്ചു എന്റെ തലയ്ക്ക് നല്ലൊരു കൊട്ടുംതന്ന് ഒരു മണ്ടൽ.

"അസ്സൻകുട്ടീ, ഇന്റെ ഉുലുമ് ഏറുന്നുണ്ട്. ചെന്നിരുന്ന് പഠിക്കെടാ."

ഉമ്മ അച്ചുവിനെ അസ്സൻകുട്ടി എന്നാണ് വിളിക്കുന്നത്. പതിനേഴാം വയസ്സിൽ മരിച്ചുപോയ ഉമ്മയുടെ മൂത്തസഹോദരന്റെ പേരായിരുന്നു അസ്സു. മൂപ്പരോടുള്ള സ്നേഹം കൊണ്ടാണ് ഉമ്മ ആ പേര് മകനിട്ടത്. അസ്സു എന്ന് വിളിക്കാൻ മടിയുള്ളതുകൊണ്ട് അസ്സൻകുട്ടി എന്നാണ് വിളി.

ഉമ്മ അച്ചുവിനെ വിരട്ടുന്നതോടെ എന്റെ സങ്കടത്തിന്റെ ശക്തി കുറയുന്നു.

ഇതൊക്കെ സംഭവിക്കുമ്പോൾ ഞാൻ അഞ്ചിലോ ആറിലോ ആണ് പഠിക്കുന്നത്. നാലാംക്ളാസുവരെ തിക്കോടി മാപ്പിളസ്ക്കൂളിലായിരുന്നു ഞങ്ങളെല്ലാം പഠിച്ചത്. അഞ്ചും ആറും പയ്യോളി ഗവൺമെന്റ് ഹൈ സ്ക്കൂളിൽ. ഏഴുമുതൽ പ്രോവിഡൻസ് സ്കൂളിൽ.

പഴയകാലത്തെ തിക്കോടി പഞ്ചായത്തിലെ ഏക സ്കൂളായിരുന്നു തിക്കോടി മാപ്പിളസ്കൂൾ. ഉപ്പയായിരുന്നു സ്കൂൾ മാനേജർ. ഉപ്പ പിന്നീടത് മൂത്ത മരുമകന് സ്ത്രീധനമായി എഴുതിക്കൊടുത്തെന്നും കുറച്ചു കാലംകഴിഞ്ഞപ്പോൾ മൂപ്പരത് വിറ്റെന്നുമൊക്കെ കേട്ടറിവുണ്ട്.

അക്കാലത്ത് ഞങ്ങളുടെ വീട്ടിൽ ഒരു റിക്ഷവണ്ടിയുണ്ടായിരുന്നു. തണ്ടുംതടിയുമുള്ള കുഞ്ഞാമത്ക്കയാണ് റിക്ഷാക്കാരൻ. ചെറിയകുട്ടികൾ ആദ്യകാലത്ത് റിക്ഷയിലായിരുന്നു സ്കൂളിൽ പോകാറുണ്ടായിരുന്നത്. ഉമ്മ നന്തിയിലുള്ള പൂത്തയുടെ വീട്ടിൽപോകുന്നതും റിക്ഷയിലായിരുന്നു. കുഞ്ഞാമതാക്ക നല്ല സ്പീഡിലാണ് റിക്ഷ വലിക്കുക. ആദ്യകാലത്ത് കാളവണ്ടിയിലും പിന്നീട് കുതിരവണ്ടിയിലുമായിരുന്നു വീട്ടിലെ സ്ത്രീകൾ യാത്ര ചെയ്തിരുന്നത്. ഞാൻ മുതിർന്നപ്പോൾ ഒരു റിക്ഷ മാത്രമേ വീട്ടിലുണ്ടായിരുന്നുള്ളു. കുറേക്കാലം കഴിഞ്ഞപ്പോൾ അതു ഷെഡ്ഡിലിരുന്ന് തുരുമ്പെടുത്തു. അതോടെ നടന്നായി സ്ക്കൂളിൽ പോക്ക്.

വീട്ടിൽനിന്ന് രണ്ടുകിലോമീറ്ററെങ്കിലും കാണും സ്കൂളിലേക്ക്. പഞ്ചായത്താപ്പീസുവരെ ചെമ്മൺപാതയാണ്. അതു കഴിഞ്ഞാൽ നാഷനൽ ഹൈവേ മുറിച്ചു കടന്നു പിന്നെയും അല്പദൂരം നടന്നാൽ സ്കൂളായി. ഹൈവേയിലൂടെ വടക്കോട്ടുപോയാൽ തലശ്ശേരിയെത്തും. തെക്കോട്ടുപോയാൽ കോഴിക്കോടും. എന്നുമാത്രമേ അന്നറിയാമായിരുന്നുള്ളൂ. തലശേരിയാണ് ഉമ്മയുടെ തറാവാട്. കോഴിക്കോട്ട് ഉമ്മയുടെ അനിയത്തിയും ആങ്ങളമാരുമുണ്ട്. ഞങ്ങൾ കോഴിക്കോട്ടും തലശ്ശേരിക്കും അന്നു പോകാറുള്ളത് തീവണ്ടിയിലായിരുന്നു. ഇന്നത്തെപോലെ തലങ്ങും വിലങ്ങും വാഹനങ്ങൾ ഇടതടവില്ലാതെ കുതിച്ചുപായുന്ന റോഡൊന്നുമല്ലെങ്കിലും ഉമ്മയ്ക്ക് വേവലാതിയാണ്. എല്ലാവരും കൈകോർത്തു പിടിച്ച് തെക്കോട്ടും വടക്കോട്ടും നോക്കി വാഹനങ്ങളൊന്നും വരുന്നില്ലെന്നുറപ്പുവരുത്തിയിട്ടുവേണം റോഡ് മുറിച്ചുകടക്കാനെന്ന് എന്നും രാവിലെ ഓർമ്മിപ്പിക്കും.

"അസ്സൻകുട്ടീ, ഇന്നെയാ എനക്ക് പേടി. കണ്ണും മൂക്കുമില്ലാതെ നെട്ടോട്ടമോടരുത്. നീ പാഞ്ഞാ ഇന്റെ ബയ്യാലെ സൂറയും പായും. ഓളെ കൈയുംപിടിച്ച് പതുക്കെ റോഡ് കടക്കണം. നായിനേം പൂച്ചനേം കണ്ടാ കരയുന്നോളാ സൂറ. നീ വെറുതെ ഓളെ പേടിപ്പിക്കാൻ നോക്കരുത്."

അച്ചു പാവത്താനെപ്പോലെ എല്ലാം കേട്ട് തലകുലുക്കും. എന്നിട്ട് ഗേറ്റിറങ്ങുന്നതും എന്നെ വിരട്ടാൻ തുടങ്ങും. കുതിരച്ചാത്തൂന്റെ പയ്യതാറബ്ബേ കയറുംപൊട്ടിച്ച് പാഞ്ഞുവരുന്ന് പാഞ്ഞോ....കേട്ടതും ഞാൻ പേടിച്ച് വിറച്ച് അന്തംവിട്ടുനില്ക്കുമ്പോഴായിരിക്കും അടുത്ത അടവ്... ചാത്തപ്പന്റെ നായക്ക് പെരാന്തെളികീക്ക്.... ഇങ്ങനെ പോകും മൂപ്പരുടെ കുസൃതികൾ.

വീടിനു മുന്നിലൂടെ ഒഴുകുന്ന തോടിനുമേലെയിട്ട മരപ്പാലം കടക്കുകയാണ് എന്റെ ആദ്യത്തെ കടമ്പ. മരത്തടി അടുപ്പിച്ചിട്ട് നല്ല ബലത്തിലുള്ളതാണ് പാലം. പലകക്കഷണങ്ങൾ ഒരേ നിരപ്പിലല്ല. മരത്തിന്റെ വിള്ളലിനിടയിലൂടെ വെള്ളം കാണുമ്പോൾ എന്റെ നെഞ്ചിടിക്കും. ആങ്ങളമാരുടെ വിരൽത്തുമ്പിൽ തൂങ്ങിയാണ് പാലം കടക്കുന്നത്. മുതിർന്ന സഹോദരന്മാരിൽ ചിലർ അപ്പോഴേക്കും കോഴിക്കോട്ടും കൊയിലാണ്ടിയിലുമൊക്കെയാണ് പഠിച്ചിരുന്നത്. അവർ അഞ്ചാംക്ലാസ് പാസായപ്പോൾ പയ്യോളിയിൽ ഹൈസ്ക്കൂളുണ്ടായിരുന്നില്ല. അതുകൊണ്ടാണ് അവരെ അങ്ങോട്ടയച്ചത്. ഞാൻ ആറ്റിയെന്നു വിളിക്കുന്ന മുഹമ്മദലി അക്കൊല്ലം അഞ്ചാംകളാസ് പാസായി പയ്യോളി ഹൈസ്ക്കൂളിൽ ചേർന്നതോടെയാണ് എന്റെ ശനിദശ തുടങ്ങിയത്. ആറ്റി ഉമ്മയുടെ റൂളനുസരിച്ച് എന്റെ കൈയും പിടിച്ച് എന്നോട് കഥകളും പറഞ്ഞ് സാവധാനത്തിലാണ് നടത്തം. അച്ചുവിനാകട്ടേ എല്ലാത്തിനും തിരക്കാണ്. ഉമ്മയുടെ കൺവെട്ടത്തുനിന്ന് മറഞ്ഞ് ഗേറ്റുകടന്ന് പാലത്തിൽ കയറുമ്പോഴേ തിരക്കു തുങ്ങും.

"നീയൊന്ന് വേഗം വരുന്നുണ്ടോ..." എന്നു പറഞ്ഞ് മൂപ്പർ മുന്നിൽ നടക്കും. പാലം കടക്കാൻ പേടിച്ച് ഞാൻ നിന്നിടത്തു നില്ക്കും. പിന്നാലെ വരുന്ന അതേ സ്കൂളിൽ പഠിക്കുന്ന മറ്റു കുട്ടികളിലാരെങ്കിലുമായിരിക്കും പലപ്പോഴും എന്റെ കൈപിടിച്ച് പാലം കടത്തിത്തരിക. എന്റെ ക്ളാസിൽ തന്നെ പഠിക്കുന്ന മറ്റുകുട്ടികൾക്കൊന്നും എന്നെപ്പോലെ പേടിയില്ല. നായയെയോ പശുവിനെയോ നിരത്തിൽ കണ്ടാൽ അവർക്ക് ചിരിയാണ്. ഞാൻ നിലവിളി തുടങ്ങും. മറ്റുള്ളവരാകട്ടെ കല്ലെടുത്തെറിഞ്ഞ് അവയെ ഓടിക്കും.

"ഇന്നപ്പോലെ ഓലും പെങ്കുട്ട്യേളെല്ലേ. ഓലിക്ക് പേടിയില്ലാലോ. റോഡിലൂടെ നടക്കാനറിയൂലാ. എന്നിട്ടാ ഓള് വക്കീലാകാൻ പോകുന്നത്."

അച്ചുവിന്റെ പരിഹാസം. ഞാൻ വക്കീലാകുമെന്ന് ശാഠ്യംപിടിക്കുന്നത് അച്ചുവിനെ അരിശം പിടിപ്പിക്കാറുണ്ട്. അപ്പോൾ ഞാൻ ധൈര്യം സംഭരിച്ച് തിരക്കിട്ട് നടക്കും. പേടിച്ചാൽ വക്കീലാകാൻ പറ്റില്ലല്ലോ.

ആറ്

പെണ്ണുങ്ങളുടെ ലോകമായിരുന്നു അക്കാലത്ത് അടുക്കള. സുബഹി നിസ്ക്കാരം കഴിയുന്നതോടെ അടുക്കള സജീവമാകുന്നു. അരവുകാരികളായ ഉമ്മമ്പി ഉമ്മയും ഉമ്മാത്തയും തലേദിവസം രാത്രി തിളയ്ക്കുന്ന വെള്ളത്തിൽ കുതിർത്ത പുഴുക്കലരി അരയ്ക്കുന്ന കടകട ശബ്ദം നാലാപ്പാട്ടും നടുത്തളത്തിലും അലയടിക്കും. വലിയ അടുക്കള അരമതിലുകെട്ടി രണ്ടായി തിരിച്ചിട്ടുണ്ട്. മുഖ്യഭാഗത്ത് കിഴക്കോട്ട് തിരിഞ്ഞ് നാലഞ്ച് അടുപ്പുകൾ. ഇന്നത്തെ മാതിരി ഉയർത്തിക്കെട്ടിയ പാതകമില്ല. തറലവലിൽതന്നെയാണ് അടുപ്പുകൾ. നിലത്ത് കുന്തിച്ചിരു

ന്നാണ് കുഞ്ഞാമിന അടുപ്പിൽ തീപൂട്ടുന്നത്. അരമതിലിനോട് ചേർന്ന് ഉയർത്തിക്കെട്ടിയ അമ്മിത്തണയിലിൽ മൂന്ന് അമ്മികൾ. ഒന്ന് വലുതും രണ്ടു ചെറുതും. വലിയ അമ്മിയെ ബോംബായി അമ്മി എന്നാണ് ഉമ്മ മ്പിയുമ്മ പറയുന്നത്.

"വലിയ മൂപ്പര് ബോംബായീന്ന് വരുത്തിച്ചതാ. അരിയരക്കാനായിട്ട്. പത്തിരീന്റെ അരി മട്ടംപോലെ അരഞ്ഞില്ലെങ്കില് പത്തിരി നന്നാവൂലാ. ഇബിടത്തെ പത്തിരിപോലത്തെ അരിപ്പത്തില് ഇദ്ദേശത്ത് വേറെയില്ല." പറയുമ്പോൾ ഉമ്മമ്പിയുടെ സ്വരത്തിൽ അഭിമാനം.

രാവിലെ മുതൽ ഉച്ചവരെ അമ്മികൾ നിരന്തരം ശബ്ദിച്ചുകൊണ്ടിരിക്കും. പത്തിരിക്കുള്ള അരി അരച്ചു കഴിയുമ്പോൾ കൂട്ടാനുള്ള തേങ്ങ. അതു കഴിഞ്ഞാൽ ഉച്ചയ്ക്കലേക്കുള്ള കറിക്കൂട്ടുകൾ. അമ്മിക്കുട്ടി വലിക്കുന്നതിനൊപ്പം ഉമ്മമ്പിയുമ്മയുടെയും ഉമ്മാത്തയുടെയും നാവുകളും നിലയ്ക്കാതെ ചലിക്കും. അടുപ്പിനരികിൽ കുത്തിയിരുന്നു പാചകംചെയ്യുന്ന കുഞ്ഞാമിന ഇടയ്ക്കും തലയ്ക്കും ഇതിൽ പങ്കുചേരും.

"പഹചേര്യളെ ഇങ്ങനെ കൂട്ടംപറഞ്ഞാ ഇങ്ങളെ വായിലെ വെള്ളം വറ്റിപ്പോകും." അടുക്കളമേസ്തിരി കദീശുമ്മയടെ ഇടയ്ക്കുള്ള ശാസന അവരാരും വകവയ്ക്കാറില്ല.

"ബർത്താനം പറഞ്ഞാ പണി ബേം നീങ്ങും കദീസ്താ." എന്ന് ചിലപ്പോൾ ഉമ്മാത്ത പറയും. രാവിലെ പ്രാതലിന് അരിപ്പത്തിരിയോ പുട്ടോ ആണ് നിത്യവുമുണ്ടാവുക. നെൽകൃഷിയുള്ളതുകൊണ്ട് അരി വിലകൊടുത്തു വാങ്ങുന്ന പതിവില്ല. ചുകന്ന കുത്തരിയുടെ പുട്ടും പത്തിരിയുമാണ് രാവിലെ മാറിമാറിയുണ്ടാക്കുക. രാത്രി നിത്യവും പത്തിരിതന്നെ. പത്തിരിക്കു കൂട്ടാൻ ഉള്ളിച്ചാർ, മാസുചാർ, മുരിങ്ങച്ചാർ, അല്ലെങ്കിൽ മുട്ടച്ചാർ. കുറേ ചെറിയ ഉള്ളി തൊലികളഞ്ഞ് ചെറുതായി അരിഞ്ഞ് എണ്ണയിൽ മൂപ്പിച്ച് അതിൽ മുളകും മഞ്ഞളും ചേർത്ത തേങ്ങ അരച്ചു ചേർത്താൽ ഉള്ളിച്ചാറായി. ഉള്ളിക്കുപകരം മുരിങ്ങയില വഴറ്റിച്ചേർത്താൽ മുരിങ്ങച്ചാർ. മാസ് ഒരുതരം ഉണക്കമീനാണ്. ലക്ഷദ്വീപിൽനിന്ന് കൊണ്ടുവരുന്നത്. ഉള്ളിച്ചാറിന്റെ അതേ ചേരുവതന്നെയാണ് മാസ് ചാറിനും. പക്ഷേ അതിൽ പൊടിച്ച മാസുകൂടി കഴുകി ചേർത്തിരിക്കും. മുട്ടച്ചാറിൽ മാസിനുപകരം മുട്ട ഉടച്ചു ചേർക്കും. വിശേഷദിവസങ്ങളിലോ വിരുന്നുകാരുണ്ടെങ്കിലോ മാത്രമേ മെനുവിൽ മാറ്റമുണ്ടാകാറുള്ളൂ. ദിവസവും ഇതുന്നെ കിട്ടുമ്പോൾ കുട്ടികൾ മുറുമുറുപ്പുതുടങ്ങും. അവർക്ക് ചിലപ്പോൾ മുട്ട ഓംലെറ്റോ ബുൾസ് ഐയോ എക്സട്രാ കിട്ടും. അല്ലെങ്കിൽ തേങ്ങ പഞ്ചസാരചേർത്തും കിട്ടും. എനിക്കിഷ്ടം തേങ്ങ പഞ്ചസാരമിശ്രിതമാണ്.

രാവിലെ പുട്ടിന് മീൻ വരട്ടിയതാണ് സ്ഥിരം കറി. പക്ഷേ മീൻ കിട്ടുമ്പോൾ അല്പം വൈകും. അതിനാൽ കുട്ടികൾക്ക് മിക്കപ്പോഴും പഴവും പഞ്ചസാരയും ചേർത്തായിരിക്കും പുട്ടു കഴിക്കേണ്ടിവരിക. മുളംകുറ്റിയിൽ ധാരാളം തേങ്ങയിട്ടുണ്ടാക്കുന്ന നെല്ലുകുത്തരിയുടെ പുട്ട് കൂട്ടാ

നില്ലാതെയും സുഖമായി കഴിക്കാം. രാവിലെ അടുക്കള ബഹളമയമാണ്. അതിരാവിലെ സുബഹി നമസ്കാരത്തിനുശേഷം കുടിക്കുന്ന ചായയുടെ കൂടെ ഉപ്പയ്ക്കും വല്ലിപ്പയ്ക്കും മുട്ട പുഴുങ്ങിയത്. വല്ലിപ്പയ്ക്ക് പകുതിവേവിച്ച മുട്ട. ഉപ്പയ്ക്ക് ഫുൾബോയ്ൽഡ്. വല്ലിപ്പ പ്രമേഹരോഗിയായതോടെ അരിപ്പത്തിരി കഴിക്കാറില്ല. തലേദിവസം വെള്ളത്തിൽ കുതിർത്തുവെച്ച ഗോതമ്പ് അമ്മിയിലിട്ട് അരച്ച് കല്ലിൽ തേച്ചുണ്ടാക്കുന്ന ഓട്ടിപ്പൊള്ളിച്ചതും (ഗോതമ്പ്ദോശ)യും തക്കാളിക്കൂട്ടാനും ഓട്ട്സ് കാച്ചിയതുമാണ് വല്ലിപ്പയുടെ പ്രാതൽ. ഉപ്പയ്ക്ക് പുട്ടിനായാലും പത്തിരിക്കായാലും മുട്ട കക്കത്തിലാക്കിയത് നിർബ്ബന്ധം. വെളിച്ചെണ്ണയിൽ ഉള്ളിമൂപ്പിച്ച് മുളക്പൊടിയും മഞ്ഞൾപ്പൊടിയും പെരിഞ്ചീരപ്പൊടിയും വഴറ്റി മുട്ട ഉടച്ചൊഴിച്ചുണ്ടാക്കുന്നതാണ് മുട്ട കക്കത്തിലാക്കിയത്. അതിഥികളെത്തുമ്പോൾ മുട്ട കക്കത്തിലാക്കിയത് മുട്ട ചോപ്സായി മാറും. മുട്ട ഉടച്ചൊഴിക്കുന്നതിനുപകരം പുഴുങ്ങി തൊലികളഞ്ഞ് വരഞ്ഞ് ഉപ്പും മുളകും ചേർത്ത് എണ്ണയിൽ വാട്ടിയെടുക്കുന്നു. മുട്ടക്കറിയുടെ മീതെ സവാള നീളത്തിലരിഞ്ഞതും ഉരുളക്കിഴങ്ങ് കനംകുറച്ച് വട്ടത്തിലരിഞ്ഞതും എണ്ണയിൽ മൂപ്പിച്ച് സ്വർണ്ണനിറമാക്കി മുട്ടകക്കത്തിലാക്കിയതിന്റെ മീതെ വിതറുമ്പോൾ മുട്ട ചോപ്സായി. അത് ഉമ്മയുടെ സ്പെഷാലിറ്റിയാണ്. വല്ലിപ്പയുടെ ഓട്സും ഉമ്മതന്നെയാണ് തയാറാക്കുന്നത്.

രാവിലത്തെ അടുക്കള മേൽനോട്ടം ഉമ്മയ്ക്കാണ്. ഉമ്മാമ രാവിലത്തെ തിരക്കുകഴിഞ്ഞ് ഉച്ചയൂണിന്റെ തയ്യാറെടുപ്പിനേ അടുക്കളയിൽ എത്താറുള്ളൂ. ഉമ്മയുടെയും ഉമ്മാമയുടെയും മെതിയടി ശബ്ദം തിരിച്ചറിയാവുന്ന പണിക്കാരികൾ സംസാരം പതുക്കെയാക്കും.

“ചെറിയമ്മായി വരുന്നുണ്ട്. ഓട്ട്സിനുള്ള പാലു കാച്ചീക്കോ കുഞ്ഞാമിനാ.”

പെട്ടിപ്പുറത്തിരുന്ന് ഉള്ളി തൊലിയ്ക്കുന്ന കദീശുമ്മ ചോദിക്കും: “പാലും കാച്ചീക്ക് ചെമ്പും എടുത്തുബെച്ചിക്ക്.”

തേച്ചുമിനുക്കി വെട്ടിത്തിളങ്ങുന്ന ഓട്ട്ചെമ്പുമായി കുഞ്ഞാമിന തയ്യാറായി നില്ക്കുന്നു. കൈയിൽ ഓട്ട്സിന്റെ ടിന്നുമായാണ് ഉമ്മ അടുക്കളയിലെത്തുന്നത്. ഓട്ട്സിന്റെ ടിന്നിനു പുറത്തെ തൊപ്പിക്കാരന്റെ പടമാണ് എന്നെ ആകർഷിക്കാറുള്ളത്. വല്ലിപ്പക്കായി കോഴിക്കോട്ടെ ജമ്പൂസ്റ്റോറിൽനിന്ന് പ്രത്യേകം വരുത്തുന്നതാണ് ഓട്ട്സ്. ഉമ്മ അടുക്കളയിലെ മേശപ്പുറത്തുവച്ചിരിക്കുന്ന പാത്രത്തിൽ രണ്ട് സ്പൂൺ ഓട്ട്സിട്ട് പാലൊഴിച്ച് കുഞ്ഞാമിനയെ ഏല്പിക്കുന്നു. കുഞ്ഞാമിന അത് തിളപ്പിച്ച് ആറ്റി വലിയ ഗ്ളാസിൽ ഒഴിച്ച് അടച്ചുവയ്ക്കുന്നു. അതിനിടയിൽ അടുപ്പിനരികിൽ പലകയിട്ടിരുന്ന് ഉമ്മ ഉപ്പയ്ക്കുള്ള മുട്ട കക്കത്തിലാക്കുന്നു. വല്ലിപ്പയ്ക്ക് ഗോതമ്പുദോശയുണ്ടാക്കുന്ന കുഞ്ഞാമിനയ്ക്ക് നിർദ്ദേശങ്ങൾ കൊടുക്കുന്നു.

‘‘നെയ്യ്പെരട്ടി മറച്ചിട് കുഞ്ഞാമിനാ. കരിഞ്ഞുപോകല്ലേ.’’

ഉമ്മയോട് ചേർന്ന് ഞാനുമുണ്ടാകും.

"അങ്ങോട്ട് മാറ് പെണ്ണേ. ബാലുപോലെ കൂടിക്കോളും." ഉമ്മ എന്നെ പിടിച്ചുമാറ്റാൻ കാത്തിരുന്നതുപോലെ ഞാൻ കരച്ചിൽ തുടങ്ങുന്നു.

"ബമ്പത്തി കരയണ്ട, കുഞ്ഞാമിന ആരും കാണാണ്ടെ ഓട്ടിപ്പൊള്ളിച്ചത് തരാം."

കുഞ്ഞാമിന സ്വകാര്യം പറയുമ്പോൾ ഞാൻ കരച്ചിൽ നിർത്തുന്നു.

"മൂപ്പരെ തിന്നാനായിക്കോ?" എന്നു ചോദിച്ചുകൊണ്ട് അപ്പോഴേക്കും അസ്സനെത്തിയിരിക്കും. ഉമ്മ ഗോതമ്പു ദോശയും തക്കാളിറോസ്റ്റും ഓട്ട്സും തട്ടത്തിൽവെച്ച് അസ്സനെ ഏല്പിച്ചിട്ട് ഉപ്പയ്ക്കുള്ള പ്രാതൽ മറ്റൊരു തട്ടത്തിൽവെച്ച് ചോദിക്കുന്നു:

"തെണമ്മല് സുപ്രവിരിച്ചിക്കോ അസ്സനേ."

"ഓ..." എന്നു പറഞ്ഞുകൊണ്ട് അസ്സൻ വല്ലിപ്പയുടെ മുറിയിലേക്ക് നടക്കുന്നു. ഉപ്പയും മുതിർന്ന ആൺകുട്ടികളും ആണുങ്ങളുടെ ഏണിത്തളത്തിലുള്ള തിണ്ണയിൽ സുപ്രയും പായും വിരിച്ചിരുന്നാണ് ഭക്ഷണം കഴിക്കുന്നത്. ഉച്ചയൂണിന് വല്ലിപ്പയും അവരുടെ കൂടെയുണ്ടാവും. നടുവകത്തിനും പൂമുഖത്തിനുമിടയിലാണ് ഏണിത്തളം. ഏണിത്തളത്തിനിരുവശത്തും തിണ്ണകളാണ്. ഭക്ഷണം കഴിക്കുന്ന തിണ്ണയിൽ നിന്നാണ് മുകളിലേക്കുള്ള ചിത്രപ്പണികളുള്ള ഏണിപ്പടികൾ. എതിർവശത്തെ തിണ്ണയിലിരുന്നാണ് മൗലൂദും റാത്തീബും നടത്താറുള്ളത്. എല്ലാ കൊല്ലവും അറബിമാസമായ റബിയുൽ അവ്വൽ ഒന്നിനാണ് മൗലൂദ് തുടങ്ങുന്നത്. മാസപ്പിറവി കണ്ടെന്നുറപ്പാകുന്നതോടെ മൗലൂദ് തുടങ്ങുന്നു. പന്ത്രണ്ടിന് നബിദിനം കേമമായിട്ട് ആഘോഷിക്കും. ബാക്കി ദിവസങ്ങളിൽ കുഞ്ഞമ്മോട്ടിസീതിയും കുട്ടികളുമാണ് മൗലൂദ് ഓതുന്നത്.

"അസ്സലാത്തു അലനബീ, വസ്സലാമു അലൽറസൂൽ, അശ്ശഫീഉൽ അബ്ത്വഹീ, വൽ ഹബീബുൽ യാ റബീ."

കുഞ്ഞമ്മോട്ടി സീതി ഈണത്തിൽ നീട്ടിച്ചെല്ലുമ്പോൾ കുട്ടികൾ ആവർത്തിക്കുന്നു. നബിയെ പുകഴ്ത്തിക്കൊണ്ടുള്ളതാണ് എന്നൊന്നും അറിയില്ലായിരുന്നു. പാട്ടുപാടുന്നതുപോലെ പലപല ഈണത്തിലാണ് സീതി മൗലൂദ് ഓതുന്നത്. റാത്തീബ് വല്ലപ്പോഴുമേ നടത്താറുള്ളൂ. റാത്തീബിനായി പ്രത്യേകം ആളുകളുണ്ടാകും. ദഫുമുട്ടിക്കൊണ്ടാണ് റാത്തീബ്. മൗലൂദായാലും റാത്തീബായാലും നടുവിൽ വലിയ നിലവിളക്കിൽ എണ്ണയിട്ട് തിരികത്തിച്ചിരിക്കും. റാത്തീബോതുമ്പോൾ കുന്തിരിക്കവും ചന്ദനത്തിരിയുമൊക്കെ കത്തിച്ച് അന്തരീക്ഷം ഭക്തിസാന്ദ്രമായിരിക്കും. കുത്തീ റാത്തീബ് പാതിരാവേളകളിലാണ് നടത്താറുള്ളത്. കവിളിലൂടെ കമ്പി കുത്തിയിറക്കുന്നതും കണ്ണുചൂഴ്ന്നെടുക്കുന്നതുമൊക്കെ കുത്തീറാത്തീബിന്റെ പ്രത്യേകതയാണ്. കുട്ടികളെ കുത്തീറാത്തീബ് കാണിക്കാറില്ല. ആകെ ഒരിക്കലേ എനിക്ക് കുത്തീറാത്തീബ് കാണാൻ അവസരം കിട്ടിയിട്ടുള്ളു. യാ അള്ളാ യാ മുഹിയുദ്ദീൻ എന്നുറക്കെ വിളി

ച്ചുകൊണ്ട് ദഫുമുട്ടിക്കൊണ്ടിരുന്ന ഒരാൾ പെട്ടെന്ന് ദഫ് താഴെയിട്ട് കവിളിലൂടെ കമ്പികുത്തിക്കയറ്റുന്നത് കണ്ട് ഞാൻ പേടിച്ച് കണ്ണുകൾ മുറുകെയടച്ച് ഉമ്മയെ കെട്ടിപ്പിടിച്ചു. പിന്നീട് കണ്ണു തുറന്നപ്പോൾ കവിളിൽ കമ്പികയറ്റിയ ആൾ തറയിൽ കിടക്കുന്നു. അവരുടെ ഉസ്താദ് ഉറക്കെ എന്തൊക്കെയോ ഓതിക്കൊണ്ട് അയാളുടെ കവിളിൽ എന്തോ പുരട്ടി തടവുന്നു. ഉടനെ അയാൾ ഉറക്കത്തിൽനിന്നെഴുന്നേറ്റതുപോലെ വീണ്ടുമെണീറ്റ് റാത്തീബോതുന്നു.

"ഖുദ്റത്തുടയോന്റെ കുദ്റത്ത്....യാ ഇലാഹീ....നിന്റെ കൃപ." ഉമ്മാമ പറയുന്നു.

"ഇങ്ങനെ അന്തംവിട്ടിരുന്നാ ഇസ്ക്കൂളിലൊന്നും പോണ്ടേ... ബേം തിന്ന്." കുഞ്ഞാമിന ഓർമ്മിപ്പിക്കുമ്പോൾ ഞാൻ പ്ളെയിറ്റിൽ ബാക്കിയുണ്ടായിരുന്ന പത്തിരി വായിലിട്ട് മനമില്ലാ മനസ്സോടെ എഴുന്നേറ്റ് അകത്തേക്ക് നടക്കും. ആദ്യം വല്ലിപ്പയുടെ മുറിയിൽ. വല്ലിപ്പ എനിക്കായി മാറ്റിവെച്ച പങ്കു കഴിച്ച് ഉമ്മറത്തെത്തുമ്പോഴേക്കും അവിടെ ഉപ്പയുടെയും കുട്ടികളുടെയും പ്രാതൽ കഴിഞ്ഞിരിക്കും. സ്കൂളില്ലാത്ത ദിവസങ്ങളിലാണെങ്കിൽ വീണ്ടും അടുക്കളയിലെത്തുന്നു. അപ്പോൾ അവിടെ ഉമ്മയും ഉമ്മാമയും ഭക്ഷണം കഴിക്കാനിരിക്കുന്നുണ്ടാവും. അടുക്കളയിൽ പലകയിട്ടിരുന്നാണ് ഉമ്മയും ഉമ്മാമയും മറ്റു സ്ത്രീകളും ഭക്ഷണം കഴിക്കുന്നത്. ഉമ്മാമയ്ക്ക് ഉയരം കുറഞ്ഞ വലിയ പലക. ഉമ്മയ്ക്ക് ഉയരംകൂടിയ പലക. അതിനുമുകളിൽ വെള്ളത്തുണി വിരിച്ചിരിക്കും. എനിക്ക് കുട്ടിപ്പലക. കൂട്ടാൻ ചട്ടിയോടെയും പത്തിരി വലിയ ചെമ്പുവട്ടളയിലും നടുവിൽ വച്ചിരിക്കും.

"മീൻമുളകിട്ടതിനു പുളി കൂടിപ്പോയി, പത്തിരി വെന്തില്ല." ഉമ്മാമ കുറ്റപ്പെടുത്തിക്കൊണ്ടാണ് തിന്നുക. ഉമ്മ വല്ലപ്പോഴുമേ കുറ്റം പറയാറുള്ളൂ. അപ്പോഴേക്കും വലിയ കുടുവൻപിഞ്ഞാണത്തിൽ ഉമ്മയ്ക്കും ഉമ്മാമയ്ക്കുമുള്ള ചായ കദീശുമ്മ അരികിൽ വയ്ക്കുന്നു.

"ചായക്ക് മധുരത്തിന്റെ സീറ്." പിഞ്ഞാണം ചുണ്ടോടടുപ്പിച്ച് ഉമ്മ മുഖം ചുളിക്കുന്നു.

"വലിയമ്മായിക്ക് പഞ്ചാര നല്ലോണം മാണം. കദീശുമ്മ."

"ഓളെ ചായേല് അധികം പഞ്ചാര ഇടല്ലേന്ന് ഇന്നോട് എപ്പളും പറയണോ കദീസാ."

അങ്ങനെ കുറ്റവും കുറവും പറഞ്ഞ് ഭക്ഷണം കഴിച്ചുതീരുന്നതും കാത്ത് പണിക്കാരികൾ കാത്തു നില്ക്കും. ഇതു കഴിഞ്ഞുവേണം അവർക്ക് ഭക്ഷണം കഴിക്കാൻ.

"റബ്ബേ, പത്തരവണ്ടീന്റെ ചൂളംവിളി. ചോറ്റിന്റെ പണി ഇപ്പം തുടങ്ങീലെങ്കില് നേരത്തിന് ചോറാവൂലാ." കുഞ്ഞാമിനയുടെ സ്വരത്തിൽ അക്ഷമ.

അൽഹംദുലില്ലാഹ് എന്നു പറഞ്ഞ് ഉമ്മയും ഉമ്മാമയും എണീ

ക്കുന്നതും പണിക്കാരികൾ വെറുനിലത്ത് ചടഞ്ഞിരുന്ന് തീറ്റ തുടങ്ങുന്നു. ഉമ്മാമ എണീറ്റ് അടുക്കളവരാന്തയിലെത്തുന്നു. ഉമ്മാത്ത കിണ്ടിയിൽ വെള്ളവുമായി കാത്തുനില്ക്കുന്നുണ്ടാവും. ഉമ്മാമ കൈകഴുകി ഉമ്മാത്തയുടെ കൈയിലുള്ള തോർത്തുമുണ്ടിൽ കൈതുടച്ച് അടുക്കളയിലെ ചെറിയ പെട്ടിപ്പുറത്തിരിക്കുന്നു. അവിടെ ഉമ്മാമയുടെ വലിയവെറ്റിലച്ചെല്ലം. വെറ്റിലയുടെ ഞെട്ടുകളഞ്ഞ് കൈകൊണ്ട് തുടച്ച് നൂറുതേച്ച് പൊടിച്ച അടയ്ക്ക അതിനകത്തുവെച്ച് തെരുത്ത് കലാപരമായി ഉമ്മാമ വായിലിടുന്നു. ഒരുകഷണം പുകയില മുറിച്ച് പല്ലിനടിയിൽവച്ച് ചവച്ച് മുന്നിലിരിക്കുന്ന ഓട്ടുകോളാമ്പിയിൽ നീട്ടിത്തുപ്പുമ്പോൾ ഉമ്മാമയുടെ ചുണ്ടും കോളാമ്പിയും ചുവക്കുന്നു.

"ചായകുടി കയിഞ്ഞിക്കില്ലേ, മീനെത്തി" എന്നു പറഞ്ഞ് കൈയിൽ ഓലകൊണ്ടുള്ള വട്ടിയിൽ മീനുമായി അസ്സനെത്തുന്നു.

"ഇന്നെന്താടാ മീൻ കിട്ടിയത്?" ഉമ്മാമ ചോദിക്കുന്നു.

"തിരുതേം കുഞ്ഞനയിലേം." വട്ടിയിൽനിന്ന് വലിയ തിരുതമീൻ അസ്സൻ പുറത്തെടുത്ത് തലകീഴായി പിടിക്കുന്നു.

"കുഞ്ഞാമിനാ, കയിഞ്ഞില്ലേ ഇന്റെ തീറ്റ?"

ഉമ്മാമ ചോദിക്കുമ്പോൾ പണിക്കാരികൾ മനമില്ലാമനസ്സോടെ എഴുന്നേല്ക്കുന്നു. ചട്ടിയും വട്ടളയും അപ്പോൾ കാലിയായിരിക്കും. കുഞ്ഞാമിന അടുക്കളയിലെ കുളിമുറിയിൽച്ചെന്ന് വായ കഴുകി മീൻചട്ടിയുമായി വന്ന് അടുക്കളക്കോലായിൽ മീൻ മുറിക്കാനിരിക്കുന്നു. ഉമ്മാത്ത പാത്രങ്ങൾ പെറുക്കി കുളിമുറിയിലിട്ട് കഴുകാനിരിക്കുന്നു. ഉമ്മമ്പിയുമ്മ അടുക്കള അടിച്ചുവാരി അമ്മിത്തിണയിലുള്ള ഉരിച്ചുവച്ച തേങ്ങകൾ ഓരോന്നായി പൊട്ടിക്കുന്നു.

"ഉമ്മമ്പിയുമ്മാ തേങ്ങാവെള്ളം കളയല്ലേ. തായിച്ച് അണ്ണാക്കു പൊട്ടുന്നു." മീൻ മുറിക്കുന്നതിനിടയിൽ കുഞ്ഞാമിന ഓർമ്മിപ്പിക്കുന്നു.

അപ്പോൾ ഒരുവലിയ മുറത്തിൽ ഉള്ളിയും പച്ചക്കറികളുമായി കദീശുമ്മ എത്തുന്നു.

"ഇന്നന്തേക്കും ചോറ്റിനു കൂട്ടാൻ?"

അസ്സൻ വീണ്ടും മീൻവട്ടിയുമായി എത്തുന്നു.

"നല്ല പെടക്കുന്ന ബേളൂരി കിട്ടീക്ക്. തേങ്ങയിട്ട് വറ്റിച്ചുവെക്കാൻ പറഞ്ഞിക്ക്."

"എന്റെ റബ്ബേ, ഇതെല്ലാം എപ്പളാ മുറിച്ച് തീരുന്നത്!"

കുഞ്ഞാമിന ഉമ്മാമ കേൾക്കാതെ പിറുപിറുക്കുന്നു. ഉമ്മമ്പിയുമ്മ താഴെ ചിരവയിട്ടിരുന്ന് വലിയ തട്ടത്തിൽ തേങ്ങ ചിരവുന്നു. തട്ടം നിറയുമ്പോൾ കദീശുമ്മ അത് ഉമ്മാമയുടെ മുന്നിൽ വയ്ക്കുന്നു. ഉമ്മാമ ഓരോ കൂമ്പാരമായി അത് പങ്കുവെച്ചിട്ട് പറയുന്നു, ഇത് ചാറ്റിന്, ഇത് മോറ്റിന്. അപ്പോൾ ഉമ്മാമയുടെ കഴുത്തിലെ നീളമാല ഉലയും. രണ്ടു കൈയിലുമുള്ള വളകൾ കലപിലകൂട്ടും. "രണ്ടും നല്ല മഷിപോലെ അര

യണം. ഇത് വറ്റിച്ചതിന്. അധികം അരയണ്ട. തിരുത കൊറച്ച് പൊരിച്ചോ, കൊറച്ച് രാത്രിയത്തേക്ക് വറത്തരച്ച് വെച്ചോ, അയില മുളകിട്ടോ."

"സൂറാ...... ഇപ്പെണ്ണെവെടെപ്പോയി...?"നാലാപ്പാട്ടിൽനിന്ന് ഉമ്മയുടെ വിളി.

എണ്ണതേച്ച് കുളിപ്പിക്കാനാണെന്നറിയാവുന്നതുകൊണ്ട് ഞാൻ കേൾക്കാത്ത മട്ടിൽ ഉമ്മാമയോട് ഒട്ടിയിരിക്കുന്നു. മുന്നിലിരിക്കുന്ന തട്ടത്തിൽനിന്ന് തേങ്ങവാരി വായിലിടുന്നു. "സൂറാ....... ഉമ്മയുടെ വിളിയുടെ ഊക്ക് കൂടുമ്പോൾ എഴുന്നേറ്റ് അകത്തേക്ക് നടക്കുന്നു.

ഏഴ്

"ഇപ്പെണ്ണിനെക്കൊണ്ട് ഞാൻ തോറ്റു. ഒന്ന് ബേം ബരുന്നുണ്ടോ നീ."

അടുക്കളയിൽനിന്നിറങ്ങുന്ന എന്നെ കാണുമ്പോൾ ഉമ്മ തിരക്കുകൂട്ടിക്കൊണ്ട് കിഴക്കേ വരാന്തയിലേക്ക് നടക്കുന്നു. അവിടെയാണ് കുളിമുറിയും കിണറും. മുറ്റത്ത് കിണറ്റിൻകരയിൽ മുണ്ടുകഴുകാനുള്ള കല്ല്. ഇക്കമെറിയം സോഡക്കാരത്തിലിട്ട് പുഴുങ്ങിയ നിസ്ക്കാരക്കുപ്പായം പടോ, പടോന്ന് കല്ലിലടിക്കുമ്പോൾ ചിതറുന്ന സോപ്പിൻകുമിളകൾനോക്കി രസിച്ചുകൊണ്ട് ഞാൻ ചോദിക്കുന്നു:

"ഇങ്ങളെയെന്താ എല്ലാരും ഇക്കമെറിയേന്ന് വിളിക്കുന്നത്."

"ആരിക്കറിയ ബമ്പത്തീ, എന്തായാലും നല്ല പേരല്ലേ."

ഞാൻ തലയാട്ടുന്നു. അതിനിടയിൽ ഉമ്മയെത്തി ഉടുപ്പൂരുന്നു.

"കുളിമുറീന്ന് മതി." ഞാൻ നാണിച്ചുകൊണ്ട് പറയും.

"മേത്ത് എണ്ണ തേക്കട്ടെ." ഒരു കുഞ്ഞിത്തോർത്ത് എന്റെ അരയിൽച്ചുറ്റി ഉമ്മ ദേഹത്ത് മഞ്ഞളിട്ട വെളിച്ചെണ്ണ തേച്ചുപിടിപ്പിക്കുന്നു. എല്ലാ അവധിദിവസങ്ങളിലും ഉമ്മ എന്റെ ദേഹത്ത് വെളിച്ചെണ്ണയിൽ പച്ചമഞ്ഞൾ അരച്ചുചേർത്ത് പുരട്ടും. നെറംകൂടാനാണത്രെ.

"അമ്മായി മഞ്ഞള്തേച്ച് എന്നും കുന്നും കുളിപ്പിച്ചിട്ടും ഇക്കുഞ്ഞനെന്താ കറുത്ത്പോയത്?"

എന്നെ മൂപ്പിക്കാൻ ഇക്കമെറിയം പറയുമ്പോൾ എന്റെ മുഖം കോടുന്നു. കൊഞ്ഞനംകുത്തി പറയുന്നു: "കൊക്കമെറിയം."

"സൂറാ അടങ്ങി നിക്ക്. പയറ്റുപടിത്തം കയിഞ്ഞ് ആങ്കുട്ട്യേളും ഉപ്പയും ഇപ്പം കുളിക്കാനെത്തും. അയിന്റെമുന്നം ഇന്റെ കുളി കയിച്ചോ." ഉമ്മ തല വേർപെടുത്തി തലയിൽ എണ്ണതേച്ചുകൊണ്ട് പറയുന്നു.

"തലയില് പേൻ പുയ്ത്തിന്. ഇന്ന് വൈന്നേരം തലവാരണം." എണ്ണ തേക്കുന്നതിനിടയിൽ കൈകൊണ്ട് തലയിൽവെച്ചുതന്നെ ഉമ്മ പേൻ പൊട്ടിക്കുന്നു.

"എനക്കും പഠിക്കണം പയറ്റ്." ഉമ്മയുടെ പിടിയിൽനിന്ന് കുതറിമാറിക്കൊണ്ട് ഞാൻ പറയുന്നു.

"പയറ്റും കളരിയും ആങ്കുട്ട്യേക്ക് പറഞ്ഞതാ." ഉമ്മ.

"എന്നിട്ട് ഉണ്ണിയാർച്ചയ്ക്ക് കളരിപ്പയറ്റ് അറിയാലോ. ആണുങ്ങളോടാ ഉണ്ണിയാർച്ച പയറ്റുന്നത്."

മുറ്റമടിക്കാൻ വരുന്ന ചോയിച്ചി പാടിത്തരാറുള്ള വടക്കൻപാട്ടിൽ നിന്നാണ് ഉണ്ണിയാർച്ചയുടെ കഥ കേട്ടത്.

"തലതിരിഞ്ഞ വർത്താനേ ഇന്റെ വായിന്ന് വരൂ. എണ്ണ ലേശം പിടിച്ചാ കുളിച്ചോളണം."

"ആ ചോയിച്ചിയാ മോക്ക് മേണ്ടാത്തതെല്ലാം പറഞ്ഞുകൊടുക്കുന്നത്. സൂറക്കുട്ടി ആരും കാണാണ്ട് ഓക്ക് ഇങ്ങളെ വെത്തിലപ്പെട്ടീന്ന് മസാലപോയിലേം അടക്കേം കൊടുക്കലുണ്ട്. കുളി കയിഞ്ഞാ നോക്കിക്കോ നേരെ ഓള് ഓലമെടയുന്നിടത്ത് എത്തും." തുണി കഴുകുന്നതിനിടയിൽ മറിയത്തിന്റെ കുശുമ്പു പറച്ചിൽ.

"സൂറാ, നേരോം കാലോം നോക്കാതെ മിറ്റത്തും പറമ്പിലും അലയരുതെന്ന് ഇന്നോട് ഞാൻ പറഞ്ഞിക്കില്ലേ. എളേ മോളെ പിന്നാലെ പാമ്പുണ്ടന്നും എപ്പളും ഒരുകണ്ണു കുട്ടിന്റെ മേലുണ്ടാവണമെന്നും പൊട്ടത്തിക്കൊറത്തി കൈനോക്കിയപ്പം പറഞ്ഞതാ. നാഗൂരിൽച്ചെന്ന് നേർച്ച കയിച്ചാൽ പേടിക്കാനില്ലെന്നും പറഞ്ഞ് അരപ്പവനും കൊടുത്തതാ." ഉമ്മയുടെ സ്വരത്തിൽ വേവലാതി.

"അതോളിങ്ങളെ പറ്റിച്ചതാ. അരപ്പവനല്ലേ അപ്പഹച്ചി കൊണ്ടോയത്." മറിയം.

"ഓള് കൈനോക്കി പറയുന്നതെല്ലാം അച്ചെട്ടാ. ഓള് എന്നെപ്പറ്റിച്ചാ അള്ള ഓളെ പറ്റിക്കും. നീ സൂറാന്റെ ഉപ്പാന്റെ തുണീം കുപ്പായോ ഒലുമ്പിയെങ്കില് ഇങ്ങ് താ. ഞാൻ നീലംമുക്കിത്തരാം." അതിനെക്കുറിച്ച് കൂടുതലൊന്നും കേൾക്കണ്ടെന്ന മട്ടിലായിരുന്നു ഉമ്മയുടെ പറച്ചിൽ.

"ഇങ്ങള് കുഞ്ഞനെ കുളിപ്പിച്ചോളി. നീലം ഞാൻ മുക്കിക്കോളാം." മറിയം.

"അതു മാണ്ട. കുപ്പായോം തുണീം ഒരേ നെറമല്ലെങ്കില് മൂപ്പര് മോത്തേക്ക് വലിച്ചെറിയും." ഉമ്മ.

"മൂപ്പരെ മുൻദേശ്യം നാട്ടില് പാട്ടാ. എന്നാലും നല്ല അലിവുള്ള മനിശനാന്നാ എല്ലാരും പറയുന്നത്."

അതിനിടയിൽ ഞാൻ കുളിമുറിയിൽ കയറി വട്ടച്ചെമ്പിൽ കോരിവെച്ച ചൂടുവെള്ളത്തിൽ കുളി തുടങ്ങിയിരിക്കും. കുളിമുറിയിലെ ഉയർത്തിക്കെട്ടിയ അടുപ്പിൽ വലിയ ചെമ്പിൽ വെള്ളം തിളയ്ക്കുന്നുണ്ടാവും.

"എണ്ണ മേത്ത് പിടിക്കണേന്റെ മുന്നം മേത്ത് വെള്ളംകോരി ഒയിച്ച് അല്ലേ?" എന്നു വഴക്കു പറഞ്ഞുകൊണ്ട് ഉമ്മ അടുപ്പിലെ ചെമ്പിൽനിന്ന് നീണ്ട കാലുള്ള അലൂമിനയം പാത്രംകൊണ്ട് ചൂടുവെള്ളം വട്ടച്ചെമ്പി

ലൊഴിച്ച് തണുപ്പിച്ച് മേലൊഴിച്ച് ചെറുപയർ തേച്ച് മെഴുക്കിളക്കുന്നു. തലയിൽ കിണറ്റിൽനിന്ന് പച്ചവെള്ളം കോരിയെടുത്ത് ഒഴിക്കുന്നു. കുളിപ്പിച്ച് തലതോർത്തി വരാന്തയിലെ അയലിൽ നിന്ന് കഴുകിയ ഉടുപ്പെടുത്ത് തന്നിട്ട് പറയുന്നു:

"ഞാൻ വന്നിട്ട് മുടിവാരിത്തരാം. ഉമ്മാമാന്റടുത്ത് ചെന്നിരുന്നോ."

ഉമ്മാമ അടുക്കളയിലാണെന്നറിയാമെങ്കിലും ഞാൻ നേരെ പടിഞ്ഞാറെ വരാന്തയിലേക്കാണ് ചെല്ലുക. അവിടത്തെ കളത്തിൽവെച്ചാണ് ഉപ്പയും ആങ്ങളമാരും കളരിപ്പയറ്റ് അഭ്യസിക്കുന്നത്. മമ്മത്ഗുരുക്കളുടെ നേതൃത്വത്തിലാണ് കളരിയഭ്യാസം. ലങ്കോട്ടിയുടുത്ത് തടുത്തോ, മറിഞ്ഞോ, ഇടത്ത്, വലത്ത്, ഓതിരം, കടകം എന്നൊക്കെ പറഞ്ഞുകൊണ്ട് അവർ കളത്തിൽ പയറ്റഭ്യസിക്കുന്നത് കാണുമ്പോൾ ആൺകുട്ടിയാകാത്തതിൽ സങ്കടംവന്നു മുട്ടും.

"എന്താണ്ടീ പന്തംകണ്ട പെരുച്ചായിനെപ്പോല മിയിച്ചു നിക്കണെത്."

പയറ്റു കഴിഞ്ഞെത്തുന്ന അച്ചു തലയ്ക്ക് മേടുമ്പോൾ സങ്കടം കരച്ചിലായി അണപൊട്ടും.

"അറിഞ്ഞുംകൊണ്ട് എന്തിനാ കരച്ചപ്പെട്ടീനെ തോണ്ടാൻ നിക്കുന്നത്."

ഉപ്പ പറയുന്നത് കേട്ട് വിതുമ്പിക്കൊണ്ട് ഞാൻ നാലാപ്പാട്ടിലെത്തുന്നു. എങ്ങോട്ട് പോകണമെന്ന ആശയക്കുഴപ്പത്തിൽ പരുങ്ങുമ്പോൾ സാമാനമുറിയിൽനിന്ന് ഉമ്മാമയുടെ ഒച്ച.

"കദീശാ, നീയൊന്ന് വേഗം വരുന്നുണ്ടോ. ഇപ്പം ളൊഹറ് ബാങ്കു കൊടുക്കും." ഉടനെ അങ്ങോട്ടു വച്ചുപിടിക്കുന്നു. രാത്രിയിലേക്കുള്ള അരിയും മസാലസാധനങ്ങളും ഉമ്മാമ ഉച്ചയ്ക്കേ കദീശുമ്മയെ അളന്നേല്പിക്കും. കദീശുമ്മ മുന്നിലും കുഞ്ഞാമിന പിന്നിലുമായി വട്ടിയും മുറവും കടുകും ഉലുവയുമിടാനുള്ള മുളകൊണ്ടുള്ള മാനങ്ങളും എണ്ണക്കുപ്പിയുമൊക്കെയായി തിരക്കിട്ടെത്തുന്നു. സ്റ്റോർമുറിയിൽ ചുവരിൽ നിറയെ മരംകൊണ്ടുള്ള തട്ടുകളാണ്. അതിൽ പലവലിപ്പത്തിലുള്ള അളുക്കുകളും ഭരണികളും. നാലഞ്ച് അറകളുള്ള ചെറിയ മരപ്പെട്ടിയാണ് ആദ്യം തുറക്കുന്ന്. അതിലെ കള്ളികളിൽനിന്ന് ഉലുവ, കടുക്, ജീരകം, പെരിഞ്ചീരകം തുടങ്ങിയവ ഉമ്മാമ കദീശുമ്മയുടെ കൈയിലുള്ള പാത്രങ്ങളിൽ ഇട്ടുകൊടുക്കുന്നു. ഇതിനിടയിൽ ഞാൻ മൂലയ്ക്കുള്ള പുളി ഭരണിയിൽനിന്ന് പുളി വാരിയെടുക്കുന്നു. അടുക്കളമുറ്റത്ത് വലിയൊരു പുളിമരമുണ്ട്. അതിലെ പുളി പഴുത്തുപാകമാകുമ്പോൾ പറിച്ചെടുത്ത് തൊലികളഞ്ഞുണക്കി ഉപ്പുകൂട്ടി ഉരുട്ടി ഉരുളകളാക്കിയാണ് സൂക്ഷിക്കുന്നത്. ഉപ്പുമാങ്ങാഭരണിയിൽ കൊല്ലംമുഴുവൻ ഉപ്പുമാങ്ങയുമുണ്ടാകും. മഴക്കാലത്ത് കോടിക്കൽ കടപ്പുറത്ത് തോണിയിറക്കാത്തതുകൊണ്ട് മീൻ വല്ലപ്പോഴുമാണ് കിട്ടുക. വേനൽക്കാലത്ത് തിരണ്ടിമീൻ ഉപ്പിട്ടുണക്കി മഴക്കാലത്തേക്ക് സൂക്ഷിച്ചവയ്ക്കുകയാണ് പതിവ്. തിരണ്ടി പൊരിച്ചതും തേങ്ങാച്ചട്ണിയും വെള്ളരി മുളകിട്ടതുമൊക്കെ മഴക്കാലത്തെ ഊണിന്റെ

പ്രത്യേക വിഭവങ്ങളാണ്. മഴക്കാലം സാധാരണക്കാർക്ക് വറുതിയുടെ കാലമാണ്. പ്രത്യേകിച്ചും കടലിൽപോകുന്ന തോണിക്കാർക്ക്. പലവീടുകളിലും ദിവസത്തിൽ ഒരു നേരംപോലും അടുപ്പ് പുകയാറില്ല. അപ്പോൾ അവരുടെ ഭാര്യമാരും കുട്ടികളും ഉച്ചനേരമാകുമ്പോൾ ഞങ്ങളുടെ വീട്ടിന്റെ അടുക്കളവരാന്തയിൽ എത്തും. "ഇറ്റ് കഞ്ഞിംബെള്ളം കിട്ടീനെങ്കി"ലെന്നു പറഞ്ഞുകൊണ്ട്. അത് കണക്കാക്കിയാണ് ഉമ്മാമ ഉച്ചയ്ക്കലത്തെ ചോറിന് അരിയിടുന്നത്.

"ഉച്ചനേരത്ത് കഞ്ഞിവെള്ളത്തിനും ഉപ്പുമാങ്ങക്കുമെത്തുന്നോലെ വെറുംകൈയോടെ മടക്കരുതേ കദീശാ." ഉമ്മാമ എന്നും ഓർമ്മിപ്പിക്കും.

മാങ്ങാക്കാലത്ത് പച്ചമാങ്ങ പുഴുങ്ങി വെള്ളം തുടച്ചെടുത്ത് ഉപ്പുവെള്ളത്തിലിട്ടാണ് ഉപ്പുമാങ്ങയുണ്ടാക്കുന്നത്. ചിലപ്പോൾ പുളി, ചിലപ്പോൾ ഉപ്പുമാങ്ങ, അല്ലെങ്കില് ശർക്കര. അങ്ങനെ എന്തെങ്കിലും കൈക്കലാക്കിയേ സ്റ്റോർമുറിയിൽനിന്നിറങ്ങാറുള്ളൂ. ഉത്തരത്തിൽ കെട്ടിത്തൂക്കിയ ഓലവളയങ്ങളിൽ സ്വർണ്ണനിറമുള്ള വെള്ളരികൾ തൂങ്ങുന്നുണ്ടാവും. അത് മഴക്കാലത്തേക്കുള്ളതാണ്.

കദീശുമ്മ വെളിച്ചെണ്ണഭരണി തുറന്ന് മരക്കൈലുകൊണ്ട് കുപ്പിയിലൊഴിക്കുന്നതിനിടയിൽ പറഞ്ഞു: "എണ്ണ തീരാനായിക്ക്. കൊപ്പര ഒണങ്ങിക്കില്ലേനും."

"ഇങ്ങക്കെല്ലാം തലയിൽ തേക്കാൻതന്നെ മാണം ദിവസോം ഒരു കുപ്പി എണ്ണ. കൊപ്പര ആട്ടീട്ട് മാസം തെകഞ്ഞിക്കില്ല. അപ്പളത്തിന് എണ്ണ തീർന്നോ?" ഉമ്മാമ അരിശത്തോടെ ചോദിക്കുന്നു.

തേങ്ങപൊളിച്ചുണക്കി കൊപ്പരയാക്കി പയ്യോളിയിൽ കൊണ്ടുപോയി ആട്ടിച്ചാണ് വെളിച്ചെണ്ണയുണ്ടാക്കുന്നത്. തിക്കോടി സ്ക്കൂളിനടുത്ത് ചാത്തൂന്റെ എണ്ണയാട്ടുന്ന ചക്കുണ്ട്. അതിൽ പക്ഷേ കൊറച്ചേ ആട്ടാൻ പറ്റുകയുള്ളു. ചാത്തുവും കാളയും ചക്കിനുചുറ്റും ഒരുപോലെ തിരിയുന്നത് സ്ക്കൂൾവിട്ടുവരുമ്പോൾ നോക്കിനില്ക്കാറുണ്ട്. "എടീ, അന്തംവിട്ട് നിക്കാണ്ടെ വരുന്നുണ്ടോ നീ എന്ന് അച്ചു തിരക്കുകൂട്ടുമ്പോഴാണ് കൂടെ ചെല്ലാറുള്ളത്."

"കൊപ്പര ഒണങ്ങാൻ ഇനിയും രണ്ടീസംകൂട് മാണോന്നാ മൊയ്ത്യാക്ക പറഞ്ഞത്. ഞമ്മക്ക് ലേശം തേങ്ങ ബെന്ത് വെളിച്ചെണ്ണയാക്കിയാലോ." അരിക്കുവേണ്ടി മുറം നീട്ടിപ്പിടിച്ചുനില്ക്കുയായിരുന്ന കുഞ്ഞാമിന പറയുന്നു.

"എന്നിട്ട് മാണം ഇനിക്ക് അക്കക്കം മുയുമൻ കട്ടുതിന്നാൻ."

കുഞ്ഞാമിനയെ ശാസിക്കുന്നതിനിടയിൽ ഉമ്മാമ മരക്കൈയിലിട്ട് എണ്ണ ഭരണി പരിശോധിക്കുന്നു.

"മേലായ റബ്ബേ, എണ്ണ തീരെയില്ലാലോ. തീരണേനുമുന്നം പറഞ്ഞൂടേ ഇനിക്ക്."

"മെനഞ്ഞാന്ന് രാത്തിരി ഞാൻ പറഞ്ഞതാ. ഇങ്ങള് മറന്നോയതാ."

“നാളെ ഇരുപത്തഞ്ച് തേങ്ങ ചെരണ്ടി ബെന്തോ. മറ്റന്നാ വെളിച്ചെണ്ണ ആട്ടിക്കാൻ നാളെ രാവിലത്തന്നെ മൊയ്തീനോട് പറയണം. കേട്ടല്ലോ.”

“ഓ.” കദീശുമ്മ.

“കദീശുമ്മാ തേങ്ങ വെന്ത കക്കത്തില് ചക്കരയിട്ട് ഉണ്ടയാക്കിത്തരണേ.”

ഞാൻ അവരെ തോണ്ടിക്കൊണ്ട് പറയുന്നു. തേങ്ങ ചിരകി വേവിച്ച് പാലെടുത്ത് പാലുകുറുക്കിയാണ് വെളിച്ചെണ്ണയുണ്ടാക്കുന്നത്. പാലുകുറുകിവരുമ്പോഴുള്ള മണം വീട് മുഴുവൻ പരക്കും. വെളിച്ചെണ്ണ തണുക്കുമ്പോൾ ഊറ്റിയെടുത്താൽ മിച്ചംവരുന്നതാണ് കൽക്കം. അതിനു നല്ല രുചിയാണ്. കുഞ്ഞാമിന ആരും കാണാതെ കൽക്കം കട്ടു പാത്രത്തിലടച്ചുവയ്ക്കുന്നതും ഉമ്മമ്പിയുമ്മ അതു കണ്ടുപിടിച്ച് പൊളിച്ചെഴുത്തുനടത്തുന്നതും സ്ഥിരം പരിപാടിയാണ്.

“എണേ, കട്ടുതിന്നുന്നവർക്കുള്ളതാണ് നരകത്തിലെ ഒയിലെന്ന ചെരു. എപ്പം വെളിച്ചെണ്ണ വെന്താലും ഇനിക്ക് ഞാൻ കക്കം തരലുണ്ട്. എന്നിട്ട് നീയെന്തിനാ ഇപ്പണി ചെയ്യുന്നത്?” ഉമ്മയുടെ വആള്.

“അള്ളാണെ, നബിയാണെ, അമ്മായി, ഞാൻ സൂറമോക്ക് കൊടുക്കാൻമേണ്ടി എടുത്തുവെച്ചാതെ. അല്ലാതെ...”

കുഞ്ഞാമിന കണ്ണു തുടക്കുന്നു. അപ്പോൾ എന്റെ കണ്ണും നിറയുന്നു.

ഞാൻ തേങ്ങക്കൽക്കത്തിന്റെ മണംപിടിച്ച് നില്ക്കുമ്പോൾ ഉമ്മാമ ചോദിക്കുന്നു: “ഇതെപ്പളാ ഊനാത്ത് കേറിക്കൂടിയത്? ഉള്ള പുളിയും മാങ്ങയുമെല്ലാം തിന്ന് പള്ളബെരത്താന്നും പറഞ്ഞ് രാത്രീല് നെലേവിളീം കൂട്ടിയാ മറിയൂട്ടി എന്നെയാ പറയുക.”

അപ്പോഴേക്കും കൈയിലുള്ള പുളി വായിലിട്ട് നല്ല കുട്ടിയായി കൈയ് ഉമ്മാമയ്ക്ക് കാണിച്ചുകൊടുത്തിട്ട് ഞാൻ പറയും: “ഇതാ നോക്ക് ലേശം പുളിയെ ഞാൻ തിന്നിട്ടുള്ളൂ. ഉമ്മാനോട് പറയല്ലേ. അല്ലെങ്കിലും എന്നെത്തല്ലാൻ ഏതു അന്നശിച്ച് നടക്ക്ന്നാ ഉമ്മ.”

ഞാൻ പറയുമ്പോൾ സ്റ്റോർമുറിയിൽ കൂട്ടച്ചിരി.

“അതുള്ളതാ വലിയമ്മായി. തൊട്ടതിനും പിടിച്ചതിനും കുഞ്ഞനെ കുഞ്ഞിയറയിലിട്ട് പൂട്ടരുതെന്ന് ഇങ്ങള് ചെറിയമ്മായനോട് പറയണം. കുഞ്ഞൻ പേടിച്ച് അരണ്ടുപോവും. വയസ്സ് അഞ്ചായി എന്നിട്ടും അയിന്റെ കോലം കണ്ടില്ലേ.” കദീശുമ്മയുടെ സഹതാപം.

“പടച്ചോനേ, നേരംപോണ പോക്ക്.” ഉമ്മാമ തിടുക്കത്തിൽ സാമാനമുറിയിൽനിന്നിറങ്ങാനൊരുങ്ങുമ്പോൾ കുഞ്ഞാമിന ഓർമ്മിപ്പിക്കുന്നു: “കഞ്ഞിന്റെ അരി തന്നിക്കില്ല.”

രാത്രി പത്തിരിയുടെകൂടെ എല്ലാവരും ഓരോ പിഞ്ഞാണം തേങ്ങാപ്പാലൊഴിച്ച പൊടിയരിക്കഞ്ഞി കുടിക്കും. കൂടാതെ മഗരിബ്നിസ്കാരം കഴിഞ്ഞാൽ ആണുങ്ങൾ കഞ്ഞിവെള്ളത്തിൽ തേങ്ങാപ്പാലൊഴിച്ച് ഉപ്പിട്ട്

കുടിക്കും.

"ഒന്ന് ബേം നോക്ക് ശൈത്താനെ. ഒരുകാര്യം ഞാൻ പറഞ്ഞേക്കാം ഇനി രാത്തിരി കഞ്ഞികുടി കയിഞ്ഞാലേ ഞാൻ സാമാനമുറി തൊറക്കൂ, അയിനെടേല് ഉപ്പില്ലാമൊളകില്ലാന്നും പറഞ്ഞുവന്നാ എന്റെ കോലം മാറും."

ഉമ്മാമ തിടുക്കം കൂട്ടുന്നു. ദിവസം മൂന്നു പ്രാവശ്യമാണ് ഉമ്മാമ സാമാനമുറി തുറക്കുന്നത്. രാവിലെ, വൈകുന്നേരം, രാത്രി. സ്ക്കൂളില്ലാത്ത ദിവസങ്ങളിൽ ഞാനും അച്ചുവും ഉമ്മാമയെ പിന്തുടർന്ന് അവിടെയെത്തും. അച്ചു എന്നെപ്പോലെയല്ല. പുളിയും ശർക്കരയുമൊക്കെ കുറേയേറെ കൈക്കലാക്കും. എന്നിട്ടു രണ്ടുകൂടി ഒരു പാത്രത്തിലിട്ട് ഉടച്ച് മുളകും ചേർത്താണ് കഴിക്കുന്നത്. പൊട്ടുംപൊടിയും എനിക്കും കിട്ടും.

"സൂറാ... സൂറാ... മുടീംകൂടെ വാരാണ്ടെ പെണ്ണ് തെണ്ടാൻ പോയി."

"ബിളിയാളമെത്തി. മണ്ടിക്കോ. അല്ലെങ്കില് കിട്ടിയതുതന്നെ." നടുവകത്തുനിന്ന് ഉമ്മയുടെ വിളി കേട്ടതും കുഞ്ഞാമിന അടക്കം പറഞ്ഞു.

ഞാൻ കുഞ്ഞാമിനയുടെ കൈലിമുണ്ടിൽ കൈയ് തുടച്ചിട്ട് നടുവകത്തേക്ക് ഓടി.

എട്ട്

അടുക്കളയോടുചേർന്ന് പണിക്കാരികൾക്കായി സാമാന്യം വലിയൊരു മുറിയുണ്ടെങ്കിലും രാത്രി ഉമ്മയുടെ പകൽമുറിയിലാണ് എല്ലാവരും കിടക്കുന്നത്. "നടുത്തളത്തിലെ വാതിലടച്ചാപ്പിന്നെ അടുക്കളയിൽ അമ്മികുമ്മായം മറിഞ്ഞാലും ഞമ്മളറിയൂലാ. ഇപ്പഹച്ചേ്യളെ നമ്പാൻ പറ്റൂലാ. എന്തെല്ലാം പുലിവാലുകളാ ഓരാരുത്തര് ഉണ്ടാക്ക്യത്. അന്തക്കാലമായതോണ്ട് ഇരുചെവിയറിയാതെ തീർന്നു." പണിക്കാരികളെ അവരുടെ മുറിയിൽ അന്തിയുറങ്ങാൻ അനുവദിക്കാത്തതിന്റെ രഹസ്യം ഉമ്മാമ പലരോടും പറയുന്നത് ഞാൻ കേട്ടിട്ടുണ്ട്. "ഓലെന്ത് കുരുത്തക്കേടാ കാണിച്ചത്?" ഞാൻ ആകാംക്ഷയോടെ ചോദിക്കുമ്പോൾ ഉമ്മ അടുത്തുണ്ടെങ്കിൽ കണ്ണുരുട്ടും.

"വലിയ ആൾക്കാര് വർത്താനം പറയുമ്പം കേട്ട് നിക്കരുതെന്നും മറുചോദ്യം ചോദിക്കരുതെന്നും ഇന്നോട് ഞാൻ പറഞ്ഞതല്ലേ സൂറാ."

"എനക്ക് അക്കഥ രാത്രി പറഞ്ഞുതരണേ കുഞ്ഞാമിനിത്താ."

പുതിയ കഥകൾക്ക് കാതോർക്കുന്ന ഞാൻ ഉമ്മ കേൾക്കാതെ കുഞ്ഞാമിനയുടെ ചെവിയിൽ മന്ത്രിക്കും.

കുഞ്ഞാമിനയുടെ മുഖത്ത് നാണത്തിൽ കുതിർന്ന ചിരി. അക്കാലത്തെ പണിക്കാരികളുടെ അവിഹിതബന്ധങ്ങളാണ് അക്കഥകളെന്ന് മുതിർന്നപ്പോഴാണ് ഞാനറിഞ്ഞത്. കദീസ്തയും പൊന്നാനിക്കാരൻ ഉസ്താദുമായുള്ള ചിറ്റത്തെക്കുറിച്ച് ഉമ്മമ്പിയുമ്മയും ഉമ്മാത്തയും അര

യ്ക്കുന്നിതിനടയിൽ അടക്കം പറയുന്നത് പലപ്പോഴും കേട്ടിട്ടുണ്ട്. മൊയില്യാർ ചോറിനെത്തുമ്പോൾ കദീസ്ത പുഴുങ്ങിയ മുട്ടയും മീൻ പൊരിച്ചതും ചോറിനടിയിലൊളിപ്പിച്ച് പള്ളിയിലെത്തിക്കുന്ന കഥയും കേട്ടിട്ടുണ്ട്. കേട്ട കഥ ഉമ്മയോട് പറഞ്ഞ് അക്കാലത്ത് അടിയും വാങ്ങിച്ചിട്ടുണ്ട്. കുട്ടികൾ പലതും കേൾക്കരുത്. എന്നാൽ മുതിർന്നവർക്ക് എന്തും പറയാം എന്നത് എന്നെ പലപ്പോഴും ആശയക്കുഴപ്പത്തിലാക്കാറുണ്ട്.

പണിക്കാരുടെ മുറിയിൽ രണ്ടു ബെഞ്ചുകളും പഴയൊരുമേശയുമാണുള്ളത്. അസുഖം വരുമ്പോൾ പകൽസമയത്ത് കുഞ്ഞാമിനയും കദീശുമ്മയും മറ്റുള്ളവരും അവിടെയാണ് കിടക്കുക. നോമ്പുകാലത്ത് തരംകിട്ടുമ്പോൾ ഉമ്മമ്പിയുമ്മ നടുചായ്ക്കുന്നതും അവിടത്തന്നെ. കിടക്കാനോ ഇരിക്കാനോ അവർക്കൊന്നും പലപ്പോഴും നേരം കിട്ടാറില്ല. നടുവകത്തുള്ള മുറിയിൽ കദീശുമ്മ ഉമ്മയുടെ നിസ്കാരബെഞ്ചിലും കുഞ്ഞാമിനയും ഉമ്മാത്തയും നിലത്ത് പായവിരച്ചുമാണ് രാത്രിയിൽ കിടക്കുക. ഉമ്മമ്പിയുമ്മ സന്ധ്യയാകുമ്പോൾ വീട്ടിലേക്കു പോകും. അതിരാവിലെ എത്തുകയും ചെയ്യും. വിരുന്നുകാരെത്തുമ്പോൾ ഇവർക്കു പുറമേ മണ്ണട്ടക്കദീശയും മകൾ മറിയവുമെത്തും. നെയ്ച്ചോറും ഇറച്ചിക്കറിയും മധുരപലഹാരങ്ങളുമൊക്കെ ഉണ്ടാക്കാൻ രണ്ടുപേരും വിദഗ്ദ്ധരാണ്. വല്ലിപ്പ ചാർത്തിക്കൊടുത്ത തൊട്ടടുത്ത പറമ്പിലാണ് അവരുടെ വീട്. ബിരിയാനി, പുതിയാപ്ളസൽക്കാരങ്ങൾക്കും പെരുന്നാളിനും മറ്റുമേ ഉണ്ടാക്കാറുള്ളൂ. കാരണം, ബിരിയാനിക്ക് ആവശ്യമുള്ള പല സാധനങ്ങളും തിക്കോടിയിൽ കിട്ടില്ല. കൊയിലാണ്ടിയച്ചന്തയിൽ പോകണം.

വീട്ടിൽ വിരുന്നുകാരെത്തുമ്പോൾ ഉമ്മ ഉമ്മാത്തയെ പടിഞ്ഞാറുഭാഗത്തുള്ള കഴുങ്ങിൻതോട്ടത്തിലേക്ക് ഓടിക്കും. എക്സ്പ്രസ് വണ്ടിപോലെ പായുന്ന ഉമ്മാത്തയുടെ പിന്നാലെ പലപ്പോഴും ഞാനുമുണ്ടാവും. വേലിക്കപ്പുറത്താണ് പക്രൂമാന്റെ കുഞ്ഞാമിനയുടെ ചട്ടികമഴ്ത്തിയതുപോലുള്ള ഓലക്കുടിൽ. ഒരിക്കൽ ഉമ്മാത്തയുടെകൂടെ ഞാനവിടെ പോയിട്ടുണ്ട്. വരാന്തയും രണ്ടുമുറിയും ഒരു ചരിച്ചുകെട്ടുമാണ് വീട്. ആ ചരിവാണ് അടുക്കള. തറയിൽ രണ്ട് അടുപ്പുകൾ. അതിനടുത്തായി കഴുകിക്കമഴ്ത്തിയ ചട്ടിയും കലങ്ങളും. വീടുമായി അടുക്കളയ്ക്ക് ബന്ധമില്ല. ഓലകൊണ്ടുള്ള അടുക്കളയിൽ വെപ്പ് രാത്രിയേ ഉള്ളൂവെന്ന് ഉമ്മമ്പിയുമ്മ പറയാറുണ്ട്. കുഞ്ഞാമിന മിക്കദിവസവും രാവിലെ ഞങ്ങളുടെ വീട്ടിലെത്തും. അവർ കാസരോഗിയാണ്. എന്നും ചുമയും ശ്വാസംമുട്ടും. ഭാരിച്ചജോലികളൊന്നും ചെയ്യാനാവില്ല. കറുത്തുമെലിഞ്ഞ് കുള്ളത്തിയാണ് പക്രൂമാന്റെ കുഞ്ഞാമിന. ഉള്ളിയും വെളുത്തുള്ളിയും തൊലികളഞ്ഞും അല്ലറചില്ലറജോലികളിൽ പണിക്കാരികളെ സഹായിച്ചും ഉച്ചവരെ അടുക്കളയിലുണ്ടാകും. കുഞ്ഞാമിന ചോറ് തിന്നിട്ട് പോയാമതി– ഉമ്മാമ പറയും. കുഞ്ഞാമിനയും ആങ്ങള കുഞ്ഞവുള്ളയുമാണ് അവിടെ താമസം. പക്രൂമ കുഞ്ഞാമിനയുടെ ഉമ്മയുടെ പേരാണ്. നാട്ടിൽ കുറെ

കുഞ്ഞാമിനമാരും അവുള്ളമാരും ഉള്ളതുകൊണ്ട് തരിച്ചറിയാനാണ് അവരെ അങ്ങനെ വിളിക്കുന്നത്. കുഞ്ഞാമിനയ്ക്ക് പൊക്കമില്ലാത്തതു കൊണ്ട് വയസ്സായിട്ടും കല്യാണം കഴിഞ്ഞിട്ടില്ല. കുഞ്ഞവുള്ള കല്യാണം കഴിച്ചെങ്കിലും ഭാര്യ പിണങ്ങിപ്പോയതാണ്.

"കുഞ്ഞാമിനുമ്മാ, കോയിക്കോട്ട്ന്ന് കുഞ്ഞാമി അമ്മായിയും മക്കളും ബന്നിക്ക്. ഉമ്മിത്തയുമുണ്ട്. ഇങ്ങളോട് മണ്ണട്ടക്കദീശിച്ചാനെയും ബിളിച്ച് ബേം ബരാൻ പറഞ്ഞിക്ക്." എന്നു മുഴുവൻ പറഞ്ഞുതീരുന്നതി നുമുന്നം ഉമ്മാത്ത തിരിച്ചു നടക്കും. എന്നാലും അടുക്കളയിലെത്തു മ്പോൾ ഉമ്മ ശകാരിക്കും: "എത്രനേരായണേ, പോയിട്ട്."

പടിഞ്ഞാറേ വരാന്തയിലെ നെല്ലുണക്കുന്ന കളത്തിലെ വാതിൽ തുറന്നുവേണം കഴുങ്ങിൻതോട്ടത്തിലെത്താൻ. വീട്ടിനകത്തുകൂടിയാണ് പോക്കെങ്കിലും സാമാന്യം ദൂരമുണ്ട്.

"നടന്നെത്തണ്ടേ." ഉമ്മ കേൾക്കാതെ ഉമ്മാത്ത കുഞ്ഞാമിനയോട് പരിഭവം പറയും.

"അപ്പീസിന്റാടെ പോണ്ടേ?" എന്നു ചേദിച്ചുകൊണ്ട് കുള്ള ത്തിക്കുഞ്ഞാമിന എല്ലാദിവസവും വൈകുന്നേരം വീട്ടിലെത്തും.

തിക്കോടി റെയിൽവേസ്റ്റേഷനു എതിർവശത്തായി നാഷണൽ ഹൈവേയോട് ചേർന്നുകിടക്കുന്ന അങ്ങാടിയാണ് അപ്പീസിന്റാട. തീവ ണ്ടിയാപ്പീസിന്റെ ചുരുക്കപ്പേരാണ് അപ്പീസ്. നാഷണൽ ഹൈവേ യിൽനിന്ന് തിക്കോടി കടപ്പുറത്തേക്കുള്ള ചെമ്മൺപാത മുറിച്ചുകൊ ണ്ടാണ് റെയിൽപാളവും റെയിൽവേ ഗെയിറ്റും. റിയൽവേ ഗേറ്റുകടന്നാൽ കടപ്പുറംവരെ റോഡിനിരുവശത്തുമുള്ള മിക്ക സ്ഥലങ്ങളും ഞങ്ങളുടെ കുടുംബവകയാണ്. അക്കാലത്ത് ആ റോഡിലൂടെ കാറ് വരാറുള്ളത് ഞങ്ങളുടെ വീട്ടിലേക്കു മാത്രമായിരുന്നു. റെയിൽവേ ഗേറ്റിൽ കാവൽപ്പുര യില്ല. ഗേറ്റ് എപ്പോഴും അടഞ്ഞുകിടക്കും. അതുകൊണ്ട് കാറിലെത്തു ന്നവർ തിക്കോടി സ്റ്റേഷനിൽച്ചെന്ന് ഗേറ്റുമാനേയും കൂട്ടിക്കൊണ്ടാണ് വരിക. ഗേറ്റ് കഴിഞ്ഞ് വീണ്ടും കുറച്ചുചെന്നാൽ റോഡ് കുറുകെ മുറിച്ചു കൊണ്ട്, നാട്ടുകാർ ആവി എന്നുവിളിക്കുന്ന കൈത്തോട് കടപ്പുറത്ത് ചെന്നു ചേരും. തോടിനുമുകളിലെ മരപ്പാലം കഴിഞ്ഞാൽ ഞങ്ങളുടെ വീടായി. പടിഞ്ഞാറോട്ട് നേരെ ചെന്നാൽ കടപ്പുറം. റയിൽവേഗേറ്റ് കടന്നു റോഡിൽ കയറാതെ പാളത്തിനരികിലൂടെ തെക്കോട്ടു നടന്നാൽ തീവ ണ്ടിയാപ്പീസായി. റയിൽ മുറിച്ചു കടന്നാൽ അങ്ങാടിയും. അത്യാവശ്യം പച്ചക്കറികളും നേന്ത്രപ്പഴവുമൊക്കെ കിട്ടണമെങ്കിൽ അവിടെ പോകണം. വിരുന്നുകാരെത്തുമ്പോൾ മെയിൽവണ്ടിപോലെയാണ് പാളത്തിനരികി ലൂടെ കുഞ്ഞാമിന അങ്ങാടിയിലേക്കോടുന്നത്. നേന്ത്രപ്പഴം മാവിൽ മുക്കി പ്പൊരിച്ചതും തരിയുണ്ടയും തേക്കുമാണ് ചായയ്ക്കുള്ള സ്ഥിരം വിഭവ ങ്ങൾ. മുട്ടയും പഞ്ചസാരയും മത്തുകൊണ്ട് അടിച്ചുപതപ്പിച്ച് അതിൽ റവയോ മൈദയോ ചേർത്ത് നെയ്യൊഴിച്ച് ചൂടാക്കിയ ചെറിയവട്ടച്ചെമ്പി

ലൊഴിച്ച് മുകളിലും താഴെയും കനലിട്ട് ബേക്കുചെയ്തുണ്ടാക്കുന്ന കെയിക്കാണ് തേക്ക്. റവ നെയ്യിൽ വറുത്ത് പഞ്ചസാരയും തേങ്ങയും വഴറ്റി നെയ്യിൽമൂപ്പിച്ച അണ്ടിപ്പരിപ്പും കിസ്മിസും ചേർത്തു ഉരുട്ടിയെടുത്താൽ തരിയുണ്ടയായി. കോഴിക്കോടുനിന്ന് വിരുന്നുകാരെത്തിയാൽ അവരോട് കുശലം പറഞ്ഞയുടൻ ഉമ്മ അടുക്കളയിലെത്തും. ഉമ്മ എത്തുമ്പോഴേക്ക് കുഞ്ഞാമിന ഉമ്മയുടെ പലകയിട്ടിരിക്കും. മുന്നിൽ കാസ എന്നുവിളിക്കുന്ന വലിയ പിഞ്ഞാണ ബൗൾ. ഉമ്മയുടെ പിന്നാലെ മുറത്തിൽ കോഴിമുട്ടയും പഞ്ചസാരയും മറ്റനുബന്ധസാധനങ്ങളുമായി ഉമ്മാത്ത.

ഉമ്മ പലകയിലിരിന്നു പഞ്ചാരഭരണിയിൽനിന്ന് മരക്കൈലുകൊണ്ട് പഞ്ചസാര അളന്ന് കാസയിലിടുന്നു. ഒരു മുട്ടയ്ക്ക് ഒരു കയിൽ പഞ്ചസാര, ഒരു കയിൽ റവ എന്നതാണ് കണക്ക്. കുഞ്ഞാമിന മുട്ടകളോരോന്നായി ഉടച്ച് പഞ്ചസാരയിൽ ചേർക്കുന്നു. ഉമ്മ കലാപരമായി മത്തുകൊണ്ട് കടയുമ്പോൾ മുട്ടപഞ്ചസാരമിശ്രിതം പതഞ്ഞുപൊങ്ങുന്നു. അപ്പോൾ റവ ചേർക്കുന്നു. കദീസ്ത നെയ്യൊഴിച്ച് ചൂടാക്കിയ വട്ടച്ചെമ്പ് മുന്നിൽകൊണ്ടുവയ്ക്കുന്നു. ഉമ്മ അതിൽ അണ്ടിപ്പരിപ്പും കിസ്മിസുമിട്ട് മുട്ടക്കൂട്ട് ഒഴിക്കുമ്പോൾ ശൂ എന്ന് ഒച്ച. അതു കേൾക്കുന്നതും കുട്ടികൾ പാത്രത്തിനായി കടിപിടി തുടങ്ങും. അതുവരെ ഞാൻ മാത്രമേ അവിടെയുണ്ടാവൂ. സമയമാവുമ്പോൾ അച്ചു എവിടെനിന്നാണോ എത്തുന്നത് എന്ന് മനസ്സിലാവില്ല.

"അസ്സൻകുട്ടീ, ഓക്കും കൊടുക്ക്. ഓള് കൊറേനേരായി കാത്തുനിക്കുന്നു." തരിയുണ്ട ഉരുട്ടുന്നതിനിടയിൽ ഉമ്മ പറയും.

"കുഞ്ഞിമ്മോക്ക് മറീത്ത ഒരു സാധനം തരാം." അടുപ്പിനടുത്തിരുന്ന് പഴംപൊരിയുണ്ടാക്കുന്ന മറീത്തയുടെ സാന്ത്വാനം വകവയ്ക്കാതെ ഞാൻ കുറച്ചുനേരം ആർപ്പിടും. അപ്പോഴേക്കും അച്ചു കാസ വടിച്ചുനക്കി സ്ഥലംവിട്ടിരിക്കും. ഉമ്മ വിരുന്നുകാരെ സല്ക്കരിക്കുന്ന തിരക്കിനിടയിൽ എന്നെ മറന്നിരിക്കും.

അപ്പോൾ പണിക്കാരുടെ മുറിയിൽ ബഹളം.

"ഇന്നോ നാളെയോ വിരിയാനുള്ള മുട്ടകളാ. ഇപ്പം അത് തൊടല്ലേ, മുട്ട വിരിയൂലാ." ഉമ്മമ്പിയുമ്മയുടെ താക്കീത്.

"ഇങ്ങളൊന്ന് മിണ്ടാണ്ടിരിക്കുന്നുണ്ടോ. കോയി വിരിഞ്ഞിക്ക്." അച്ചു തള്ളക്കോഴിയെ പൊക്കിയെടുത്തുകൊണ്ട് ഉമ്മമ്പിയുമ്മയോട് കയർക്കുന്നു.

"ഉമ്മാ, ബേംബാ... ഈ അച്ചു..."

അച്ചുവിനോടുള്ള അരിശം തീർക്കാൻ കിട്ടിയ അവസരം മുതലാക്കിക്കൊണ്ട് ഞാൻ ആർപ്പിടുന്നു.

അപ്പോഴേക്കും തള്ളക്കോഴി കൊക്കരക്കോ എന്ന് കരഞ്ഞുകൊണ്ട് അച്ചുവിന്റെ കൈയിൽനിന്ന് കുതറി പുറത്തേക്ക് പറക്കുന്നു.

"പടച്ചോനെ മറിയൂട്ടിയമ്മായി കണ്ടാൽ നല്ല കോളായി" എന്നു പറ

ഞ്ഞുകൊണ്ട് ഉമ്മമ്പിയുമ്മ പിന്നാലെ മണ്ടുന്നു. കൂടെ അച്ചുവും. വലിയ അലൂമിനിയം പാത്രത്തിൽ മണ്ണോ ഉമിയോ നിറച്ച് അതിന്റെ നടുവിലാണ് മുട്ട വയ്ക്കുന്നത്. കോഴിയെ അതിനുപുറത്ത് അടയിരുത്തി കുട്ടകൊണ്ട് അടച്ചുവയ്ക്കും. കോഴി പറന്നുപോകാതിരിക്കാൻ കുട്ടയുടെ മുകളിൽ കനമുള്ളതെന്തെങ്കിലും എടുത്തുവയ്ക്കും. രാവിലെയും വൈകുന്നേരവും കോഴിയെ തീറ്റയ്ക്കായി പുറത്തിറക്കും. അരമണിക്കൂറിനകം അതിനെ ഓടിച്ചിട്ടുപിടിച്ച് വീണ്ടും കുട്ടയ്ക്കകത്ത് അടയ്ക്കും. കോഴി നാലാപ്പാട്ടിൽ കയറി കുഴിമുറ്റം വലംവയ്ക്കുമ്പോൾ പിന്നാലെ ഓടി ഉമ്മമ്പിയുമ്മ ഒരു വഴിക്കാകും. കുട്ടികളാണ് പലപ്പോഴും ഉമ്മമ്പിയുമ്മയെ സഹായിക്കാനെത്തുക. മുട്ടയിടാത്ത കോഴികളെയാണ് പൊരുത്തിനിരുത്തുന്നത്. പണിക്കാരുടെ മുറിയിലെ ബെഞ്ചിന്റെ ചുവട്ടിലാണ് കോഴിയെ പൊരുത്തിനുവയ്ക്കുന്നത്. അച്ചു കോഴിയുടെ പിന്നാലെ പാഞ്ഞപ്പോൾ പേടിച്ചാണെങ്കിലും അകത്തുചെന്ന് ബെഞ്ചിനടിയിലെ പാത്രം നിരക്കി നോക്കുമ്പോൾ ചില മുട്ടകളിൽനിന്ന് കോഴിക്കുഞ്ഞുങ്ങൾ കീയോ കീയോ എന്നു കരഞ്ഞുകൊണ്ട് തല പുറത്തേക്കിടുന്നു.

"അച്ചൂ, കോയി വിരിഞ്ഞ്..."

എന്റെ ആർപ്പുകേട്ട് അച്ചുവും പിന്നാലെ കൈയിൽ കുതറിത്തെറിക്കുന്ന കോഴിയുമായി ഉമ്മമ്പിയുമ്മയുമെത്തുന്നു.

"കണ്ടോ, ബിരിയാനയതാന്ന് ഞാൻ പറഞ്ഞതല്ലേ. ഇനി തൊടല്ലേ, അറച്ചുപോകും. നാളെ രാവിലെയാവുമ്പളത്തിന് ഇരുപത്തിയൊന്നു മുട്ടയും വിരിയണേന്ന് ദ്വാഎരക്ക്.."

ഉമ്മമ്പിയുമ്മ കോഴിയെ മുട്ടക്ക് പുറത്തിരുത്തി കുട്ടകൊണ്ടടച്ച് പറന്നുപോകാതിരിക്കാൻ അതിനുമീതെ ഒരു കല്ലെടുത്തുവച്ചിട്ട് ഞങ്ങളെ പുറത്താക്കി വാതിലടച്ച് ഓടാമ്പലിടുന്നു.

അക്കാലത്ത് വീട്ടിൽ കോഴിമുട്ടയോ കോഴിയോ പുറത്തുനിന്നു വാങ്ങാറില്ല. ഉമ്മ സ്ഥിരമായി കോഴികളെ അടവെച്ച് വിരിയിക്കും. ചിലപ്പോൾ എല്ലാം വിരിയും. ചിലപ്പോൾ പകുതിപോലും വിരിയില്ല.

"പുള്ളിച്ചിക്കോയീനെ പൊരുത്തിരുത്തിയാ എല്ലാം വിരിയും." ഉമ്മമ്പിയുമ്മ പറയും. ഉമ്മമ്പിയുമ്മയാണ് കോഴിയെ അടയിരുത്തുന്നതിന്റെ എക്സ്പേർട്ട്. പതിനൊന്ന്, ഇരുപത്തിയൊന്ന് എന്നൊക്കെയാണ് കണക്ക്. വിരിഞ്ഞകുഞ്ഞിക്കോഴികളെ ആദ്യത്തെ ഒരാഴ്ച മുറ്റത്തിറക്കില്ല. പണിക്കാരുടെ മുറിയിൽ പൂട്ടിയിടുകയാണ് പതിവ്. സ്ക്കൂളിൽ പോകുന്നതിനുമുമ്പ് അച്ചു എന്നും അവയ്ക്ക് തീറ്റികൊടുക്കും. ഒരാഴ്ചകഴിഞ്ഞാൽ കിഴക്കേ വരാന്തമുറ്റത്ത് കൊണ്ടുവരും. ഉമ്മയും ഇക്കമറിയവും തുണി അലക്കിത്തീരുന്നതുവരെ കോഴിയും മക്കളും മുറ്റത്ത് ചിക്കിപ്പരത്തും. പത്തുകണ്ണുവെച്ചുനോക്കിയാലും ചിലപ്പോൾ കാക്കകളെത്തി കോഴിക്കുഞ്ഞിനെ റാഞ്ചും. ഇക്കമറിയം കല്ലെടുത്തെറിഞ്ഞും പിന്നാലെ പാഞ്ഞും ചിലതിനെ രക്ഷപ്പെടുത്തും. വൈകുന്നേരം അച്ചു സ്കൂളിൽനി

ന്നെത്തിയാലാണ് കോഴിയെയും മക്കളെയും അടുക്കളമുറ്റത്തിറക്കുന്നത്. അവിടെയാകുമ്പോൾ കൊത്തിപ്പെറുക്കാൻ പ്രാണികളും പുഴുക്കളും എമ്പാടുമുണ്ടാവും. പക്ഷേ, പരുന്ത് വട്ടംചുറ്റി പറക്കും. ഒരു കൈയിൽ വടിയും മറുകൈയിൽ തെറ്റാലിയുമായി അച്ചു കൂടെയുണ്ടാവുമെങ്കിലും പരുന്ത് ശരേന്ന് താഴ്ന്ന് പറന്നു കോഴിക്കുഞ്ഞിനെയും റാഞ്ചി ഒറ്റപ്പോക്കാണ്. ഇരുപത്തിയൊന്നു മുട്ടവിരിഞ്ഞിറങ്ങിയാൽ അഞ്ചോ പത്തോ കുഞ്ഞുങ്ങളായിക്കും ചിലപ്പോൾ മൂപ്പെത്തുക.

അടുക്കളവരാന്തയോട് ചേർന്ന് പണിക്കാരുടെ മുറിയുടെ പിന്നിലുള്ള തിണ്ണയിലാണ് കോഴിക്കൂട്. ചെറുതും വലുതുമായി രണ്ടെണ്ണമുണ്ട്. കുഞ്ഞിക്കോഴികൾ പറക്കമുറ്റുന്നതുവരെ പണിക്കാരുടെ മുറിയിലെ കുട്ടയ്ക്കുള്ളിൽതന്നെയായിരിക്കും. അടുക്കളവരാന്ത ഉയർത്തിക്കെട്ടിയതാണെങ്കിലും തരംകിട്ടിയാൽ കുറുക്കനെത്തും. കുറുക്കനെ അകലെനിന്നു കാണുമ്പോൾതന്നെ കോഴികൾ കൊക്കരക്കോ കോ എന്ന് കൊക്കിച്ച് ബഹളം വയ്ക്കും.

"ഞാനല്ലാതെ പോത്തുപോലെ ഉറങ്ങുന്ന ബലാലുകളൊന്നും അന്നെലവിളി കേക്കൂലാ" എന്ന് ഉമ്മ പരാതി പറയാറുണ്ട്. കോഴിക്കരച്ചിൽ കേട്ട് ഉമ്മ താഴെയിറങ്ങി പുരുഷന്മാരുടെ കോണിച്ചുവട്ടിലെ തിണ്ണയിൽ പായവിരിച്ചു കിടക്കുന്ന അസ്സനെ വിളിച്ചുണർത്തുന്നു. അസ്സൻ ടോർച്ചുമായി വാതിലുകളോരാന്നായി തുറന്ന് അടുക്കളയിലെത്തുന്നു, പണിക്കാരികളുടെ മുറിയുടെ ജനൽ തുറന്നു വടിയെറിഞ്ഞും ശബ്ദമുണ്ടാക്കിയും കുറുക്കന്മാരെ ഓടിക്കുന്നു. ഉമ്മ കേട്ടില്ലെങ്കിൽ കുറുക്കൻ കോഴിക്കൂടിന്റെ മരയഴികൾക്കിടയിലൂടെ കോഴിയെ ഉപദ്രവിക്കും. തിരക്കുകൾ കാരണം ഉമ്മമ്പിയുമ്മ കോഴിക്കൂടിന്റെ വാതിലടയ്ക്കാൻ മറക്കുന്ന ദിവസമാണെങ്കിൽ ഒന്നോ രണ്ടോ കോഴികൾ കുറുക്കന്റെ അത്താഴമാവാറുമുണ്ട്. പകൽസമയങ്ങളിൽ കുറ്റിക്കാട്ടിൽ പതിയിരുന്നും കുറുക്കൻ കോഴികളെ കൊന്നുതിന്നാറുണ്ട്. കൂടണയുമ്പോൾ ഉമ്മമ്പിയുമ്മ എന്നും കോഴികളുടെ എണ്ണമെടുക്കും. അപ്പോഴാണ് കോഴിയെ കുറുക്കൻപിടിച്ച കഥയറിയുന്നത്.

"പടച്ചോനെ പുള്ളിച്ചിക്കോയിനെ കാണുന്നില്ലാലോ, ബാ.... ബാ...." എന്നു പറഞ്ഞുകൊണ്ട് പറമ്പുമുഴുവൻ നടന്നാലും കോഴിയെ കിട്ടില്ല.

"അക്കുറുക്കനെ നാളെ ഞാൻ കൊല്ലും. ഒറപ്പാ." തെറ്റാലികൊണ്ട് പറമ്പിലേക്ക് ഉന്നംവെച്ച് അച്ചു ശപഥംചെയ്യും. ഒരിക്കൽ കുറുക്കനോടുള്ള അരിശം തീർക്കാനെറിഞ്ഞ കല്ല് ഞങ്ങൾ തൊണ്ണൂറാം കോഴിയെന്നു വിളിക്കുന്ന ബ്രൗൺലഗോൺ കോഴിയുടെ കാലിൽകൊണ്ട് അതിന്റെ കാലൊടിഞ്ഞു. ഉമ്മമ്പിയുമ്മ മഞ്ഞളും പച്ചരിയും അരച്ച് അതിന്റെ കാലിൽവച്ചുകെട്ടിയിട്ടും കാലിനു മുടന്തായി. അതോടെ അതിന്റെ പേര് ചട്ടച്ചിക്കോഴിയെന്നായി. അച്ചു അതിന് പ്രത്യേകം തീറ്റ കൊടുക്കുമായിരുന്നു. വിരുന്നുകാരെത്തുമ്പോൾ അച്ചുവിന് സങ്കടമാണ്. ഏത് കോയീ

നേക്കും അറക്കാൻ പോകുന്നതെന്ന് സങ്കടത്തോടെ ചോദിക്കും.

"എന്റെ അസ്സൻകുട്ടിക്ക് മിണ്ടാപ്രാണികളോട് വലിയ അലിവാ." ഉമ്മ പറയാറുണ്ട്.

തിക്കോടിയിൽ അക്കാലത്ത് ആട്ടിറച്ചിയും മൂരിയിറച്ചിയുമൊന്നും കിട്ടാറില്ല. വിരുന്നുകാരെത്തുമ്പോൾ അസ്സനും ഉമ്മമ്പിയുമ്മയും കോഴിയെ ഓടിച്ചിട്ട് പിടിച്ച് അറുത്ത് കറിവെയ്ക്കുകയാണ് പതിവ്. മുറ്റത്തുനിന്ന് ഓടിച്ച് ഉമ്മമ്പിയുമ്മ കോഴിയെ അകത്തേക്ക് കയറ്റും. പേടിച്ചരണ്ട കോഴി നാലാപ്പാട്ടിലെ കുഴിമുറ്റം വലംവയ്ക്കും. അപ്പോൾ രണ്ടുവശത്തുംകൂടി രണ്ടുപേരുമെത്തിയാണ് കോഴിയെ പിടിക്കുന്നത്. ഒരാളായാലും പത്താളായാലും ഒരു കോഴിയെയാണ് അറുക്കുന്നത്. അതുകൊണ്ട് തേങ്ങയും മസാലയും വറുത്തരച്ച് നീട്ടിയൊരു കറിയാണ്. ആളധികമുണ്ടെങ്കിൽ ഉരുളക്കിഴങ്ങും ചേർക്കും. അതിന്റെകൂടെ പരിപ്പ് താളിച്ചതും തേങ്ങാച്ചട്ണിയും മീൻവരട്ടിയതും അനുബന്ധമായുണ്ടാകും.

അച്ചു ഒരിക്കൽ സ്കൂളിൽനിന്നെത്തിയത് ഒരു താറാക്കുഞ്ഞുമായാണ്. കൂടെ പഠിക്കുന്ന കൊയ്യക്കാരൻ കണാരന്റെ മോൻ ഒണക്കൻ കൊടുത്തതായിരുന്നു താറാക്കുഞ്ഞിനെ. അച്ചു കുളിമുറിയിലെ വട്ടച്ചെമ്പിൽ വെള്ളം നിറച്ച് താറാക്കുഞ്ഞിനെ അതിലിട്ടു. കുട്ടിത്താറാവ് അതിൽ വട്ടംചുറ്റി നീന്തി.

"തള്ളയില്ലാതെ അത് ചേയിക്കൂലാന്ന്."

ഉമ്മ ആദ്യം മുടക്കം പറഞ്ഞെങ്കിലും അച്ചു വകവെച്ചില്ല. എന്നും സ്കൂളിൽ പോകുന്നതിനുമുമ്പ് മുറ്റത്തുകൊണ്ടുപോയി അതിനെ തീറ്റിക്കും. എന്നിട്ട് അതിനെ വട്ടച്ചെമ്പിലെ വെള്ളത്തിലിട്ട് പണിക്കാരുടെ മുറിയിൽ അടച്ചിടും. വൈകുന്നേരംവീണ്ടും മുറ്റത്തിറക്കും. കുറച്ചുദിവസം കഴിഞ്ഞപ്പോൾ അതിനെ ഞങ്ങളുടെ പറമ്പിന് അതിരിട്ട് ഒഴുകുന്ന തോട്ടിലിറക്കി. താറാക്കുഞ്ഞ് പെട്ടെന്നാണ് വലുതായത്.

"പൂവനില്ലാതെ ഇത് മുട്ടയിടൂലാ. കണാരന്റാട ഈന്റെ എണയുണ്ട്. അമ്മായി ചോദിച്ചാൽ തരാണ്ടിരിക്കൂലാ."

ഉമ്മമ്പിയുമ്മ നിർബ്ബന്ധിച്ചപ്പോഴാണ് ഉമ്മ അസ്സനെക്കൊണ്ട് കണാരനെ വിളിപ്പിച്ചതും അതിന്റെ ഇണയെ അയാളോട് ഒരിടങ്ങഴി നെല്ലു കൊടുത്ത് വാങ്ങിച്ചതും. കണാരൻ വേണ്ടെന്നു പറഞ്ഞെങ്കിലും ഉമ്മ സമ്മതിച്ചില്ല. താമസിയാതെ താറാവ് മുട്ടയിട്ടു. പതിനൊന്നുമുട്ടയാകുന്നതുവരെ അച്ചു അത് അളുക്കിലടച്ച് സൂക്ഷിച്ചു. പതിനൊന്നായപ്പോൾ കോഴിയെ അതിനുപുറത്ത് അടയിരുത്തി. ഇരുപത്തിയൊന്നാം ദിവസം ആറെണ്ണം വിരിഞ്ഞു. കുറച്ചുകാലം കോഴി കൂടെ നടന്നെങ്കിലും പിന്നീടതിനെ തിരിഞ്ഞു നോക്കാതായി. അപ്പോൾ ഉമ്മ അതിനെ താറാവുകളുടെ കൂടെ തോട്ടിലിട്ടു. അതോടെ അച്ചു വലിയ താറാവു കൃഷിക്കാരനായി. മൂപ്പർക്ക് പത്തിരുപത് താറാവുകളുണ്ടായിരുന്നു. ഉപ്പ വാങ്ങിച്ചുകൊടുത്ത ആട്ടിൻകുട്ടിയെ വളർത്തിവലുതാക്കി വലിയ പെരുന്നാളിന്

ഒളിഹിയത്ത് അറുക്കാൻ ഉപ്പയ്ക്കുതന്നെ വിറ്റു കാശുണ്ടാക്കിയാണ് അച്ചു ആദ്യമായി സൈക്കിൾ വാങ്ങിയത്.

ഒൻപത്

നീളത്തിലുള്ള രണ്ടു ഷെഡ്ഡുകളാണ് തിക്കോടി മാപ്പിള സ്കൂൾ. ഇംഗ്ലീഷ് അക്ഷരമായ എൽ ഷെയിപ്പിലാണ് കെട്ടിടങ്ങൾ. മുൻവശത്തുള്ളത് ഓടുമേഞ്ഞതാണ്. അതിൽ ഒരുഭാഗം മതിലുകെട്ടി വേർതിരിച്ചതാണ് ഹെഡ്മാഷിന്റെ മുറി. രണ്ട് അലമാരകളും ഒരു നീണ്ട മേശയും ഒരു കൈയുള്ള കസേരയും രണ്ടു കൈയില്ലാത്ത കസേരകളുമാണ് അവിടെയുള്ളത്. കൈയുള്ള കസേരയിലാണ് ഹെഡ്മാസ്റ്റർ കേളപ്പൻമാഷ് ഇരിക്കുന്നത്. മേശയ്ക്ക് എതിർവശത്തുള്ള കസേരകൾ മാഷെ കാണാൻ വരുന്നവർക്ക് ഇരിക്കാനുള്ളതാണ്. എഇഒ പരിശോധനയ്ക്കെത്തുമ്പോൾ സ്കൂൾ മാനേജരുടെ വീട്ടിൽനിന്ന് ചേലുള്ള കസേരകളെത്തും. അലമാരയിലും അലമാരപ്പുറത്തും നിറയെ കടലാസുകെട്ടുകളാണ്. മേശപ്പുറത്ത് ഒരു പെട്ടിച്ചോക്ക്, മഷിക്കുപ്പി, പെന്നു വയ്ക്കുന്ന അളുക്ക്, വെള്ളക്കടലാസിന്റെ കെട്ട്. മേശപ്പുറത്ത് വിരിച്ച പൂക്കളുള്ള ചുകന്നവിരിപ്പിൽ തൊട്ടാൽ കൈയിൽ ചോക്കുപൊടി പറ്റും. ആ മുറിക്ക് നീലച്ചായം പൂശിയ രണ്ടു ചെറിയ ജനാലകളും അതേ നിറത്തിലുള്ള വാതിലുമുണ്ട്. ഷെഡിന്റെ ബാക്കിഭാഗം മൂന്നായി തിരിച്ചിട്ടുണ്ട്. മരംകൊണ്ടുള്ള അലമാരയിട്ട് വേർതിരിച്ച ഭാഗത്ത് നിരക്കനെ രണ്ടോ മൂന്നോ ബെഞ്ചുകളും അതിനു മുന്നിലായി ഡെസ്ക്കുകളും. അതാണ് മാഷന്മാരുടെ മുറി. മറ്റേത് നാലും അഞ്ചും ക്ളാസുകൾ. ബാക്കി ക്ളാസുകൾ ഓല ഷെഡിലാണ്. അതിന് ജനലോ വാതിലോ ഇല്ല. മേൽക്കൂരയും അരമതിലുമുള്ള തുറന്ന ഷെഡ് തഴപ്പായകെട്ടി മൂന്നായി തരംതിരിച്ചാണ് ക്ലാസുകൾ നടത്തുന്നത്. സ്കൂൾ ചെറുതാണെങ്കിലും പുറകുവശത്ത് കളിസ്ഥലം അത്യാവശ്യത്തിനുണ്ട്.

കഞ്ഞിപ്പുര പുറകുവശത്താണ്. അതിനടുത്തുതന്നെ കിണറുമുണ്ട്. സ്കൂളിൽ എന്നും ഉച്ചയ്ക്ക് കഞ്ഞിയും വൈകുന്നേരങ്ങളിൽ പൊടികലക്കിയ പാലും കുട്ടികൾക്ക് കൊടുക്കാറുണ്ട്. തിളയ്ക്കുന്ന വെള്ളത്തിൽ പാൽപ്പൊടി കലക്കുമ്പോഴുള്ള മണം കൊതിപ്പിക്കുന്നതാണ്. പക്ഷേ, അദ്ദേശത്ത് ചെന്നുപോകരുതെന്നാണ് ഉമ്മയുടെ അരുളപ്പാട്.

"പട്ടിണിക്കാരായ കുട്ട്യേക്ക് പയിപ്പ് മാറ്റാൻ ഗേർമെണ്ട് കൊടുക്കുന്നതാണ് കഞ്ഞിയും പാലും. അത് ഞമ്മള് കുടിച്ചാ നാളെ മഹ്ശറയിൽച്ചെന്നാൽ അള്ളാനോട് കണക്കുപറയേണ്ടിവരും."

ഉച്ചക്കഞ്ഞി കുടിക്കാൻ അലൂമിനിയം തൂക്കുപാത്രവുമായാണ് മിക്ക കുട്ടികളും സ്കൂളിലെത്തുന്നത്. ഞങ്ങൾക്കു ഉച്ചയ്ക്കലേക്കുള്ള ചോറുമായി അസ്സൻ സ്കൂളിന് തൊട്ടടുത്തുള്ള ബന്ധുവിന്റെ വീട്ടിലെത്തുകയാണ് പതിവ്. സ്കൂളിന് അടുത്തുള്ള ചില പുത്തൻ പണക്കാരുടെ

മക്കളും ഞങ്ങളുമൊഴികെ ബാക്കി കുട്ടികളെല്ലാം ഉച്ചക്കഞ്ഞി കുടിക്കും. വൈകുന്നേരത്തെ പാല് പല കുട്ടികളും തൂക്കുപാത്രത്തിൽ വാങ്ങി വീട്ടിൽകൊണ്ടുപോവും.

"ഞാളാടെ എന്നും കട്ടൻചായയാ. ഇതുകൊണ്ടുപോയാ എല്ലാരിക്കും പാൽച്ചായ കുടിക്കാലോ." എന്നാണ് എന്റെ കൂടെ പഠിക്കുന്ന അമ്മാളു പറയുക.

"ഇന്റാട പൈയില്ലേ?"

വീടായാൽ പശുക്കളില്ലാതിരിക്കില്ലെന്ന മട്ടിലാണ് എന്റെ ചോദ്യം.

"ഇല്ല. ഒരു പയ്യിനെ വാങ്ങണോന്ന് അമ്മ എപ്പളും പറയും. പക്ഷേങ്കി പൈശ ഒത്തുവരുന്നില്ലോലെ."

അമ്മാളു ചിലപ്പോൾ എന്റെ പേരു പറഞ്ഞ് രണ്ടുതവണ പാല് വാങ്ങും. ആദ്യം വാങ്ങിയ പാൽ കുറച്ച് എനിക്കു തന്നിട്ട് ബാക്കി അവൾ കുടിക്കും. പാലിന്റെ കൊതിയൂറും മണം മൂക്കിലടിക്കുമ്പോൾ ഞാൻ ഉമ്മയുടെ ശാസന മറക്കും. ഉമ്മ അറിയുമോ എന്നു തിക്കും പൊക്കും നോക്കിയാണ് ഒരിറ്റ് പാൽ രുചിക്കുന്നത്. അച്ചു കണ്ടാൽ ഏഷണി ഉറപ്പാണ്. വളരെ കുറച്ചേ ഞാൻ കഴിക്കാറുള്ളൂ. ബാക്കി അമ്മാളുതന്നെയാണ് കുടിക്കുന്നത്. എന്നിട്ട് വീണ്ടും കഞ്ഞിപ്പുരയിൽച്ചെന്ന് പാലിനായി പാത്രം നീട്ടും. അപ്പോൾ പാലൊഴിക്കുന്ന കണാരേട്ടൻ കണ്ണുരുട്ടും.

"ഇഞ്ഞി ഇപ്പളല്ലേ പാലും മാങ്ങിപ്പോയത്...?"

"അത് കേക്കലെ സൂറാക്ക് കൊടുത്ത്." ദൂരെ മാറി നില്ക്കുന്ന എന്നെ ചൂണ്ടിക്കാണിച്ച് അവൾ പറയുമ്പോൾ പേടിച്ചാണെങ്കിലും ഞാൻ തലയാട്ടും.

കിഴക്കേമാളിയക്കൽ എന്ന ഞങ്ങളുടെ വീട്ടുപേര് ചുരുക്കി കേക്കേല് എന്നാണ് നാട്ടുകാർ പറയുന്നത്. വല്ലിപ്പ മരിച്ച് സ്വത്തുവഹകൾ പങ്കുവച്ച് ഭാഗംപിരിഞ്ഞതോടെ പഴയ പത്രാസും പകിട്ടും വീട്ടിലുണ്ടായിരുന്നില്ല. എന്നാലും, ജീവിതരീതികൾക്ക് വലിയ മാറ്റമൊന്നുമുണ്ടായില്ല. കേക്കേലെ കുട്ടികൾക്ക് സ്കൂളിൽ പ്രത്യേകം പരിഗണനയുണ്ടായിരുന്നു. വിശേഷദിവസങ്ങളിൽ സ്കൂളിൽ പായസമുണ്ടാക്കുക പതിവായിരുന്നു. സ്വാതന്ത്ര്യദിനം, റിപ്പബ്ളിക്ഡേ തുടങ്ങിയദിവസങ്ങളിൽ സ്കൂളിൽ പായസമുണ്ടാക്കും. പിരിവെടുത്താണ് പായസം വയ്പ്. പാലിനുള്ള തേങ്ങ ഞങ്ങളുടെ വീട്ടിൽനിന്നാണ് എത്തിക്കാറുള്ളത്. അരിപ്പായസമാണെങ്കിൽ ഉണക്കലരിയും ഉമ്മ കൊടുക്കും. ബാക്കി സാധനങ്ങൾ സ്കൂളിനടുത്തുള്ള വീടുകളിൽനിന്ന് ശേഖരിക്കും. കഴിവുള്ള കുട്ടികൾ പൈസയായും കൊടുക്കും. പായസവിതരണമുള്ള ദിവസം പായസം കുടിക്കാനുള്ള പാത്രം എല്ലാവരും കൊണ്ടുവരണമെന്ന് മാഷന്മാർ തലേദിവസമേ പറയും. അക്കാര്യം വീട്ടിൽ പറഞ്ഞാൽ ഉമ്മ ചൂടാകും.

"പാത്രവുമായി വരിക്കുനിന്ന് പായസം വാങ്ങാനെങ്ങാൻ ഇങ്ങളാരെങ്കിലും പോയെന്നറിഞ്ഞാൽ കിട്ടും എന്നോട്. ഇന്നു വൈന്നേരം ഞാനി

ടവിടെ പായസമുണ്ടാക്കുന്നുണ്ട്."

സ്കൂളിൽ പായസവിതരണമുള്ള ദിവസങ്ങളിലെല്ലാം വലിയ ഓട്ടുരുളിയിൽ ഉമ്മയും പായസമുണ്ടാക്കും. പായസം കുടിക്കാത്തതിലുള്ള കുട്ടികളുടെ സങ്കടം തീർക്കാൻ. ചെറുപയർ പരിപ്പുകൊണ്ടുള്ള പായസമാണ് ഉമ്മയുണ്ടാക്കുക. അല്ലെങ്കിൽ കടപ്പരിപ്പ്.

"ഇങ്ങളെ പരിപ്പുപായസം എനക്കു മേണ്ട. സ്കൂളിലെ അരിപ്പായസം എന്താ രസമെന്നോ. മണം കേട്ടാ മതി."

കഞ്ഞിഷെഡിൽ കണാരേട്ടൻ പായസമുണ്ടാക്കാറുള്ള പ്രത്യേക മണം മൂക്കിലടിക്കുന്ന ഭാവത്തിലാണ് എന്റെ സംസാരം.

"സൂറാ, തർക്കത്തിന് ബർക്കത്തില്ല. വെറുതെ തർക്കം പിടിക്കണ്ട."

"ഞമ്മള് വരീലൊന്നും നിക്കണ്ട. ഹെഡ്മാഷെ മുറിയില് വെച്ചാ ഞമ്മക്ക് പായസം തരുന്നത്."

പായസക്കൊതിയൻ അച്ചുവും എന്റെ പക്ഷംചേരും.

"അങ്ങനാണെങ്കില് കുട്ട്യേള് കുടിച്ചോട്ടെ മറിയൂട്ടീ." ഉമ്മാമ.

"ഞമ്മളെ നെലേം വേലേം കേളപ്പൻമാഷിനറിയാം. ഇവളെ ഉപ്പാവ മാനേജരായ കാലത്താ അയാളെ ഇബിടത്തെ ഹെഡ്മാഷാക്കിയത്. അങ്ങനച്ചെലരുള്ളതോണ്ട് ഇന്നും നാട്ടിൽ കയിഞ്ഞുകൂടുന്നു. പക്കേങ്കില് അധികംനാൾ ഇങ്ങനെ കയ്യാൻ പറ്റൂന്ന് എനക്ക് തോന്നണില്ല." ഉമ്മയുടെ സ്വരത്തിൽ നിരാശ.

"പണവും സ്വത്തും കുറഞ്ഞെന്ന്വെച്ച് സ്വന്തം നാടുവിട്ട് പോകാൻ പറ്റ്വോ? ഇനിക്കെന്താ പെരാന്താ മറിയൂട്ടീ." ഉമ്മാമ

"പയേ കാലമല്ല. കുടിയാന്മാര് മരിയാദയ്ക്ക് പാട്ടം തരുന്നില്ല. നടന്ന് നടന്ന് മൊയ്തീന്റെ കാലുമ്മലെ തോലു പോയാലാണ് ചാത്തപ്പനും കണാരനും പാട്ടമളക്കുന്നത്. ഞമ്മളെ വയലുകളിൽ മിക്കതും കുടിയാന്മാരെ കൈയിലാ. അതെല്ലാം ഗേർമ്മണ്ട് ഓലിക്ക് ചാർത്തികൊടുക്കാൻ പോവ്വാന്നാ സൂറാന്റെ ഉപ്പ പറയുന്നത്. പോരാഞ്ഞിട്ട് കുടികിടപ്പും കൊടുക്കണോലെ." ഉമ്മ.

"മേലായ റബ്ബേ, അപ്പം ചോറ്ററിക്ക് ഞമ്മളേടെപ്പോവും? ഞമ്മക്ക് ഗേർമ്മണ്ട് ചെലവിന് തര്വോ?"

എന്തോ അത്യാഹിതം സംഭവിച്ചമട്ടിൽ തലയിൽ കൈവെച്ചുകൊണ്ടാണ് ഉമ്മാമയുടെ സംശയം.

"ഞമ്മക്ക് വയലിലിറങ്ങി കൃഷിപ്പണി ചെയ്യാൻ പറ്റ്വോ? പണിക്കാരെവെച്ച് ചെയ്യിക്കാമെന്നുവെച്ചാ കിട്ടണ നെല്ല് വിറ്റാല് കൂലിക്കുള്ള പൈശതെകയൂലാ. തേങ്ങകൊണ്ടൊന്നും ഇനിയത്തെ കാലത്ത് കയിഞ്ഞുകൂടാൻ പറ്റൂല എളാമ."

"അപ്പം ഞമ്മളെന്തു ചെയ്യണമെന്നാ ഇഞ്ഞി പറഞ്ഞുവരുന്നത്?"

"ആൺമക്കളെ പഠിപ്പിച്ച് ഉദ്യോഗസ്ഥരാക്കിയാലേ മേലാക്കം ഞമ്മക്ക് നിക്കക്കള്ളിയുള്ളൂ. ഇന്നാട്ടില് അയിനുള്ള ഏർപ്പാടില്ല. അതാ

കോയിക്കോട്ടേക്ക് താമസം മാറ്റാന്ന് ഞാൻ ഇങ്ങളോട് പറേന്നത്." ഉമ്മ.

"ഇനിക്കെന്തിന്റെ കേടാ മറിയൂട്ടീ? അവനോന്റെ സ്വത്തും മുതലും പൊരേംകൂടീം വിട്ട് അന്യദേശത്ത് ചെന്ന് കുടിയേറണമെന്ന് ഇഞ്ഞിയല്ലാതെ ബേറാരും പയൂലാ." ഉമ്മാമ.

"എനക്ക് ആറ് ആമ്മക്കളാ. ഒന്നും പറക്കമുറ്റിയിട്ടില്ല. ഓലെ ഉപ്പാന്റെ കാര്യം ഇങ്ങക്കറിയാലോ. കേസുംകൂട്ടോം കച്ചോടോം നടത്തി സ്വത്തായ സ്വത്തെല്ലാം മുടിച്ചു. പാട്ടസ്വത്തും കൊറച്ച് തെങ്ങിൻപറമ്പുകളുമാ ബാക്കി. അയിനെക്കൊണ്ട് മക്കക്ക് മേലാക്കം കയിഞ്ഞുകൂടാനാകുമെന്ന് എനക്ക് തോന്നുന്നില്ല."

"ഇഞ്ഞി എന്തു പറഞ്ഞിട്ടെന്താ ഇപ്പൊരേന്ന് എന്റെ മയ്യത്തേ എറങ്ങൂ."

ഉമ്മയും ഉമ്മാമയും തർക്കിക്കുന്നതിനിടയിൽ പായസംകുടിക്കാനുള്ള അനുവാദം സാധിച്ചെടുത്ത് കുട്ടികൾ സ്ഥലംവിടും. ആഗസ്ത് പതിനഞ്ചിന് കൊടി ഉയർത്തൽ കഴിഞ്ഞാണ് പായസംവിതരണം. അച്ചു പായസവിതരണത്തിന് മുൻകൈയെടുത്ത് മാഷന്മാരോടൊപ്പം കൂടും. ഞാൻ കഞ്ഞിപ്പുരയിലെ പായസമണംപിടിച്ച് ഹെഡ്മാഷിന്റെ മുറിക്കു മുന്നിൽ നില്ക്കും. "ബാ, ഇങ്ങോട്ട് കേറിയിരുന്നോ." കേളപ്പൻമാഷ് കണ്ടാൽ ക്ഷണിക്കും. ഞാൻ നാണിച്ച് അകത്തു ചെന്ന് മാഷിന്റെ കസേരയ്ക്കുപിന്നിൽ തൂക്കിയ ഗാന്ധിജിയുടെ പടത്തിലേക്ക് കണ്ണുംനട്ട് നില്ക്കും.

"അതാരാന്നറിയോ ഇനിക്ക്?" ഹെഡ്മാഷ് ചോദിക്കും.

"ഇന്ത്യക്ക് സ്വാതന്ത്ര്യം നേടിത്തന്ന ഗാന്ധിജി."

സോഷ്യൽസ്റ്റഡീസ് ക്ളാസിൽ മുഹമ്മദ്മാഷ് പഠിപ്പിച്ചുതന്ന അറിവ് ഞാൻ അഭിമാനത്തോടെ വിളമ്പും.

"സബാഷ്." മാഷിന്റെ അഭിനന്ദനം. എന്റെ മുഖം വിടരും. എന്നിട്ട് സംശയത്തോടെ പറയും: "ഉമ്മാമ പറയുന്ന് ഗാന്ധിജിയാ ഞമ്മളെ നാട് കുട്ടിച്ചോറാക്കിയതെന്ന്. ബ്രിട്ടീഷ്കാരുടെ കാലത്ത് ഇതിനെക്കാൾ നല്ല സുഖമുള്ള ജീവിതമാണോലെ. ഇപ്പം അരിക്കും തുണിക്കും തീവിലയാണോലെ. ബ്രിട്ടീഷ്കാര് പോയതോടെ കുപ്പായം തുന്നാൻ മുന്തിയ തുണി പോലും കിട്ടുന്നില്ലാന്ന്."

"എന്നിട്ട് നീയെന്തു പറഞ്ഞു?"

"ഞാൻ മൊഹമ്മദ്മാഷ് ക്ളാസിൽ പഠിപ്പിച്ച സ്വാതന്ത്ര്യസമരത്തെക്കുറിച്ച് പറഞ്ഞിട്ട് ഉമ്മാമാക്ക് മനസ്സിലാകുന്നില്ല. ഈറ്റാലത്തെ തലതിരിഞ്ഞ കാര്യങ്ങളാ സ്ക്കൂളില് പഠിപ്പിക്കുന്നത്? കേളപ്പൻമാഷെ ഇന്നു തന്നെ വിളിപ്പിക്കണം മറിയൂട്ടീന്നാ ഉമ്മാമ പറേന്ന്ത്."

"അവരൊക്കെ പഴയ ആളുകളല്ലേ. ജന്മിമാരല്ലേ. അങ്ങനേ പറയൂ. കാരണം ജന്മിമാർക്കും പണക്കാർക്കും ബ്രിട്ടീഷുകാരുടെ കാലത്ത് പരമസുഖമായിരുന്നു. ഇല്ലാത്തവർക്കാകട്ടെ പട്ടിണിയും. നിങ്ങളൊക്കെ പഠി

ച്ചുവലുതായിട്ടുവേണം ഇവിടെ നല്ലോരു നാളെ പടുത്തുയർത്താൻ."

"പെങ്കുട്ട്യേള് പടിച്ചൂടാന്നാ ഉമ്മ പറേന്നത്." എന്റെ സ്വരത്തിൽ സങ്കടം.

"നീയൊക്കെ വലുതാവുമ്പോഴേക്ക് വ്യവസ്ഥിതികൾ മാറാതിരിക്കില്ല. നീ പഠിച്ച് വമ്പത്തിയാകണം കേട്ടോ."

മാഷ് ആശ്വസിപ്പിക്കുമ്പോൾ എന്റെ ഉള്ളിലെ പ്രത്യാശയുടെ പ്രകാശം മുഖത്ത് പരക്കും.

അപ്പോൾ വലിയൊരലൂമിനിയപ്പാത്രത്തിൽ പായസവുമായി കണാരേട്ടനെത്തുന്നു. പിന്നാലെ, കൈയിൽ അട്ടിവെച്ച കുറച്ച് കുപ്പിഗ്ളാസുകളുമായി അമ്മാളുവും കൂടെ അച്ചുവും.

"ഇമ്മൂപ്പര് രണ്ട് ഗ്ളാസ് തട്ടീക്ക് കേട്ടോ." കണാരേട്ടൻ എന്നോട് പതുക്കെ പറയും.

അമ്മാളു ഗ്ളാസുകൾ മേശപ്പുറത്ത് നിരത്തുമ്പോൾ കണാരേട്ടൻ അതിൽ പായസമൊഴിക്കുന്നു.

"മാഷന്മാരെല്ലാം കുടിച്ചോ?" കേളപ്പൻമാഷ് ചോദിക്കുന്നു.

"ഇല്ല, ഓല് ബരുന്നുണ്ട്." എന്നു കണാരേട്ടൻ പറഞ്ഞുതീരുന്നതിനുമുമ്പ് മുന്നിൽ രാവുണ്ണിമാഷും പിന്നിൽ രാഘവൻമാഷും മുഹമ്മദ്മാഷും ജാഥയായി എത്തുന്നു.

"ഇവളെങ്ങനാ പഠിപ്പിൽ?" എന്നെ ചൂണ്ടിക്കൊണ്ട് കേളപ്പൻമാഷ് ചോദിക്കുന്നു.

"കണക്കില് പോക്കാ. കൂട്ടാനും കിഴിക്കാനും ഇപ്പളുമറിയില്ല." കണക്കു പഠിപ്പിക്കുന്ന രാഘവൻമാഷ് ഉടനെ ഉത്തരംകൊടുക്കും.

"പക്ഷേ, ചരിത്രം നന്നായിട്ട് പഠിക്കും. സ്വാതന്ത്ര്യസമരത്തെക്കുറിച്ചൊക്കെ മണിമണിപോലെ പറയും." എന്നു പറഞ്ഞുകൊണ്ട് മുഹമ്മദ്മാഷ് പുറത്തുതട്ടി അഭിനന്ദിക്കുമ്പോൾ അച്ചുവിന്റെ മുഖത്ത് കുശുമ്പ്.

"പക്ഷേ കരച്ചപ്പെട്ടിയാ മാഷേ. പൊരേല് എല്ലാരും ഓളെ കരച്ചപ്പെട്ടിയെന്നാ വിളിക്കുന്നത്."

അച്ചു പറയുമ്പോൾ എനിക്ക് സങ്കടംവരും. പിടിച്ചുനില്ക്കും. അല്ലെങ്കിൽ കള്ളി പൊളിയില്ലേ.

"വലിയ കേമനാന്നാ ഓന്റെ വിചാരം. കഴിഞ്ഞപ്രാവശ്യം നിനക്ക് കണക്കിലെത്രയാ മാർക്ക്?"

രാഘവൻമാഷ് ചോദിക്കുമ്പോൾ കേൾക്കാത്തമട്ടിൽ അച്ചു മറുചോദ്യമിടും

"മാഷ്ക്ക് കുറച്ചൂടി പായസമൊയിക്കട്ടെ."

"അമ്പട വിരുതാ, ഇഞ്ഞി തരക്കേടില്ലാലോ."

കേളപ്പൻമാഷിന്റെ കമന്റ്. അതുകേട്ട് ചെറുചിരിയോടെ ഞാൻ ചൂടുള്ള പായസം ഊതിയൂതി കുടിക്കുന്നു.

പത്ത്

സ്കൂളിൽ കുട്ടികൾക്ക് എല്ലാവർക്കും ഏറ്റവും പേടി രാവുണ്ണി മാഷിനെയായിരുന്നു. മാഷിന്റെ മേശവലിപ്പിൽ ചൂരലുണ്ട്. അടി കിട്ടിയാൽ കണ്ണിൽനിന്ന് പൊന്നീച്ച പറക്കുമെന്നാണ് അമ്മാളു പറയുന്നത്. അമ്മാളുവിന് അടി കിട്ടാറുണ്ട്. മാഷ് രണ്ടാംക്ലാസിലെ ക്ളാസ്മാഷാണ്. ഒന്നിലും രണ്ടിലും മാഷാണ് കണക്കു പഠിപ്പിക്കുന്നത്. ഉമ്മയുടെ വാലായി നടന്നതുകാരണം ഒന്നാംക്ളാസിൽ അധികകാലം ഇരുന്നിട്ടില്ല. കൊല്ലാവസാനം "കുട്ട്യേളെല്ലാം ജയിച്ചില്ലേ ഹെഡ്മാഷേ?" എന്ന് ഉപ്പ വന്നു ചോദിച്ചതുകൊണ്ട് ഞാനും രണ്ടാംക്ളാസിലെത്തി. രണ്ടാം ക്ളാസിലെത്തിയിട്ടും എനിക്ക് കൂട്ടാനും കിഴിക്കാനുമറിയില്ലായിരുന്നു. മാഷ് ബോർഡിൽ കണക്കെഴുതിയിട്ടിട്ട് "എല്ലാരും വേഗം ചെയ്യ്"എന്നു പറയുമ്പോൾ ഞാൻ സ്ളെയിറ്റും പിടിച്ച് മിഴിച്ചിരിക്കും. അടുത്തിരിക്കുന്ന അമ്മാളു അവളുടെ സ്ളെയിറ്റ് ചെരിച്ച് പിടിച്ച് കാണിച്ചുതരും. അതുപോലെ ഞാനും പകർത്തിവയ്ക്കും. അമ്മാളുവിന് കണക്കു തെറ്റിയാൽ എനിക്കും തെറ്റും. "ഓരോരുത്തരായി വാ" എന്നു രാവുണ്ണിമാഷ് വിളിക്കുമ്പോഴേക്ക് നെഞ്ചിടിക്കാൻ തുടങ്ങും. കണക്കുതെറ്റിയാലും കൈനീട്ടാൻ പറയുകയല്ലാതെ മാഷ് എന്നെ അടിക്കാറില്ല. കൈനീട്ടാൻ പറയുമ്പോഴേക്ക് ഞാൻ കരച്ചിൽ തുടങ്ങിയിരിക്കും. കുട്ടികൾ കളിയാക്കി ചിരിക്കുമ്പോൾ കരച്ചിലിന് ശക്തികൂടും. അതോടെ രാവുണ്ണിമാഷ് എന്നോട് സീറ്റിൽ ചെന്നിരിക്കാൻ പറയും.

"ഇങ്ങനെ തൊട്ടേനും പിടിച്ചതിനുമെല്ലാം കരഞ്ഞാൽ ഇഞ്ഞെങ്ങനാടോ ഈ ലോകത്ത് ജീവിക്കുന്നത്? പെങ്കുട്ട്യേളായ നൊമ്പലം സഹിക്കാൻ പഠിക്കണോന്നാ എന്റെ അമ്മ പറേന്നത്."

സ്കൂൾവിട്ട് വീട്ടിലേക്കു നടക്കുമ്പോൾ അമ്മാളു എന്നെ ഉപദേശിക്കും. അമ്മാളുവിനെ കൂട്ടിനു കിട്ടിയതോടെ ഞാൻ അച്ചുവിനെ ഒഴിവാക്കിയിരുന്നു. സ്കൂൾവിട്ടാൽ അച്ചു വീട്ടിലേക്ക് ഒരോട്ടമാണ്. എത്ര മണ്ടിയാലും അച്ചുവിന്റെകൂടെ എനിക്കെത്താനാവില്ല. ഇതിനെക്കുറിച്ച് ഉമ്മയോട് പരാതി പറഞ്ഞപ്പോഴാണ് അമ്മാളുവിന്റെകൂടെ വരാനും പോകാനുമുള്ള അനുവാദം കിട്ടിയത്. വീട്ടിലെത്തിയാൽ ചായകുടി കഴിഞ്ഞതും ഞങ്ങളുടെ വീട്ടിൽ നെല്ലുകുത്താൻവരുന്ന ഉപ്പാത്തയുടെ മകൻ മമ്മൂട്ടിയേയുംകൂട്ടി രാവിലെ തോട്ടിലിറങ്ങുന്ന താറാവിനെ തിരിച്ചുവിളിക്കാനെന്നും പറഞ്ഞ് അച്ചു ഒരു പോക്കാണ്. അമ്മാളുവിന്റെ വീട് റെയിൽവേ ഗേറ്റിനരികിലുള്ള ഇടവഴിയിലാണ്. ഞങ്ങളുടെ കൊയ്ത്തുക്കാരൻ കണാരന്റെ മോളാണ് അമ്മാളു.

"കണാരാ ഇന്റെ മോളോട് സൂറാനെ ഈടെകൊണ്ടാക്കീട്ട് പൊരേപ്പോയാ മതീന്ന് പറയണം. അസ്സൻകുട്ടീന്റൊപ്പരം പാഞ്ഞിട്ട് എത്തംവരുന്നില്ലാന്നു പറഞ്ഞ് ഓക്കെപ്പളും കരച്ചിലാ."

"ഓ അങ്ങനെ ആയിക്കോട്ടോളീ."

കണാരൻ വിനയത്തോടെ പറയുന്നു. അമ്മാളുവിന് എന്നെക്കാൾ പ്രായമുണ്ട്. അവളെ ഏഴാംവയസ്സിലാണ് ഒന്നിൽ ചേർത്തത്. അമ്മാളുവിന്റെ അമ്മ കല്യാണി തൊണ്ടുതല്ലാൻ പോകുമ്പോൾ ഇളയകുട്ടിയെ നോക്കാനുള്ളതുകൊണ്ടാണ് അവളെ സ്കൂളിൽ ചേർക്കാൻ വൈകിയത്.

“എന്നെ സ്കൂളിൽ അയക്കുന്നില്ലെന്നാ അമ്മ ആദ്യം പറഞ്ഞത്. ഹെഡ്മാഷ് വിളിപ്പിച്ച് ചീത്ത പറഞ്ഞിട്ടാ ഏയാം ബയസ്സിലെങ്കിലും അച്ചൻ എന്നെ കൊണ്ടോയി ഒന്നാംക്ളാസിൽ ചേർത്തത്. അതോണ്ടിപ്പം എന്തായി എയ്താനും വായിക്കാനും പഠിച്ചു. കൂട്ടാനും കിയിക്കാനും ഹരിക്കാനും പഠിച്ചതും വലിയ കാര്യല്ലേ. അതൊന്നും പറഞ്ഞാ അമ്മേന്റെ തലേൽ കേറില്ല. അമ്മക്ക് കൊല്ലംകൊല്ലം പേറല്ലേ. അമ്മ പെറ്റുകെടക്കുമ്പം പൊരപ്പണി മുയുമനും തീർത്തിട്ടാ ഞാൻ സ്കൂളിൽ വരുന്നത്.”

“എന്റെ മൂത്ത ഇത്താത്തയും ഈയിടെ പെറ്റു. എന്താ പെണ്ണുങ്ങള്മാത്രം ഇങ്ങനെ എപ്പളും പെറുന്നത്? ആണുങ്ങക്ക് പെറ്റൂടെ?” എന്റെ ചോദ്യംകേൾക്കുമ്പോൾ അമ്മാളു ആടിയുലഞ്ഞ് ചിരിക്കും.

“ഇഞ്ഞിയെന്തൊരു പൊട്ടത്തിയാ. പെണ്ണുങ്ങക്കേ പെറാൻ പറ്റൂ.”

“വലുതായാ അപ്പം ഞമ്മളും പെറണോ.” എന്റെ ചോദ്യം.

“പെണ്ണായ കല്യാണം കയിക്കാണ്ടും പെറാണ്ടും പറ്റൂലടോ.” അമ്മാളു.

“എന്തിനാ എല്ലാരും കല്യാണം കയിക്കുന്നത്?” എനിക്ക് സംശയം തീരില്ല.

“കുട്ട്യേളുണ്ടാവാൻ. എന്നാലല്ലേ ലോകത്തിലാളുണ്ടാവൂ.” അമ്മാളു.

“ഉമ്മ പറേന്ന് പൊക്കിളിൽക്കൂടിയാ കുട്ടി പൊറത്തുവരുന്നതെന്ന്. നേരാ?” ഞാൻ.

“എന്റേമ്മ പൊക്കിളിൽകൂടിയല്ല പെറുന്നത്. അതെനക്കൊറപ്പാ. എങ്ങനാന്ന് ഞാൻ കണ്ടിക്കില്ല. പേറ്റിച്ചി മാതമ്മ വന്നാൽ ഞങ്ങളെ മുറ്റത്തിറക്കി വാതിലടക്കും. എളേ അനിയൻ ശ്രീരാമനെ പെറാൻ നേരത്ത് ചൂടുവെള്ളത്തിനുവേണ്ടി മാതാമ്മ എന്നെ വിളിച്ചീനും. വാതിലിലൂടെ എത്തിനോക്കിയപ്പം കുഞ്ഞൻ അമ്മേന്റെ കാലിന്റെ എടേലേനും.”

അമ്മാളുവിന്റെ സ്റ്റഡീക്ലാസും കഴിഞ്ഞ് ഞാൻ വീട്ടിലെത്തുമ്പോൾ വീട്ടിൽ ചായകുടിയുടെ തിരക്കായിരിക്കും. ചായകുടി വലിയൊരടിയന്തിരമാണ്. വൈകുന്നേരത്തെ ചായ ഉമ്മയാണ് ഉണ്ടാക്കുന്നത്. നാലാപ്പാട്ടിൽ ചായ ഉണ്ടാക്കാനായി ഒരു നീള മേശയിട്ടിട്ടുണ്ട്. വൈകുന്നേരം പശുവിനെ കറന്ന പാൽ തിളപ്പിച്ച് കുഞ്ഞാമിന മേശപ്പുറത്ത് കൊണ്ടുവയ്ക്കുന്നു. വലിയൊരു ചെമ്പിൽ കടുപ്പത്തിൽ കട്ടൻചായയും. പഞ്ചസാരഭരണി, അരിപ്പ, വലിയമരക്കയിൽ, ചായ ഉണ്ടാക്കാനുള്ള പോഞ്ചിയെന്നു പറയുന്ന അലൂമിനിയംകെറ്റിൽ തുടങ്ങിയവ മേശപ്പുറത്ത് നിരത്തി ഉമ്മയുടെ അസറ് നിസ്ക്കാരം കഴിയുന്നതും കാത്ത് കുഞ്ഞാമിന റെഡിയായി നില്ക്കും. ഉമ്മ കെറ്റിലിൽ പാലു പകർന്ന് ചായയും പഞ്ചസാ

രയും ചേർത്ത് ആദ്യം കുട്ടികൾക്കുള്ള ചായ തയ്യാറക്കുന്നു. കാര്യസ്ഥന്മാർക്കും ആണുങ്ങൾക്കുമുള്ളത് മറ്റൊരു കെറ്റിലിലാക്കി അസ്സനെ ഏല്പിക്കുന്നു. അപ്പോഴേക്ക് നാലഞ്ച് പിഞ്ഞാണങ്ങളുമായി ഉമ്മമ്പിയുമ്മ എത്തുന്നു. അതിൽ ഈരണ്ടച്ച് വെല്ലവും കുറേശ്ശ പാലുമൊഴിച്ച് ഉമ്മ ഉമ്മമ്പിയുമ്മയോട് പറയുന്നു: "ബാക്കി ചായ എടുത്തോളീ." ഉമ്മമ്പിയുമ്മ അതുമായി അടുക്കളയിലെത്തുമ്പോൾ ഓരോരുത്തരും അവരവർക്കാവശ്യമുള്ള ചായ ഉണ്ടാക്കുകയാണ് പതിവ്. ഒരുകഷണം വെല്ലം കാണാനില്ല, പാലു കുറഞ്ഞുപോയി, അവസാനം വന്നവർക്ക് ചായത്തണ്ണി കിട്ടിയില്ല – ഇങ്ങനെയുള്ള വഴക്കുകൾ പതിവാണ്. ചായ കൂട്ടിവച്ചിട്ട് കുട്ടികളെത്തിയില്ലെങ്കിൽ ഉമ്മ ഇടയിക്കിടെ ഉമ്മറവരാന്തയിൽച്ചെന്ന് നെറ്റിയിൽ കൈവെച്ച് കുട്ടികൾ വരുന്നുണ്ടോ എന്ന് നോക്കിക്കൊണ്ടിരിക്കും.

"പൈതമ്മക്കള് കുഞ്ഞിക്കാലുംകൊണ്ട് നടന്നെത്തണ്ടെ അമ്മായി. ഇങ്ങള് ബേജാറാവാണ്ട് ഓല് വരുമ്പളത്തിന് ചായക്കൂട്ടാനുള്ള കോതമ്പം കൊയച്ചോളീ.."

കുഞ്ഞാമിന ഉമ്മയെ സമാധാനിപ്പിക്കുന്നു. ഗോതമ്പ് പുഴുങ്ങി തേങ്ങയും പഞ്ചസാരയും ചേർത്ത് കുഴച്ച് അതിൽ നെയ്യൊഴിച്ചതാണ് കോതമ്പംകൊയച്ചത്.

"നായിനേം പൂച്ചനേം കണ്ടാ നെലോളിക്കുന്നോളാ സൂറാ. ഒഫൂറാണെങ്കില് നെലാത്തിട്ടാ കോയീനെപ്പോലയാ നെരത്തുമ്മക്കൂടെ നടക്കുന്നത്. അസ്സൻകുട്ടി വാണംവിട്ടപോലെയാ പാച്ചില്. ലത്തീഫ് നടത്തം തെരക്കിട്ടാണെങ്കിലും നോക്കിയും കണ്ടും നടന്നോളും. ആസിന്റെ മോൻ ബച്ചനാന്നെങ്കിലോ കുരുമുളകാ. അലിക്കുട്ടിനെപ്പറ്റി എനക്കൊരു പേടിയുമില്ല. ഓൻ മാഷമ്മാർ പറഞ്ഞുകൊടുക്കുന്നതുപോലെ എടവും വലവും നോക്കിയേ റോഡ് മുറിച്ച് കടക്കൂ. അരിക് ചേർന്നേ നടക്കൂ."

ചായക്കൂട്ടാൻ ശരിയാക്കുന്നതിനിടയിൽ ഉമ്മ പറഞ്ഞുകൊണ്ടേയിരിക്കും. ഗോതമ്പ്, കടലപ്പരിപ്പ്, മമ്പയർ തുടങ്ങിയവ വേവിച്ച് അതിൽ മധുരവും തേങ്ങയും ചേർത്ത് കുഴച്ചതോ, കടലയോ ചെറുപയറോ വേവിച്ച് കടുകുതാളിച്ചതോ ഒക്കെയായിരിക്കും വൈകുന്നേരത്തെ ചായക്കുള്ള കടി. ഗോതമ്പും കടലപ്പരിപ്പും പുഴുങ്ങിയതിൽ പഞ്ചസാര ചേർക്കുമ്പോൾ മമ്പയറിൽ വെല്ലമാണ് ചേർക്കുന്നത്. ഇതെല്ലാം പണിക്കാരികൾ വേവിച്ച് വയ്ക്കുമെങ്കിലും അവസാന മിനുക്കുപണി ഉമ്മയുടെതാണ്. എന്നും ആദ്യം എത്തുക അച്ചുവായിരിക്കും. തുടർന്നാണ് എന്റെ വരവ്. ഞങ്ങൾ കൈയും കാലും കഴുകി ചായകുടി തുടങ്ങുമ്പോഴായിരിക്കും പയ്യോളി ഹൈയ്ക്കൂളിൽ പഠിക്കുന്ന മുതിർന്നവർ എത്തുക.

എന്റെ ഏറ്റവും മൂത്തസഹോദരി ഞങ്ങൾ പൂത്തയെന്നു വിളിക്കുന്ന ആസി അക്കാലത്ത് നന്തിയിലുള്ള ഭർത്താവിന്റെ വീട്ടിലായിരുന്നു താമസം. നന്തിയിൽ ഹൈസ്കൂളില്ലാത്തതുകൊണ്ട് പൂത്തയുടെ മൂത്ത മകൻ ബച്ചനെന്നു വിളിക്കുന്ന ബഷീർ പയ്യോളിസ്കൂളിലായിരുന്നു പഠിച്ചിരു

ന്നത്. വെള്ളിയാഴ്ചകളിലാണ് നന്തിയിലേക്കു പോകുന്നത്. ഞങ്ങൾ മൂപ്പരെ ബച്ചാക്കയെന്നാണ് വിളിക്കുന്നത്. ബച്ചാക്ക ഭയങ്കര തമാശക്കാരനാണ്. മികച്ച അഭിനേതാവും. ബച്ചാക്ക എത്തുന്നതോടെയാണ് ചായകുടി സജീവമാകുന്നത്. കുട്ടികളെത്തുമ്പോഴേക്കും ഉമ്മ എല്ലാം ഒരുക്കിവയ്ക്കുമെങ്കിലും ആദ്യം കിട്ടണമെന്നു പറഞ്ഞ് എല്ലാവരും ഒന്നിച്ച് തിരക്കുകൂട്ടും. ആദ്യംകിട്ടാൻ ബച്ചാക്കയ്ക്ക് അടവുകൾ പലതാണ്.

"ഉമ്മ എനക്ക് നന്തിയിലെത്താനുള്ളതാണ്. ഇരുട്ടായാ ബയീല് പെരാന്തൻ നയായിക്കളുടെ പടയാണ്."

"ബച്ചാക്കാ പച്ചക്കള്ളത്തരം പറയല്ലേ. ഇന്ന് ബുധനാഴ്ചയല്ലേ." അച്ചു പറയും.

"നേരാ. നീയെന്തിനാടാ ഇന്ന് നന്തീല് പോണത്? വെള്ളിയാഴ്ച പോയാപ്പോരേ?"

പാത്രങ്ങളിൽ ചായക്കൂട്ടാൻ വിളമ്പുന്നതിനിടയിൽ ഉമ്മ ചോദിക്കും.

"ഇന്നു ചെല്ലാൻ പൂത്ത പറഞ്ഞയച്ചതാ."

ഞങ്ങൾ വിളിക്കുന്നതുപോലെ ബച്ചാക്കയും മൂപ്പരുടെ ഉമ്മയെ പൂത്തയെന്നാണ് വിളിക്കുന്നത്. ഉമ്മയെ ഉമ്മാമയെന്നതിനുപകരം ഉമ്മയെന്നും. പതിനഞ്ചാം വയസ്സിലാണ് ഉമ്മ പൂത്തയെ പ്രസവിച്ചത്. പതിനഞ്ചാം വയസ്സിൽത്തന്നെ പൂത്തയും വിവാഹിതയായി. രണ്ടാമത്തെ സഹോദരി ഉമ്മിയുടെ വിവാഹം പതിമൂന്നാം വയസ്സിലായിരുന്നത്രേ. ഉമ്മയുടെ കാരണവർ ബി. പോക്കർസാഹിബിന്റെ മകൻ അബ്ദുള്ള സാഹിബാണ് ഉമ്മിത്തയെ കല്യാണം കഴിച്ചത്. മൂപ്പർക്കന്ന് പ്രായം ഇരുപത്തിയെട്ട്. അതോടെ ഉമ്മയും മക്കളും മത്സരിച്ചു പ്രസവമായിരുന്നു. എന്റെ സഹോദരിമാർക്ക് എന്നെക്കാൾ മൂത്ത മക്കളുണ്ട്. എളയുമ്മയായ ഞാൻ അവരെ ഇത്താത്തയെന്നും ഇക്കാക്കയെന്നുമൊക്കെ വിളിക്കേണ്ടിവന്നു. പൂത്ത ബച്ചാക്കയെ പ്രസവിക്കുമ്പോൾ ഉമ്മ നന്നേ ചെറുപ്പമായിരുന്നു. ഉമ്മാമയെന്നു വിളിക്കാൻ പ്രായമായില്ല എന്നുള്ള പൊതു അഭിപ്രായം മാനിച്ചാണ് ബച്ചാക്കയെക്കൊണ്ട് ഉമ്മാമയെ ഉമ്മയെന്നും ഉമ്മയെ പൂത്തയെന്നും വിളിപ്പിച്ചത്.

നന്തിയിൽ പോകേണ്ടതുകൊണ്ട് ഉമ്മ ആദ്യം ബച്ചാക്കയ്ക്ക് ചായ കൊടുക്കുന്നു. ചായ കൈയിൽ കിട്ടിക്കഴിഞ്ഞാൽ മൂപ്പരുടെ തിരക്ക് അവസാനിക്കുന്നു. തമാശ പറഞ്ഞും കോമാളിത്തരം കാണിച്ചും സാവകാശത്തിലാണ് ചായകുടി. അതിനിടയിൽ ഉമ്മ കാണാതെ ചായയിൽ വീണ്ടും പാലും പഞ്ചസാരയും ചേർക്കുന്നു. അച്ചുവിന്റെയോ എന്റെയോ പ്ളെയിറ്റിൽനിന്ന് ചായക്കടി തട്ടിയെടുക്കുന്നു. ബഹളമയം. അപ്പോൾ ഉമ്മ തിരക്കുകൂട്ടുന്നു.

"ബച്ചാ നേരം മോന്തിയായി. നീ വേഗം പോകാൻ നോക്ക്."

"ഇന്നിനി ഞാൻ പോണില്ലുമ്മാ."

അപ്പോൾ ഉമ്മ ചായക്കൈലുകൊണ്ട് അടിക്കാനോങ്ങി സ്നേഹ

വാത്സല്യത്തോടെ പറയുന്നു:

"ഇന്റെ ഇക്കളി ഇനി നടക്കൂലാ മോനേ. കള്ളപ്പാനൂസ്."

"എന്നും ബച്ചാക്ക ഉമ്മാനെ പറ്റിച്ചാലും ഉമ്മാക്ക് മനസ്സിലാവൂലാ. ഉമ്മ പൊട്ടത്തിത്തന്നെയാ." എന്റെ കമന്റ്.

"അല്ലാന്റുമ്മാ...... ഇതാര്? ഇങ്ങളിവിടെ ഇണ്ടേനോ?" എന്നു ചോദിച്ചുകൊണ്ട് പിന്നെ ബച്ചാക്ക എന്നെ ഓരോന്നു പറഞ്ഞ് കളിയാക്കിത്തുടങ്ങുന്നു.

"അല്ലുമ്മാ, സൂറാനെ ഇങ്ങള് ഈറ്റിച്ചിക്കറുത്താമിനിത്താനോട് നായിത്തവിടും നാലണയും കൊടുത്ത് വാങ്ങിയതാന്ന് എല്ലാരും പറേന്നത് നേരാ? പൂത്തയും ഉമ്മി എളാമയും വെളുവെളെ വെളുത്തിട്ട്. ഇവളാണെങ്കില് കറുത്തിട്ടും. അതെന്താ അങ്ങനെ?" കൂടെയൊരു പാട്ടും.

"അമ്മകറുത്തിട്ട്, മോള് വെളുത്തിട്ട്, മോളെമോളൊരു സുന്ദരിച്ചീ." അപ്പോഴേക്കും ഞാൻ കരച്ചിലിന്റെ വക്കത്തെത്തിയിരിക്കും.

"ഇനി സ്കൂളില് ഓട്ടംതുള്ളല് കളിക്കാൻ എന്റെ പാവാട ചോദിച്ചുവാ. തരൂലാ ഞാൻ."

ചുണ്ട് കോക്രിച്ച് ഞാൻ പറയുമ്പോൾ കൂട്ടച്ചിരി. സ്കൂൾഡേക്ക് ചുവന്ന സിൽക്കുതുണിയിൽ കുറുകെ വെള്ളിവരകളുള്ള എന്റെ പാവാട അരയിൽച്ചുറ്റി ഓട്ടംതുള്ളൽ കളിച്ച് ബച്ചാക്ക ഒന്നാം സമ്മാനം വാങ്ങിയിരുന്നു. അറിഞ്ഞാലും അറിഞ്ഞില്ലെങ്കിലും സ്കൂളിലെ പരിപാടികളിൽ എല്ലാ ഇനങ്ങളിലും ബച്ചാക്ക പങ്കെടുക്കും. സമ്മാനം വാങ്ങുകയും ചെയ്യും. അതിനു മറുപടി പാട്ടാണ്.

"പൊന്നുമോളേ, സൂറക്കുട്ടി അങ്ങനെയൊന്നും പറയല്ലേ, ഇഞ്ഞിഞമ്മളെ കരളല്ലേ." "സോപ്പിടണ്ട, പാവാട ഞാൻ തരൂലാ."

"മതിയാക്കെടാ. വേഗം തിന്നുതീർത്ത് എല്ലാരും പറമ്പിലേക്കിറങ്ങിക്കോ. ചമ്മലടിച്ച് തീയിടണം."

"പൊന്നാരുമ്മാ, ഇന്നലെ മുതൽ എന്റെ ഊരമ്മെന്നൊരു വേദന. ഞാൻ ലേശം കെടക്കട്ടെ" എന്നു പറഞ്ഞ് ബച്ചാക്ക മുങ്ങും.

"നീ മൊയ്തുപ്പിയാപ്ളന്റെ മോനല്ലേ.. തടിയനങ്ങൂലാ."

മൊയ്തുപ്പിയാപ്ള ബച്ചാക്കയുടെ ബാപ്പയാണ്. നന്തിയിൽ റേഷൻ കച്ചവടവുമായി കഴിയുന്ന മൂപ്പർ ആളൊരു സുഖിമാനാണെന്നാണ് ഉമ്മയുടെ അഭിപ്രായം.

"എന്നാലും ഇങ്ങളെ ഉപ്പാനെപ്പോലെ ഉള്ള സ്വത്ത് നശിപ്പിച്ചിട്ടൊന്നുമില്ല." കൂടെ ഉപ്പയ്ക്കൊരു കുത്തും.

"ഇങ്ങള് എന്തിനും ഏതിനും എന്റെ ഉപ്പാവാനെ കുറ്റപ്പെടുത്തുന്നത് തെറ്റാ. പറഞ്ഞില്ലാന്ന് വേണ്ട." പൂത്ത അടുത്തുണ്ടെങ്കിൽ ഉമ്മയെ കുറ്റപ്പെടുത്തും.

"നീ പോണെ. എന്റെ ബെഷമം നീയെന്തറിഞ്ഞിക്ക്?" പറയുമ്പോൾ ഉമ്മയുടെ സ്വരമിടറും.

ചായകുടി കഴിഞ്ഞ് ഉമ്മ ഞങ്ങളെയും കുട്ടി അടുക്കളവശത്തുള്ള പറമ്പിലിറങ്ങും. കൂടെ ഉമ്മമ്പിയുമ്മയുമുണ്ടാകും. ചിലപ്പോൾ കാര്യസ്ഥൻ മൊയ്ത്യാക്കയും കൂടും. പറമ്പ് രണ്ടേക്കറെങ്കിലും കാണും. പറമ്പ് അടിച്ചുവാരി തീയിട്ട് ചാമ്പലാക്കി സൂക്ഷിച്ച് തെങ്ങുതുറക്കുമ്പോൾ അതിന് വളമായി ഇട്ടുകൊടുക്കും. ഇതൊക്കെ വല്ലിപ്പ മരിച്ചതിനുശേഷമുള്ള കാര്യങ്ങളാണ്. വല്ലിപ്പയുണ്ടായിരുന്നപ്പോൾ മുറ്റത്തിറങ്ങാൻപോലും ഉമ്മയെ സമ്മതിക്കാറില്ല. ഉമ്മ പറമ്പിലിറങ്ങി പണിയെടുക്കുന്നത് ഉമ്മാമയ്ക്ക് തീരെ ഇഷ്ടമല്ല.

“ആന മെലിഞ്ഞൂന്നെച്ചിട്ട് ആലയിലാരും കെട്ടലില്ല മറിയൂട്ടീ. അപ്പൊാകകൊണ്ട് ശ്വാസംമുട്ടല് വന്നാ അപ്പളത്തിനപ്പം കോയിക്കോട്ടെക്ക് കൊണ്ടോവാനും ചികിത്സിക്കാനും ഇന്റെ ഉപ്പാവയില്ലാന്നും നീ മറക്കണ്ട.”

ഉമ്മയും മക്കളും പറമ്പിൽ പണിയെടുക്കുന്നതു സങ്കടത്തോടെ നോക്കിക്കൊണ്ട് അടുക്കളവരാന്തയിൽ പലകയിട്ടിരിക്കുന്ന ഉമ്മാമ വിളിച്ചുപറയുന്നത് ഉമ്മ കേട്ട മട്ടുകാണിക്കാറില്ല. ഉത്തരം പറയാറുമില്ല. പറമ്പടിച്ചുവാരി തീയിടൽ ഉമ്മയുടെ സ്വാതന്ത്ര്യപ്രഖ്യാപനം മാത്രമല്ല, മാറ്റത്തിന്റെ അടയാളംകൂടിയാണെന്ന് പിന്നീട് പലപ്പോഴും എനിക്കു തോന്നിയിട്ടുണ്ട്.

ഒരുദിവസം ഞങ്ങൾ പറമ്പടിച്ചു തീയിടുന്നതിനിടയിൽ പണിക്കാരൻ അസ്സൻ ഓടിവന്നിട്ട് പറഞ്ഞു: “അമ്മായീ, മുല്ലാപ്പറത്ത് ഒരു തങ്ങള് ബന്നിക്ക്. തെക്കനാന്നാ തോന്നുന്നത്. ചെറിയ മൊതലാളിച്ചിയും വലിയ മൊതലാളിച്ചിയും ഏടേന്ന് ചോയിക്കുന്ന്.”

ഉമ്മറമാണ് മുല്ലാപ്പറം. കേട്ടതും കുട്ടികളെല്ലാം പറമ്പിലൂടെതന്നെ ഉമ്മറത്തേക്കോടി. ഉമ്മറമുറ്റത്തുനിന്ന് പറമ്പിലേക്കുള്ള പടിപ്പുരവാതിൽ തുറന്നാണ് അസ്സനും വന്നത്. ഞങ്ങളെത്തുമ്പോൾ തങ്ങൾ ഉമ്മറപ്പടിയിൽ ഇരിക്കുകയായിരുന്നു. ഒരു കൈയിൽ മുളവടി. മറുകൈയിൽ ഉമ്മയുടെതുപോലുള്ള തസ്ബീഹ്മാല. എന്തോ ഉറക്കെയും പതുക്കെയും ചെല്ലുന്നുണ്ട്. എന്റെ നോട്ടം മാലയിലായിരുന്നു. അത് ശ്രദ്ധിച്ചിട്ടെന്നപോലെ തങ്ങൾ അത് കുപ്പായത്തിന്റെ കീശയിലിട്ടു. ലുങ്കിയും മുഴുക്കൈക്കുപ്പായവുമായിരുന്നു വേഷം. തലയിൽ വട്ടക്കെട്ട്. വെളുത്ത താടിയും മീശയും.

“ചെറിയമുതലാളിച്ചിയുടെ എളയമോൾ, കുഞ്ഞിമോൾ. കറുത്തിട്ടാണെങ്കിലും വെളുത്ത മനസ്സ്. ഭാഗ്യക്കാരത്തി.” എന്നെ നോക്കി തങ്ങൾ പറയുന്നത്കേട്ട് ഞാൻ കോലായിലേക്ക് കേറി. അപ്പോഴേക്ക് ഉമ്മയും ഉമ്മാമയുമെത്തിയിരുന്നു.

“തങ്ങളേടെന്നാ വരണത്?” ഉമ്മ വിനയത്തോടെ ചോദിച്ചു.

“ഞമ്മക്ക് നാടില്ല, വീടില്ല. ഇവിടത്തെ വലിയമൂപ്പർ അടുത്താണ് മരിച്ചത് അല്ലേ? മൂപ്പരുടെ എളേ മോനല്ലേ ആ മുറിയിൽ അച്ചാലും

മുച്ചാലും നടക്കുന്നത്? സൂക്കേടിന് കുറവില്ലെങ്കില് പറഞ്ഞാമതി. ഞമ്മ ളേല് മരുന്നുണ്ട്."

കേട്ടപ്പോൾ ഉമ്മാമയുടെ മുഖത്ത് ആശങ്ക.

"എല്ലാ കാര്യങ്ങളും മണിമണിപോലെയല്ലേ പറയുന്നത്. ഞമ്മക്ക് മമ്മതിന്റെ കാര്യമൊന്നു പറഞ്ഞാലോ." ഉമ്മാമ ഉമ്മയുടെ ചെവിയിൽ പറയുന്നു.

"കാലം ബെടക്കാ. ആരേം അങ്ങനെ ബിശ്വസിച്ചൂടാ." ഉമ്മ സംശ യത്തോടെ പറയുന്നു. വല്ലിപ്പയ്ക്ക് ഉമ്മാമയിലുണ്ടായ മകനാണ് മമ്മത്. ബി.കോമിനു പഠിക്കുമ്പോൾ പെട്ടെന്ന് മാനസികാസ്വാസ്ഥ്യം വന്നതാ ണ്. ഇപ്പോൾ മുഴുഭ്രാന്തായതുകൊണ്ട് പുറത്തുള്ള ആപ്പീസുമുറിയിൽ പൂട്ടിയിട്ടിരിക്കുകയാണ്. വീട്ടിൽ വരുന്ന തങ്ങമ്മാരോടും മുസലിയാക്ക ന്മാരോടുമെല്ലാം ഉമ്മാമ മമ്മക്കയുടെ കാര്യം പറയും. പലരും ഉമ്മാമയെ പറ്റിച്ചിട്ടുമുണ്ട്.

ഉമ്മയുടെയും ഉമ്മാമയുടെയും മുഖത്തെ സംശയം കണ്ടിട്ടെന്ന പോലെ തങ്ങൾ തിടുക്കംകൂട്ടി.

"ഞാനിറങ്ങുന്നു. പത്തോ ഇരുപത്തഞ്ചോ ഉറുപ്പിക തന്നാൽ അടു ത്തമാസം അജ്മീരിൽ ചെല്ലുമ്പോൾ നേർച്ച നടത്താം."

ഇതെല്ലാം കേട്ടുകൊണ്ടു നില്ക്കുകയായിരുന്ന ഞാൻ പെട്ടെന്നു പറഞ്ഞു. "തങ്ങളുടെ ഒച്ച ബച്ചാക്കയുടെതുപോലെ അല്ലേ."

അപ്പോൾ ഉമ്മയ്ക്കും സംശയം. "എനക്കും തോന്നീക്ക്."

അതു കേട്ടതും "പൈശയൊന്നും ഇപ്പംമാണ്ട. നേർച്ചകയിഞ്ഞിട്ട വരാമെന്നു" പറഞ്ഞു തിരക്കിട്ടുനടക്കുന്നതിനിടയിൽ ഗേറ്റുകടന്നെത്തിയ ഉപ്പയുമായി തങ്ങൾ കൂട്ടിമുട്ടുന്നു.

"നോക്കിനടന്നൂടെ ഹറാംപെറന്നോനെ..."എന്നു പറഞ്ഞുകൊണ്ട് ഉപ്പ കൈയ് ഓങ്ങിയതും "അള്ളാന്റുപ്പാവാ, അടിക്കല്ലേ, ഇത് ഞാനാ ബച്ചൻ" എന്നു ബച്ചാക്ക നിലവിളിച്ചതും ഒന്നിച്ചായിരുന്നു.

"ഇച്ചെക്കനെക്കൊണ്ട് ഞാൻ തോറ്റു."

ഉമ്മയുടെ സ്വരത്തിൽ വാത്സല്യം. ഉപ്പയുടെ മുഖത്തും ചിരി. അവ രുടെ ആദ്യത്തെ പേരക്കുട്ടിയാണ് ബച്ചാക്ക. അതുകൊണ്ടുതന്നെ വീട്ടിൽ ഞങ്ങൾക്കുള്ളതിനേക്കാൾ സ്വാതന്ത്ര്യം ബച്ചാക്കയ്ക്കുണ്ടായിരുന്നു. ഇത്തരം വികൃതികൾ ബച്ചാക്കയുടെ സ്ഥിരം പതിവാണ്.

പതിനൊന്ന്

എനിക്ക് ഓർമ്മവെച്ചകാലം മുതൽ മമ്മക്കയുടെ കിടപ്പ് ഉമ്മറമുറ്റ ത്തിന്റെ പടിഞ്ഞാറുവശത്തു നീളത്തിൽ പണിത ഓഫീസ് മുറികളിലൊ ന്നിലാണ്. മൂന്നു മുറികളും അതിനോട് ചേർന്ന് കുളിമുറിയും ഒളു എടു ക്കാനുള്ള ഹൗളും ചേർന്നതാണ് ആപ്പീസ്മുറിക്കെട്ടിടം. അവിടെ വെ ച്ചാണ് വല്ലിപ്പ തലചുറ്റിവീണതും മരണം സംഭവിച്ചതും. അന്നും മമ്മക്ക

ആ മുറിയിലുണ്ടായിരുന്നു. നിസ്ക്കാരത്തിന് അംഗശുദ്ധിവരുത്താൻ പോകുന്നതിനുമുമ്പ് മമ്മക്കയുടെ മുറിയുടെ മുന്നിൽ അല്പസമയം നോക്കിനില്ക്കുക വല്ലിപ്പയുടെ പതിവായിരുന്നെന്ന് ഉമ്മ പറയാറുണ്ട്. കുളിമുറിയോടു തൊട്ടുള്ള മുറിയിൽ അലമാരകളും എഴുത്തുമേശയും കൂടാതെ ഒരു കട്ടിലുമുണ്ട്. അത് കാര്യസ്ഥൻ ബാവക്കാക്കയുടെ മുറിയാണ്. പൊന്നാനിക്കാരനാണ് ബാവക്കാക്ക. തൊട്ടടുത്തതാണ് മമ്മക്കയുടെ മുറി. അതിൽ ഒരു കട്ടിൽ മാത്രമേയുള്ളൂ. മുമ്പ് മേശയും കസേരകളുമുണ്ടായിരുന്നെന്നും മമ്മക്കയ്ക്ക് സൂക്കേട് കൂടുമ്പോൾ തച്ചുപൊളിക്കുന്നതുകൊണ്ട് മാറ്റിയിട്ടതാണെന്നും പറഞ്ഞുകേട്ടിട്ടുണ്ട്. സൂക്കേട് ഏറുമ്പോൾ മമ്മക്കയെ ബലംപ്രയോഗിച്ച് കാറിൽ കയറ്റി ആസ്പത്രിയിലേക്കു കൊണ്ടുപോവും. കൂടെ നോട്ടക്കാരൻ മാമൂദുമുണ്ടാവും. പിടിക്കാൻ ചെല്ലുന്നവരെ ദേഹോപദ്രവം ഏല്പിച്ചും നിലവിളികൂട്ടിയും ആ സമയത്ത് മമ്മക്ക വല്ലാത്തൊരവസ്ഥയിലായിരിക്കും. ആ സമയത്ത് ഞങ്ങളെ ആരെയും മുൻവശത്തുവരാൻ ഉമ്മ അനുവദിക്കാറില്ല. ഉമ്മാമ ആ കാഴ്ചകണ്ട് ഉമ്മറത്തെ ബെഞ്ചിലിരുന്ന് തേങ്ങിക്കരയും. ഉമ്മ ഉമ്മാമയെ ആശ്വസിപ്പിച്ചുകൊണ്ട് തട്ടംകൊണ്ട് കണ്ണീരൊപ്പും. രണ്ടുമൂന്നു മാസം കഴിയുമ്പോൾ പറ്റെവെട്ടിയമുടിയും മെലിഞ്ഞുണങ്ങിയ ശരീരവുമായി മമ്മക്ക വീണ്ടുമെത്തും. ആരോടും മിണ്ടില്ലെങ്കിലും ആ സമയത്ത് മറ്റു ശല്യങ്ങളൊന്നുമില്ല. രാവും പകലും കിടപ്പാണ്. ഭക്ഷണം കഴിക്കാൻ വിളിച്ചാൽ എണീറ്റിരുന്ന് കഴിക്കും. വീണ്ടും കിടക്കും. ഉമ്മാമ കരളുപൊരിച്ചതും ഇറച്ചിസൂപ്പുമൊക്കെ ഉണ്ടാക്കി കഴിപ്പിച്ച് മമ്മക്കയെ വീണ്ടും കൊഴുപ്പിക്കും. അന്നേരം മമ്മക്ക ഏണിത്തളത്തിലെ തിണ്ണയിൽ കിടക്കവിരിച്ചാണ് കിടക്കുക. തൊട്ടിപ്പുറത്തെ തിണ്ണയിൽ മാമൂദും കിടക്കും.

"നീയെന്തിനാ ബലാലെ എന്റെ പിന്നാലെ കൂടീക്കത്?"

നോർമ്മലാണെങ്കില് മമ്മക്ക മാമൂദിനെ വഴക്കു പറയും. അസുഖമേറുമ്പോൾ ആരും കാണാതെ മാമൂദ് മമ്മക്കയെ ഉപദ്രവിക്കാറുണ്ടെന്ന് മൊയ്ത്യാക്ക ഉമ്മയോട് പരാതി പറയുന്നത് ഞാൻ പലപ്പോഴും കേട്ടിട്ടുണ്ട്.

"കുളിപ്പിക്കാൻ കൊണ്ടോവുമ്പം ഓൻ മമ്മതിനെ കൊറച്ചൊന്നുമല്ല വേദനയാക്കുന്നത്. അതോണ്ടാ സൂക്കേട് മാറുമ്പോൾ ഓൻ മാമൂദിനോട് മാത്തരം തട്ടിക്കേറുന്നത്."

"ഓന്റെ യോഗമെന്നല്ലാതെ എന്തു പറയാനാ മൊയ്തീനെ? ഏറെ ആശയും പൂതീം വെച്ചിട്ടാ എളാമാക്ക് ഓനെ കിട്ടിയത്. തായത്തുവെക്കാണ്ട് പോറ്റിയ കുട്ടിയാ. പഠിക്കാനും വമ്പൻ. പൊന്നിന്റെ നെറം. ഞമ്മളെ ഉപ്പാവാന്റെ മക്കളെ കൂട്ടത്തിൽ ഓനേനും മൊഞ്ചൻ. എല്ലാം തെകഞ്ഞോനെന്നാ എല്ലാരും പറഞ്ഞത്. എന്നിട്ട് ഇപ്പളത്തെ കോലം കണ്ടില്ലേ? എളാമക്കെന്നല്ല ഞമ്മക്കാരിക്കും ഓന്റെ അവസ്ഥകണ്ട് സഹി

ക്കാനാവുന്നില്ല റബ്ബേ. ചികിത്സിക്കാഞ്ഞിട്ടല്ലാലോ. മദിരാശീലും ബോംബേലും കൊണ്ടോയി ചികിത്സിപ്പിച്ചതാ. ഒരു കൊറവും ഉണ്ടായില്ല. ഇനിയങ്ങോട്ട് കോണ്ടോയിട്ട് കാര്യല്ലന്ന് ആടത്തെ മികച്ച ഡോട്ടറന്മാര് പറഞ്ഞേന് ശേശാ ഉപ്പാവ ഓനെ കോയിക്കോട്ടെ കുതിരവട്ടത്തെ പിരാന്തമ്മാരുടെ ആസ്പത്രീല് കാണിച്ചു തൊടങ്ങിയത്. അയിന് എളാമയുണ്ടാക്കാത്ത പുക്കാറില്ല. അതോണ്ടാ എടക്ക് മലപ്പുറത്ത് ഒരു ആസ്പത്രീ കെടത്തി ചികിത്സിച്ചത്. അതോടെ സൂക്കേട് ഏറി. എത്തര പൈസയാ ഉപ്പാവ ഇവനുംവേണ്ടി ഇടിച്ചുതെള്ളിയത്. ഏക്കർ കണക്കിനു ഭൂസ്വത്തുണ്ടായിരുന്ന ഉപ്പാവ മരിച്ചപ്പം ഖജാനയിൽ ഒറ്റ മുക്കാലുണ്ടായിരുന്നില്ലാന്ന് പറഞ്ഞാ ആരെങ്കിലും ബിശ്വസിക്ക്വോ? ഇത് നീയും ഞാനും മാത്തരം അറിഞ്ഞാ മതീട്ടോ. എവന്റെ കാര്യമാലോചിച്ചാ എന്റെ ഉപ്പാവാക്ക് ആധികയറിയതും ഹാർട്ട് പൊട്ടിപ്പോയതും." ഉമ്മ തട്ടംകൊണ്ട് കണ്ണു തുടയ്ക്കുന്നു.

"ഇതൊന്നും ഞമ്മളെ കൈമ്മലല്ലാലോ. എന്നാലും നല്ലോണം പഠിക്കാൻപോയ കുട്ടിക്ക് എന്തേക്കും പറ്റിപ്പോയത്? പരൂഷേ തോറ്റപ്പം സമനെലതെറ്റിപ്പോയെന്നു പറയുന്നത് എനക്കങ്ങോട്ട് ബിശ്വസിക്കാൻ കയ്യുന്നില്ല." മൊയ്ത്യാക്കയും തോളത്തിട്ട തോർത്തുകൊണ്ട് കണ്ണുതുടയ്ക്കുന്നു.

"അതും നേരാ. ഓനും എന്റെ ആമൂട്ടീം ഒരേ പ്രായക്കാരാ. രണ്ടോ മൂന്നോ മാസത്തെ വ്യത്യാസേ ഉള്ളൂ. മമ്മത് ഉപ്പാവാന്റെ മോനായതോണ്ട് ഓനിക്ക് എല്ലാരുടെ എടേലും ദറജ ജാസ്തിയേനും. ഓന് ചെറുപ്പത്തിലെ എല്ലാ കാര്യത്തിലും ഒസുവാസാ. നാലാപ്പാട്ടില് കോയിക്കാട്ടമുണ്ടെന്നും പറഞ്ഞ് ഓൻ കുളിക്കാൻ നേരത്തുമാത്തരേ ആടെ വരൂ. അതും തുണി പൊന്തിച്ച്പിടിച്ച് നെലം തൊടാതെ. തിന്നുന്ന കാര്യത്തിലും അങ്ങനെ തന്നെ. എല്ലാരൊപ്പരോം സുപ്രയിലിരുന്ന് ഓൻ തിന്നൂലാ. ഓനിക്കുള്ളത് പ്രത്യേകമുണ്ടാക്കി എളാമ ഉപ്പാവാന്റെ മുറിയിലിരുത്തിയാണ് ഓനെ തീറ്റിക്കുന്നത്. മക്കളെ ഇങ്ങനെ മാഞ്ഞാലംകേറ്റരുതെന്ന് സൂറാന്റെ ഉപ്പ പറഞ്ഞതിന് എളാമ ചൊടിച്ചതാ. എളാമ ഞമ്മളെ മക്കളെപ്പൊലെ നോക്കീക്കെങ്കിലും എവന്റെ കാര്യം പറഞ്ഞ് ഉപ്പാവാനെ നല്ലോണം സൈ്വരംകെടുത്തീക്ക്." പറയുമ്പോൾ ഉമ്മയുടെ സ്വരമിടറുന്നുണ്ടായിരുന്നു.

"എനക്ക് മമ്മക്കാനെ പേടിയാ. ഇന്നാളൊരുദെവസം ഞാൻ ഉമ്മാന്റെ മുറിയിലിരുന്ന് ചുക്കപ്പം തിന്നുമ്പം അനക്കം കേട്ടു തിരിഞ്ഞുനോക്കിയപ്പം ബയ്യില് മമ്മക്ക. നിലവിളിക്കാൻപോലും പറ്റാതെ ഞാൻ അന്തം വിട്ടുപോയി. അപ്പം മമ്മക്ക ചിരിച്ചുകൊണ്ട് വന്ന് എന്റെ പാത്രത്തിൽനിന്ന് ചുക്കപ്പം തിന്നു. അപ്പളത്തിന് ഉമ്മ ആടെ എത്തി. അല്ലേമ്മാ?"

ഉമ്മയുടെയും മൊയ്ത്യാക്കയുടെ വർത്തമാനം കേട്ടുകൊണ്ട് ഉമ്മറബെഞ്ചിലിരിക്കുകയായിരുന്ന ഞാൻ പെട്ടെന്നാണ് ഇടപെട്ടത്.

“കുഞ്ഞീമ്മാമ ഇബിടെ ഇണ്ടേനോ?” മൊയ്ത്യാക്ക എന്റെ താടിക്കുപിടിച്ച് ലോഗ്യം ചോദിച്ചു.

“ഇപ്പെണ്ണിനെക്കൊണ്ട് ഞാൻ തോറ്റു. മുതിർന്നോരു വർത്താനം പറയുന്നിടത്ത് ചെവിയും കൂർപ്പിച്ചിരുന്നോളും. എന്നിട്ട് രാത്രീല് മേണ്ടതും മേണ്ടാത്തതും കെനാക്കണ്ട് നെലേം വിളീം കൂട്ടും. പോയി കുട്ട്യേളൊപ്പരം കളി പെണ്ണേ.”

ഉമ്മ എത്ര വിലക്കിയാലും മുതിർന്നവർ സംസാരിക്കുമ്പോൾ എന്റെ കാത് ഞാനറിയതെ അങ്ങോട്ടെത്തും. മൊയ്ത്യാക്കയും ഉമ്മയും സംഭാഷണം നിർത്തി അവരവരുടെ വഴിക്ക് പിരിയുമ്പോൾ ഇനിയെന്ത് എന്ന മട്ടിൽ ഞാൻ മുറ്റത്തേക്കിറങ്ങും. അവിടെ ആൺകുട്ടികൾ തിമിർത്ത് ഫുട്ബോൾ കളിക്കുകയായിരിക്കും. ചിലപ്പോൾ ഷട്ടിലും. ഫുട്ബോളാണെങ്കിൽ എനിക്ക് ഗോളിയാകാനുള്ള ചാൻസ് കിട്ടാറുണ്ട്. പാവാട വിടർത്തിപ്പിടിച്ച് ഗോളാകാതെ നോക്കുന്നതുകൊണ്ടാണ് എന്നെ ഗോളിയാക്കുന്നത്.

സന്ദർശകർക്കായി മുറ്റത്തു കെട്ടിയിരുന്ന വലിയ ഓലപ്പന്തൽ വല്ലിപ്പ മരിച്ചതോടെ പൊളിച്ചു മാറ്റിയിരുന്നു. വിശാലമായ ഉമ്മറമുറ്റം അതോടെ കുട്ടികളുടെ സ്വന്തം. കുട്ടികൾ പുറത്തിറങ്ങി നാട്ടിലെ മറ്റുകുട്ടികളോടൊപ്പം ഇടപഴകുന്നത് ഇഷ്ടമില്ലാതിരുന്ന ഉമ്മ മുറ്റത്തുള്ള കളിയെ പ്രോത്സാഹിപ്പിച്ചു. ഇക്കാക്കമാരുടെ ആവശ്യപ്രകാരം ഷട്ടിൽ കളിക്കാനുള്ള സൗകര്യവും മുറ്റത്തിന്റെ ഒരുവശത്തുണ്ടാക്കിയിരുന്നു. കളിക്കുന്നതിനിടയിൽ എന്നെയാരും ശ്രദ്ധിക്കുന്നില്ലെങ്കിൽ ഞാൻ പൂക്കളോടും പൂമ്പാറ്റകളോടു ലോഗ്യം പറഞ്ഞ് മുറ്റത്ത് ഉലാത്തും. മമ്മക്കയ്ക്ക് വട്ടുകുറഞ്ഞ സമയമാണെങ്കിൽ മമ്മക്ക മുറിയുടെ ജനാലയിൽ പിടിച്ചുകൊണ്ട് ഫുട്ബോൾ കളിയിൽ പങ്കുചേരും.

“ലത്തീഫേ വലത്തോട്ട് സൈഡ് കൊടുക്കടാ. ബച്ചാ ആ പാസ് വിടല്ലേ. ശ്ശേ, കോന്തൻ....അത് ഗോളാക്കണ്ടേ?”

അത് കേൾക്കാൻ ഉമ്മാമ ഉമ്മറത്തുണ്ടെങ്കിൽ മുഖം തെളിയും. ഉമ്മാമ പറയും:

“കണ്ടോ ബടകരയിലെ തങ്ങളെ മരുന്നു കുടിച്ചപ്പം ഓനിക്കി നല്ല കൊറവുണ്ട്. അൽഹംദുലില്ലാഹ്, ഇങ്ങനെയാണെങ്കില് നാളെ മുതല് ഞമ്മക്കോനെ അകത്തെ മുറിയിൽ കിടത്താം.”

ഉമ്മ അതിനു മറുപടി പറയില്ലെങ്കിലും മുഖം മങ്ങും. മമ്മക്കയുടെ സ്വഭാവം എപ്പഴാ മാറുകയെന്ന് പ്രവചിക്കാനാവില്ല. കുട്ടികളുടെകൂടെ കളിച്ചുകൊണ്ടിരിക്കുന്നതിനിടയിൽ പെട്ടെന്നായിരിക്കും ആള് മാറുന്നത്.

“എന്റെ ഒഫൂറിനെ ഓനൊരിക്കൽ പലകകൊണ്ടെറിഞ്ഞതാ. എന്റെ മക്കളെ കൂട്ടത്തിൽ സാധു ഒഫൂറാ. ഓനിക്ക് ആരെ സങ്കടവും കണ്ടു സഹിക്കാനാവില്ല. പൊറത്തിറങ്ങണമെന്നു പറഞ്ഞ് ഒരിക്കൽ മമ്മത് മുറിയിൽ കിടന്ന് ഒച്ചയും വിളിയും കൂട്ടുന്നത് കണ്ട് പാവം ചെക്കൻ ചെന്ന്

മുറിന്റെ വാതിൽ തുറന്നുകൊടുത്തു. കൊറച്ചുനേരം ഓൻ ഒഫൂറിന്റെ കൈയുംപിടിച്ച് മുറ്റത്തെല്ലാം നടന്ന്. പിന്നെ പെട്ടെന്ന് ഗേറ്റിനു പുറത്തേക്കൊരോട്ടം. മമ്മക്കാ പായല്ലേന്നും പറഞ്ഞ് എന്റെ കുട്ടി പിന്നാലെ പാഞ്ഞപ്പം കൈയിൽകിട്ടിയ മുട്ടിക്കണ്ടംകൊണ്ട് ഒരേറ്. അള്ളാന്റെ ബേണ്ടുകകൊണ്ടാ തലയിൽകൊള്ളാതെ കൈച്ചലായത്. കുട്ടി പേടിച്ച രണ്ടുപോയി. അയിന്റേശം മമ്മത് പൊറത്തിങ്ങുമ്പോ എന്റെ പള്ളേൽ തീയാ. എളാമാന്റെ സങ്കടം കാണുമ്പോ ഒന്നും മിണ്ടാനും പറ്റൂലാ."

എന്റെ സഹോദരൻ കാർട്ടൂണിസ്റ്റ് ബി. എം. ഗഫൂറിനെ ഉമ്മയും നാട്ടുകാരും ബന്ധുക്കളും ഒഫൂർ എന്നാണ് വിളിക്കാറുണ്ടായിരുന്നത്. താഴെയുള്ളവർ ഒഫൂർക്കഎന്നു വിളിച്ചപ്പോൾ ഞാനും അച്ചുവും ഇക്കാക്കയെന്നാണ് വിളിച്ചത്. ഉമ്മ പറഞ്ഞത് നേരായിരുന്നു. മറ്റുള്ളവരുടെ സങ്കടം കാണുകയും കേൾക്കുകയും ചെയ്യുമ്പോൾ ഇക്കാക്കയുടെ മുഖം വാടും. മമ്മക്കയെക്കുറിച്ച് ഇക്കാക്ക എപ്പോഴും സഹതപിക്കും. മമ്മക്ക ജനിച്ചപ്പോഴേ ഭ്രാന്തനായിരുന്നു എന്ന എന്റെ ധാരണ തിരുത്തിയത് ഇക്കാക്കയായിരുന്നു. ആരും ഭ്രാന്തരായിട്ട് ജനിക്കുന്നില്ല. ചിലർ സ്വാർത്ഥതാല്പര്യങ്ങൾക്കുവേണ്ടി ചിലരെ ഭ്രാന്തരാക്കുകയാണ് എന്ന ഇക്കാക്കയുടെ വാദം എനിക്കന്ന് മനസ്സിലായില്ല. കോളേജിൽ പഠിക്കുന്ന കാലത്ത് പെട്ടെന്നുണ്ടായ എന്തോ സംഭവമാണ് മമ്മക്കയുടെ സമനില തെറ്റിയച്ചതെന്ന് ഇക്കാക്ക ഉറച്ചുവിശ്വസിച്ചു. ആ സംഭവമെന്തായിരുന്നെന്ന് അന്നും ഇന്നും ആരും ചിക്കിപ്പരത്താൻ ശ്രമിച്ചിട്ടില്ല. ഇക്കാക്ക മമ്മക്കയുടെ നല്ലകാലം കണ്ടിരുന്നു. ഒന്നിച്ചു കളിച്ചും ഉണ്ടും ഉറങ്ങിയും നടന്ന ഒരാൾ പെട്ടെന്ന് ഭ്രാന്തനായി മുറിയിലടയ്ക്കപ്പെട്ടത് കണ്ട് കുറച്ചൊന്നുമല്ല അന്ധാളിച്ചതെന്ന് ഇക്കാക്ക എന്നോട് പറഞ്ഞിട്ടുണ്ട്.

എന്റെ കുട്ടിക്കാലത്ത് മമ്മക്ക മുറിക്കുള്ളിലായിരുന്നു. ഉമ്മയെ ചെറീത്താത്ത എന്നാണ് മമ്മക്ക വിളിക്കാറുണ്ടായിരുന്നത്. പൊതുവെ ശാന്തനാണ് മമ്മക്ക. അസുഖമില്ലാത്ത സമയത്ത് ഭക്ഷണംകഴിക്കാൻ ഉമ്മ ചെന്ന് മമ്മക്കയെ അകത്തേക്ക് കൂട്ടിക്കൊണ്ടുവരും. ഉമ്മയുടെ പിന്നാലെ അനുസരണയുള്ള കുട്ടിയെപ്പോലെ മമ്മക്ക അകത്തുവന്ന് ഉമ്മാമയുടെ മുറിയിലെ പത്തായത്തിനു പുറത്തിരിക്കും. ഭക്ഷണം കഴിക്കുന്നതിനിടയിൽ ചിലപ്പോൾ തമാശ പറയുകയും പതിവാണ്. ആഴ്ചയിലൊരിക്കൽ വലിയൊരു കുട്ടയും തലയിലേറ്റി അപ്പക്കാരനെത്തുക പതിവാണ്. ബ്രെഡ്, ബണ്ണ്, ബിസ്കറ്റ്, ലൊട്ട, കൊള്ളിബിസ്ക്കറ്റ് തുടങ്ങിയ ബേക്കറിസാധനങ്ങളാണ് കുട്ടയിൽ. രാവിലെയാണ് അയാളെത്തുക. അപ്പക്കാരനെത്തിയ വിവരം മൊയ്ത്യാക്കയോ അസ്സനോ അകത്തുവന്നു പറയുമ്പോൾ കുട്ടികൾ തുരുതുരെ ഉമ്മറത്തെത്തുന്നു. ബന്നിന്റെ കൂട്ട് ചെറുതാക്കി ഉരുട്ടി കരുമുരുങ്ങനെ ബേക്കു ചെയ്യുന്നതാണ് ലൊട്ട. അതിന്റെ നീളത്തിലുള്ള രൂപം കൊള്ളിബിസ്ക്കറ്റ്. കുട്ടികൾക്ക് ഇടയ്ക്ക് കൊറിക്കാൻ ഉമ്മ ലൊട്ടയും ബിസ്കറ്റും വാങ്ങിക്കും. മമ്മക്കയ്ക്ക് കൊള്ളി

യാണ് ഇഷ്ടം. ചായ കുടിക്കുമ്പോൾ കൊള്ളി കൈയിലെടുത്ത് മമ്മക്ക എന്നോട് ചോദിക്കും:

"എണേ, ഇനിക്കീന്റെ പേരറിയോ?"

ഞാൻ പേടിയോടെ ഇല്ലെന്നു തലയാട്ടും. അപ്പോ മമ്മക്ക പരിഹാസച്ചിരിയോടെ പറയും:

"ഈന്റെ പേരാണ് മൊയ്തീൻകൊള്ളി. ഇനിക്ക് മാണോ. എന്റടുത്ത് വന്നാ തരാം."

ഉമ്മയോട് ശാഠ്യംപിടിച്ച് വാങ്ങിയ കൊള്ളി മമ്മക്കയുടെ മുന്നിലുണ്ടാകും. പലപ്പോഴും മമ്മക്ക അത് മുഴുവൻ കഴിക്കാറില്ല. എന്നാലും കുറേ വേണമെന്നു പറഞ്ഞ് ശാഠ്യം പതിവാണ്. എനിക്ക് പോകണമെന്നുണ്ടാവും. പക്ഷേ ഉമ്മ സമ്മതിക്കില്ല.

"സുഖമില്ലാത്തോനാ. ഒന്റെ സമനില എപ്പളാ തെറ്റണതെന്നറിയൂലാ. ഓൻ വിളിച്ചാ അടുത്തേക്ക് പോവല്ലേ."

ഉമ്മ എപ്പോഴും താക്കീത് ചെയ്യും. ഉമ്മയുടെ താക്കീത് അവഗണിച്ച് ഒരിക്കൽ ഞാൻ അടുത്തുചെന്നപ്പോൾ മമ്മക്ക സ്നേഹത്തോടെ എന്നെ അടുത്തുവിളിച്ചിരുത്തി കഴുത്തുപിടിച്ച് ഞെരിച്ചതും നിലവിളി കേട്ടെത്തിയ ഉമ്മ ഒരുതരത്തിൽ രക്ഷപ്പെടുത്തിയതും എന്റെ കിനാപ്പേടികളിലൊന്നാണ്. മമ്മക്ക പറയുന്നത് കേട്ട് ഞങ്ങൾ കുട്ടികൾ കൊള്ളിബിസ്ക്കറ്റിനെ മൊയ്തീൻകൊള്ളിയെന്നു പറഞ്ഞുതുടങ്ങി. അതോടെ നാട്ടുകാർക്ക് മുഴുവനും അത് മൊയ്തീൻകൊള്ളിയായി.

കാണെക്കാണെ മമ്മക്ക വല്ലാതെ ക്ഷീണിച്ചു. ആഹാരം വേണ്ട. ബഹളവും കുറഞ്ഞു. ഏതുനേരവും കിടപ്പ്. ഉമ്മ പയ്യോളിയിലുള്ള അയ്യർ ഡോക്ടരെ കാണിച്ച് മരുന്നു വാങ്ങിക്കൊടുത്തെങ്കിലും ക്ഷീണം മാറിയില്ല.

"ഓനെ ഞമ്മക്കിനി രാത്തിരി പൊറത്തെ മുറിയൽ കെടത്തണ്ട. അകത്ത് കെടത്താം." ഉമ്മ പറഞ്ഞപ്പോൾ ഉമ്മാമയ്ക്കും സന്തോഷം.

ഒരു ദിവസം വൈകുന്നേരം കുട്ടികൾ മുറ്റത്ത് ഫുട്ബോൾ കളിച്ചുകൊണ്ടിരിക്കുമ്പോൾ ബോൾ മമ്മക്കയുടെ മുറിയുടെ ജനലിൽത്തട്ടി തെറിച്ച ഒച്ച കേട്ട് മമ്മക്ക എണീറ്റിരുന്ന് പകച്ചുനോക്കുന്നതുകണ്ട് ബോളെടുക്കാൻ ചെന്ന ഇക്കാക്ക ചോദിച്ചു: "എന്താ മമ്മക്ക സുഖമില്ലേ?"

"ആരാദ് ഒഹ്റാ..? നെഞ്ഞത്ത്ന്നൊരു ബേദന. നീ ചെന്ന് ചെറീത്താത്താനെ വിളിച്ചുകൊണ്ടന്നാ."

പറയുന്നതുകേട്ടാൽ മമ്മക്ക മാനസികരോഗിയാണെന്നേ തോന്നില്ല.

"വേഗം ചെന്ന് ഉമ്മയെ വിളിച്ചിട്ടുവന്നാ" എന്ന് എന്നെ ഏല്പിച്ചിട്ട് ഇക്കാക്ക മമ്മക്കയുടെ മുറി തുറന്ന് അകത്ത് കയറി. അകത്ത് മൂത്രത്തിന്റെ നാറ്റം. അവിടെ തങ്ങാതെ ഞാൻ ഉമ്മയെ വിളിക്കാൻ വീട്ടിനകത്തേക്കോടി. ഞാനും ഉമ്മയും ഉമ്മറത്തെത്തിയത്തിയപ്പോഴേക്കും ഇക്കാക്ക മമ്മക്കയെ മുറിക്കു പുറത്ത് ഇറക്കിയിരുന്നു.

"ഒഫൂറേ, മേണ്ടാത്ത പണിക്ക് പോവല്ലേ" എന്നു പറഞ്ഞുകൊണ്ട് നോട്ടക്കാരൻ മാമൂദാക്ക ഓടിവരുന്നുണ്ടായിരുന്നു. ഇക്കാക്ക അതുവക വയ്ക്കാതെ അയാളോട് തട്ടിക്കയറി: "മമ്മക്ക മൂത്രമൊഴിച്ചാ തുണി യൊന്ന് മാറ്റിക്കൊടുത്തൂടെ ഇങ്ങക്ക്? നാറീട്ട് അതിനകത്ത് കേറിക്കൂടാ."

ആരോടും കടുത്തൊന്നും പറയാത്ത ഇക്കാക്ക ക്ഷോഭിക്കുന്നുണ്ടാ യിരുന്നു. ഉമ്മ മമ്മക്കയുടെ നെറ്റിയിൽ തൊട്ടുനോക്കിയിട്ട് പറഞ്ഞു: "അള്ളാ തീപോലെ പനിക്കുന്നല്ലോ. പനിയുണ്ടെന്ന് നീയെന്താ പറയാ ഞ്ഞത് മാമൂദേ..?" ഉമ്മയുടെ സ്വരവും കടുത്തു.

"ബാ മോനേ" എന്നുവിളിച്ചപ്പോൾ മമ്മക്ക അനുസരണയുള്ള കുട്ടി യെപ്പോലെ അകത്തേക്കു നടന്നു. കൂടെ ഞങ്ങൾ കുട്ടികളും ജാഥയായി പിന്തുടർന്നു. അപ്പോഴേക്കും വിവരമറിഞ്ഞ് ഉമ്മാമയും ഉമ്മറത്തെത്തി യിരുന്നു.

"എന്താ മറിയൂട്ടീ?" ഉമ്മാമ വേവലാതിയോടെ ചോദിച്ചു.

"എനക്കൊന്നുമില്ല, ബേജാറാവണ്ട." വളരെ ശാന്തമായി മമ്മക്ക പറയുന്നത് കേട്ട് ഉമ്മാമയുടെ കണ്ണുനിറഞ്ഞൊഴുകി.

"ഞമ്മക്കൊന്ന് മേലു കയ്കിയാലോ മമ്മദേ?" ഉമ്മ ചോദിച്ചപ്പോൾ മമ്മക്ക തലയാട്ടി.

"മാമൂദേ, നീയും വാ" എന്നു പറഞ്ഞുകൊണ്ട് ഉമ്മ മമ്മക്കയേയും കൂട്ടി കുളിമുറിയിലേക്കു നടന്നപ്പോൾ ഞങ്ങൾ കളിനിർത്തി അക ത്തേക്കു നടന്നു. ഇക്കാക്ക പക്ഷേ, സങ്കടപ്പെട്ട് ഉമ്മറപ്പടിയിലിരുന്നതേ യുള്ളൂ. അന്നു രാത്രി ഞാൻ കിടക്കാൻപോകുമ്പോൾ മമ്മക്ക കോണി ത്തളത്തിലെ തിണ്ണയിൽ കിടക്ക വിരിച്ചു കിടക്കുന്നുണ്ടായിരുന്നു. ഉമ്മ യും ഉമ്മാമയും അടുത്തിരുന്ന് എന്തോ ഓതുന്നു. ഉമ്മാമ ഇടയ്ക്കിടെ ശൂ, ശൂ എന്ന് മുഖത്തേക്കൂതുമ്പോൾ മമ്മക്ക അസ്വസ്ഥതയോടെ ഉമ്മാ മയെ വിലക്കുന്നു. ഏറെ നേരം കാത്തുനിന്നിട്ടും ഉമ്മ മുകളിലേക്കു വരു ന്നില്ലെന്നു കണ്ട് ഞാൻ മുകളിലെ മുറിയിലുള്ള ഉമ്മയുടെ കട്ടി ലിൽച്ചെന്നു കിടന്നു. പാതിരാക്ക് എന്തോ കിനാവുകണ്ട് ഞെട്ടിയുണർന്ന പ്പോൾ ഉമ്മ കട്ടിലിലില്ല. ഉപ്പയുടെ കട്ടിലും ഒഴിഞ്ഞു കിടക്കുന്നു. ഞാൻ കിടക്കുമ്പോൾ ഉപ്പ കട്ടിലിലുണ്ടായിരുന്നു.

"ഉമ്മ മമ്മക്കാന്റടുത്താ?" എന്ന് എന്നോട് ചോദിച്ചതുമാണ്.

വെപ്രാളത്തോടെ കോണിയിറങ്ങുമ്പോൾ ആരൊക്കെയോ മമ്മ ക്കയെ എടുത്ത് പൂമുഖത്തിട്ട ബെഞ്ചിൽ കിടത്തുന്നു. ഉമ്മാമ ഉറക്കെ നിലവിളിക്കുന്നു. ഞാനും നിലവിളിച്ചുകൊണ്ട് കോണിയിറങ്ങി.

പന്ത്രണ്ട്

അഞ്ചാംതരത്തിൽ പയ്യോളി ഹൈസ്കൂളിൽ ചേർന്നതോടെ കേക്കേലെ കുട്ടികൾ എന്നുള്ള പരിഗണനയൊന്നുമില്ലാതായി. ധാരാളം കുട്ടികൾ പഠിക്കുന്ന വലിയ സ്കൂൾ. അടച്ചുറപ്പുള്ള ക്ളാസ്സുമുറികൾ.

ഓഫീസുകെട്ടിടം കൂടാതെ നാലഞ്ചെടുപ്പുകൾ. മൈതാനംപോലെ കിടക്കുന്ന കളിസ്ഥലം. ധാരാളം മാഷന്മാരും ടീച്ചർമാരും. പല ക്ലാസ്സുകളും രണ്ടും മൂന്നും ഡിവിഷനുകളുണ്ടായിരുന്നു. ആ ദേശത്തെ ഏക ഹൈസ്കൂളായതിനാൽ മേലടി, തൃക്കോട്ടൂർ, പെരുമാളപുരം, പള്ളിക്കര തുടങ്ങിയ ഗ്രാമങ്ങളിൽനിന്നെല്ലാം കുട്ടികൾ എത്തുമായിരുന്നു. തിക്കോടി സ്കൂളിൽ ഞങ്ങളെ അറിയാത്ത കുട്ടികൾ കുറച്ചേ ഉണ്ടായിരുന്നുള്ളൂ. പലരും ഞങ്ങളുടെ പാട്ടക്കാരുടെയും കൊയ്ത്തക്കാരുടെയും മക്കളായിരുന്നു. ബാക്കിയുള്ളവർ സന്ധുബന്ധുക്കളും.

"ഹൈസ്കൂളിലാവുമ്പോൾ നിന്റെ ഉമ്മാന്റൊപ്പരമുള്ള സർക്കീട്ട് നിർത്തുന്നതായിരിക്കും നല്ലത്. പഠിക്കാതെ പ്രമോഷൻ കിട്ടാനൊന്നും പോകുന്നില്ല. മുഹമ്മദലിയോട് ചോദിച്ച് കണക്കു പഠിച്ചോളണം. ഓൻ കണക്കില് മിടുക്കനാ. തിക്കോടിമാപ്പിളസ്കൂളിനെ പറയിപ്പിക്കരുത്. കേക്കുന്നുണ്ടോ നീ?" രാഘവൻമാഷ് പ്രത്യേകം ഓർമ്മിപ്പിച്ചിരുന്നു.

"ബാക്കി വിഷയങ്ങളിലൊക്കെ ഓള് കേമത്തിയാ. കണക്കു നന്നായി പഠിച്ചോളണം കേട്ടോ?" മുഹമ്മദ്മാഷും ഉപദേശിച്ചു.

"നന്നായിട്ടു പരിശ്രമിച്ചാ എല്ലാം ശരിയാകും. ബേജാറാകാനൊന്നുമില്ല." എന്റെ മുഖമിരുളുന്നതുകണ്ട് കേളപ്പൻമാഷ് സമാധാനിപ്പിച്ചു.

ഇതെല്ലാം മനസ്സിലിട്ടുകൊണ്ടാണ് ഒരു ജൂൺ ഒന്നാം തീയതിയിലെ പെരുമഴയത്ത് പയ്യോളിസ്കൂൾ മുറ്റത്ത് കാലുകുത്തിയത്. പെരുമഴയത്ത് റോഡും ഇടവഴികളും താണ്ടിയെത്തിയതുകാരണം കുടചൂടിയിട്ടും പാവാടയും ബ്ലൗസും നനഞ്ഞൊട്ടിയിരുന്നു. ആകെയൊരു സമാധാനം മൂത്ത സഹോദരി പൂത്തയുടെ മകൾ നസീമും കൂട്ടിനുണ്ടായിരുന്നു എന്നതാണ്. നന്തിയിലെ സ്കൂളിൽ അഞ്ചാംതരം വരയേയുള്ളൂ. അതുകൊണ്ട് അക്കൊല്ലം ആറിൽ അവളെയും എന്റെ സ്കൂളിൽ ചേർത്തു. പുതിയ നീലപ്പാവാടയും വെള്ളബ്ളൗസും നീലത്തട്ടവും നനഞ്ഞതിലുള്ള സങ്കടം അവളുടെയും എന്റെയും മുഖത്ത് പ്രകടമായിരുന്നു. അച്ചു ഞങ്ങളേക്കാൾ ഒരു വർഷം നേരത്തേയെത്തി അവിടെ വലിയ ആളായി വിലസുന്നുണ്ടായിരുന്നു. ഞങ്ങളുടെ ക്ളാസ് കാണിച്ചുതരാൻ പറഞ്ഞിട്ട് കേൾക്കാത്ത ഭാവത്തിൽ മൂപ്പർ സ്ഥലംവിട്ടു. ഞാനും നെച്ചിയും എന്തു ചെയ്യണമെന്നറിയാതെ പരുങ്ങിനില്ക്കുമ്പോൾ വെള്ളയിൽ ചുകന്ന പൂക്കളുള്ള സാരിയുടുത്ത ടീച്ചർ അടുത്തേക്കുവന്നിട്ട് ചോദിച്ചു:

"എന്താ ക്ളാസിൽ പോവാത്തത്?"

"ക്ലാസേടെയാന്നറിയൂലാ." നെച്ചിയാണ് മറുപടി പറഞ്ഞത്.

"നിങ്ങളെവിടെയുള്ളതാ?"

"തിക്കോടി, കേക്കേ മാളിയക്കലെന്നു കേട്ടിട്ടില്ലേ. ആടത്തെ കുട്ടികളാ." ഞങ്ങളെപ്പറ്റി അറിയാത്തവർ അന്നാട്ടിലില്ലെന്ന മട്ടിലാണ് അവളുടെ പറച്ചിൽ.

ടീച്ചറുടെ മുഖത്ത് ചിരി.

"ആട്ടേ, നിങ്ങളേതു ക്ളാസിലാ?"

"ഞാൻ ആറില്. ഓള് അഞ്ചില്."

പൊതുവേ അധികം സംസാരിക്കാത്ത ഞാൻ പരുങ്ങി നില്ക്കുമ്പോൾ അവൾ മണിമണിപോലെ ഉത്തരം പറയുന്നുണ്ടായിരുന്നു.

"ഈ കുട്ടി നിന്റെ അനിയത്തിയാ?" ടീച്ചർ ചോദിച്ചു.

"അല്ല. ഓളെന്റെ ഉമ്മാന്റെ അനിയത്തിയാ."

"നിന്റെ ഉമ്മാക്ക് ഇത്രയും ചെറിയ അനിയത്തിയോ?"

ടീച്ചറുടെ ചോദ്യം എന്നെ അലോരസപ്പെടുത്തി. ഉമ്മ എന്നെ നേരത്തെ പെറാത്തതിലുള്ള അമർഷം മുഖത്ത് പ്രകടമായിട്ടുണ്ടാകണം.

"ഏതു ഡിവിഷനിലാണെന്നറിയാമോ?"

ടീച്ചർ ചോദ്യം മയപ്പെടുത്തി. അങ്ങനെയൊരു വാക്ക് ഞങ്ങൾ ആദ്യം കേൾക്കുകയായിരുന്നു. ഞങ്ങൾ മുഖത്തോടുമുഖം നോക്കി അന്തിച്ചുനിന്നു. ഒന്നില്, രണ്ടില് എന്നല്ലാതെ ഡിവിഷനെന്ന വാക്ക് ഞങ്ങൾ കേട്ടിട്ടില്ല. ദൂരേനിന്ന് ആക്കാക്ക നടന്നുവരുന്നതുകണ്ട് ഞാൻ ആശ്വാസത്തോടെ നെടുവീർപ്പിട്ടു. മൂപ്പരന്ന് അവിടത്തന്നെ ഒമ്പതിൽ പഠിക്കുകയായിരുന്നു.

"നമസ്കാരം ടീച്ചർ." ആക്കാക്ക കൈകൂപ്പിക്കൊണ്ട് ടീച്ചറെ വന്ദിച്ചു.

"നമസ്കാരം. എന്താ ലത്തീഫേ?"

"ഇവർക്ക് കള്സുകാണിച്ചുകൊടുക്കാൻ വന്നതാ."

"ഓ നിന്റെ അനിയത്തിയാണോ? എന്താ നിന്റെ പേര്?" ടീച്ചർ പേടിച്ചരണ്ടുനില്ക്കുന്ന എന്നോടു ചോദിച്ചു.

ഞാൻ മൊഴിഞ്ഞു പറഞ്ഞു: "സുഹറ." തിക്കോടിക്കാർ മുഴുവൻ എന്നെ "സൂറാ" എന്നാണ് വിളിച്ചിരുന്നത്. പയ്യോളിയിലെത്തിയാലെങ്കിലും എന്റെ ശരിയായ പേര് സ്ഥാപിച്ചെടുക്കണമെന്ന് ഞാനാഗ്രഹിച്ചിരുന്നു.

"രണ്ടുപേരും നന്നായിട്ട് പഠിച്ചോളണം കേട്ടോ." എന്നു പറഞ്ഞ് ടീച്ചർ പോയപ്പോൾ ആക്കാക്ക പറഞ്ഞു: "മൊയന്തിനെപ്പോലെ നിക്കാണ്ടെ ക്ലാസിൽ പോയാട്ടെ."

"ഏടെയാ ക്ളാസ്?"

"ബാ കാണിച്ചുതരാം" എന്നു പറഞ്ഞ് ആക്കാക്ക മുറ്റത്തിറങ്ങയതും പെരുമഴ. ആക്കാക്ക കൈയിലുണ്ടായിരുന്ന കുട നിവർത്തിയപ്പോൾ ഞങ്ങളും കുടനിവർത്തി ആക്കാക്കയെ പിന്തുടർന്നു.

ഞങ്ങൾ നിന്ന കെട്ടിടത്തിന്റെ നേരെ എതിർവശത്തുള്ള കെട്ടിടത്തിന്റെ മുറ്റത്തുനിന്ന് ഞങ്ങളുടെ ക്ളാസുകൾ ചൂണ്ടിക്കാണിച്ചുതന്നിട്ട് ആക്കാക്ക വന്ന അതേ വേഗത്തിൽ പെരുമഴയത്ത് തിരിച്ചു നടന്നു. അതിനിടയിൽ ശക്തമായൊരു കാറ്റ് ആഞ്ഞുവീശിയപ്പോൾ മുറുകെപ്പിടിച്ചിട്ടും എന്റെ കുട കാറ്റിൽ പറന്നു.

“അള്ളോ എന്റെ കൊടാ” എന്നു പറഞ്ഞുകൊണ്ട് ഞാനും പിന്നാലെ പാഞ്ഞു. അപ്പോൾ അതുവഴി വരികയായിരുന്ന വെളുത്തുതുടുത്ത തട്ടക്കാരി പെൺകുട്ടി എന്റെ കുടയെ കാറ്റിൽനിന്ന് രക്ഷപ്പെടുത്തി എന്നെ ഏല്പിച്ചു. നനഞ്ഞുകുളിച്ചുനില്ക്കുകയായിരുന്ന ഞാൻ നന്ദിയോടെ ചിരിച്ചു. അപ്പോഴാണ് അവൾ എന്നെ ശ്രദ്ധിച്ചത്.

“അള്ളാ, ഇത് കേക്കേലെ സൂറയല്ലേ? ഇനിക്കെന്നെ തിരിഞ്ഞിക്കോ? ഞാൻ അങ്ങേക്കരേലെ ബീവിച്ചാന്റെ മോള് റസിയ. ഞാനിന്നാള് ഉമ്മാന്റൊപ്പരം ആട ബന്നതും ഞമ്മള് കക്ക് കളിച്ചതും ഇഞ്ഞി ഇത്തരബേം മറന്നോ മോളേ. അതുപോട്ടേ, ഇഞ്ഞി ഏതു കളാസിലാ?”

“അഞ്ച് ബി.”

ആക്കാക്ക കൈചൂണ്ടി കാണിച്ചത് ഓർമ്മിച്ചുകൊണ്ട് ഞാൻ പറഞ്ഞു. മഴ കനക്കുന്നത് കണ്ട് നെച്ചി വരാന്തയിൽ കയറി നില്ക്കുന്നുണ്ടായിരുന്നു. ഞാനും തിരക്കിട്ട് അങ്ങോട്ടേക്കു നടന്നു.

“ഞാനും അക്കളാസിലാടോ” എന്നു പറഞ്ഞ് റസിയയും പിന്നാലെ വന്നു. അതിനു രണ്ടുക്ളാസ് അപ്പുറമായിരുന്നു ആറ് എ. റസിയയെ കണ്ടപ്പോൾ “അല്ലാ, ഇതാര്?” എന്നു പറഞ്ഞുകൊണ്ട് നെച്ചി അവളുടെ കൈപിടിച്ചു.

“സൂറാക്കെന്നെ മനസ്സിലായിക്കില്ല. വൈന്നേരം ഞമ്മക്ക് ഒപ്പരം പോവാട്ടോ.”

റസിയ കുശലം തുടങ്ങിയപ്പോഴേക്ക് ബെല്ലു മുഴങ്ങി. ഞാനും റസിയയും അഞ്ച് ബിയിലേക്കും നെച്ചി ആറ് എയിലേക്കും തിരക്കിട്ട് കയറി. മുന്നിലെ ഒഴിഞ്ഞ ബെഞ്ചിൽ ഇരിക്കാൻ തുടങ്ങിയ എന്റെ കൈയുംപിടിച്ച് റസിയ ഏറ്റവും പിറകിലെ ബെഞ്ചിൽ ചെന്നിരുന്നിട്ട് പറഞ്ഞു:

“മുന്നിലായാ മിണ്ടാനും പറയാനും പറ്റൂലാ. ടീച്ചറ് കാണും.”

അപ്പോഴേക്കും വെള്ളമുണ്ടും ഷർട്ടുമിട്ട മാഷ് ക്ളാസിലെത്തിയിരുന്നു. ആകെ നനഞ്ഞൊട്ടി ഇരിക്കാൻ പറ്റാത്ത അവസ്ഥയിലായിരുന്നു ഞാൻ. മാഷ് മേശയ്ക്കരികിൽനിന്നുകൊണ്ട് ഒട്ടാകെയൊന്ന് കണ്ണോടിച്ചിട്ട് പറഞ്ഞു:

“പിന്നിലിരിക്കുന്ന കുട്ടികൾ മുന്നോട്ടു വരിക.” കേട്ടതും ഞാൻ മുന്നിലെ ബെഞ്ചിൽ ചെന്നിരുന്നു. റസിയ രണ്ടാമത്തെ ബെഞ്ചിലും.

മുന്നിലെ ബെഞ്ചിൽ എന്നെക്കൂടാതെ വേറയും രണ്ടുപെൺകുട്ടികളുണ്ടായിരുന്നു. തൊട്ടടുത്തിരിക്കുന്ന കുട്ടി നല്ല സ്റ്റൈലുകാരി. അരപ്പാവാടയും ബ്ളൗസുമണിഞ്ഞ് ചുരുണ്ടമുടി ഇരുവശത്തായി പിന്നിമടക്കിക്കെട്ടിയിട്ടുണ്ട്. എന്റെ നിറം തന്നെയാണെങ്കിലും അവൾ എന്നേക്കാൾ കാണാൻ നന്നല്ലോ എന്നാണ് ആദ്യകാഴ്ചയിൽ തോന്നിയത്.

“സൂറയും നസീമും കേക്കാനാ പറയുന്നത്. മാപ്പളസ്കൂളില് മാഷമാരെല്ലാം ഞമ്മളെ അറിയുന്നോലേനും. പ്രത്യേകിച്ച് കേളപ്പൻമാഷ്. അതുകൊണ്ട് ഇങ്ങളെപ്പറ്റി ആധി തോന്നിയിട്ടില്ല. ഇതങ്ങനല്ല, നാനാജാ

തിക്കാര് പഠിക്കുന്ന ഇസ്കൂളാ. ആണും പെണ്ണും എടകലന്നാ പഠിക്കുന്നതെങ്കിലും രണ്ടുകൂട്ടരും രണ്ടുഭാഗത്തായിട്ടാ ഇരിക്കുന്നതെന്നാ ഒഫൂറ് പറഞ്ഞത്. പെങ്കുട്ട്യേള് ഇരിക്കുന്ന ഭാഗത്ത്തന്നെ ഇരിക്കണം. ആരുമായിട്ടും അധികം ലോഹ്യമൊന്നും മാണ്ട. കാലം ബെടക്കാ."

തലേദിവസത്തെ ഉമ്മയുടെ ക്ളാസ് പെട്ടെന്നാണ് മനസ്സിലെത്തിയത്. ഓടിച്ചെന്ന് ബെഞ്ചിലിരിക്കുമ്പോൾ ക്ളാസിൽ ആൺകുട്ടികൾ കൂടിയുണ്ടെന്ന കഥയേ ഞാൻ മറന്നിരുന്നു. ചുറ്റും കണ്ണോടിച്ചു. ചെത്തിത്തേച്ച് വെള്ളപൂശിയ ചുമരിൽ ഗാന്ധിജിയുടെയും സുബാഷ്ചന്ദ്രബോസിന്റെയും പടങ്ങൾ. ഒരു ലോകമാപ്പുമുണ്ട്. പിന്നീടാണ് ആൺകുട്ടികൾ ഇരിക്കുന്നിടത്ത് എന്റെ കണ്ണു പതിഞ്ഞത്. തിക്കിത്തിരക്കിയായിരുന്നു ബെഞ്ചിൽ കുട്ടികൾ ഇരിക്കുന്നത്. പെൺകുട്ടികളുടെ ഭാഗത്ത് ബെഞ്ചുകൾ കുറവായിരുന്നിട്ടും പലതും ഒഴിഞ്ഞു കിടക്കുകയായിരുന്നു. നീല ട്രൗസറും വെള്ളക്കുപ്പായവുമായിരുന്നു ആൺകുട്ടികളുടെ വേഷം.

"നമുക്ക് പരസ്പരം പരിചയപ്പെടാം. നിങ്ങളെല്ലാം വെവ്വേറെ സാഹചര്യങ്ങളിൽനിന്നെത്തുന്നവരാണ്. എന്നാലും ഇവിടെ വരുന്നതോടെ നിങ്ങളെല്ലാവരും ഒന്നാണ്. ഇന്ത്യക്കാരാണ് നാം. ആ വിചാരം എപ്പോഴുമുണ്ടാകണം. കേട്ടല്ലോ. ആദ്യം ഓരോരുത്തരായി എഴുന്നേറ്റ് പേരു പറയണം. ഒന്നാമത്ത ബെഞ്ചിൽ നിന്നു തുടങ്ങാം." മാഷിന്റെ വാക്കുകൾ ചെവിയിലലച്ചപ്പോൾ എന്റെ നോട്ടം അങ്ങോട്ടേക്കായി.

"ഒന്നാമത്തെ ബെഞ്ചിൽ ഒന്നാമതായി ഇരിക്കുന്ന കുട്ടി പേരു പറയൂ." എന്നെ ചൂണ്ടിക്കൊണ്ടായിരുന്നു മാഷിന്റെ ചോദ്യം.

"മുന്നിലിരിക്കണ്ടാന്ന് അതോണ്ടാ ഞാൻ പറഞ്ഞത്."

റസിയ പിന്നിലിരുന്ന് പറയുന്നത് കേട്ടെങ്കിലും ഞാൻ തിരിഞ്ഞു നോക്കിയില്ല. എന്റെ പരിഭ്രമം കണ്ടിട്ടാകണം മാഷ് മയത്തിൽ പറഞ്ഞു: "പേടിക്കാതെ പേരു പറയൂ കുട്ടീ."

ഞാൻ ധൈര്യം സംഭരിച്ചു പറഞ്ഞു, "സുഹറ".

"സുഹറയുടെ വീടെവിടെയാ, നിന്റെ ഉപ്പയെന്തു ചെയ്യുന്നു?"

"തിക്കോടി, ഉപ്പ ലാന്റ്ലോർഡാ."

ഉപ്പയ്ക്കെന്താ ജോലിയെന്നു ചോദിച്ചിൽ അങ്ങനെ പറയണമെന്ന് തലേന്ന് ആക്കാക്ക പറഞ്ഞുതന്നത് പെട്ടെന്ന് നാവിൻതുമ്പത്ത് എത്തിയതായിരുന്നു.

"അപ്പം പണിയൊന്നും ചെയ്യാറില്ലെന്ന് അല്ലേ?" മാഷ് തമാശമട്ടിൽ പറഞ്ഞു.

ഞാൻ അതേയെന്ന് തലയാട്ടി. ഉപ്പ വീട്ടിൽ എന്തെങ്കിലും പണിചെയ്യുന്നത് ഞാൻ അന്നേവരെ കണ്ടിട്ടില്ല.

കുട്ടികൾ ചിരിക്കാൻ തുടങ്ങിയപ്പോൾ ഞാൻ വല്ലാതായി. ഉടനെ റസിയ എഴുന്നേറ്റ് നിന്നിട്ട് പറഞ്ഞു.

"തിക്കോടി നാടുമുയുമനും ഓളെ പൊരക്കാരതാ. അതുപോലെ

കോടിക്കല് ഞാളതും. ഞാളെ ഉപ്പാരൊന്നും പണിക്കുപോകൂലാ."

"അതാരാ മറ്റൊരു ജന്മി? നിന്നോട് ചോദിക്കുമ്പം പറഞ്ഞാ മതി കേട്ടോ." മാഷിന്റെ സ്വരം കടുക്കുന്നതുകേട്ട് ഞാൻ അങ്കലാപ്പിലായി.

"സുഹറ ഇരുന്നോളൂ" എന്നു പറഞ്ഞപ്പോൾ ആശ്വാസത്തോടെ ഇരുന്നു. ക്ലാസിൽ അന്നു ഹാജരുണ്ടായിരുന്ന എല്ലാവരേയും പരിചയപ്പെടുകയും ഹാജർ വിളിക്കുകയും ചെയ്യുന്നതിനിടയിൽ ബെല്ലു മുഴങ്ങി.

"ഞാനാണ് നിങ്ങളുടെ ക്ലാസ് ടീച്ചർ. സാമൂഹ്യപാഠം പഠിപ്പിക്കുന്നത് ഞാനായിരിക്കും. ഓരോ വിഷയവും ഓരോരുത്തരാണ് പഠിപ്പിക്കുക. നന്നായിട്ടു പഠിച്ചാ നിങ്ങൾക്കുതന്നെയാണ് ഗുണം."

പറഞ്ഞു തീരുന്നതിനുമുമ്പ് ജനലിലൂടെ മിന്നൽപ്പിണർ. വീട്ടിലാവുമ്പോൾ കാറ്റും മഴയുമെത്തുമ്പോൾ ഞാൻ ഉമ്മയെത്തേടുകയാണ് പതിവ്. എന്തുചെയ്യണമെന്നറിയാതെ പരുങ്ങുമ്പോൾ കാതടപ്പിക്കുന്ന ഇടി. "അള്ളാന്റുമ്മോ" എന്ന് അറിയാതെ പറഞ്ഞുകൊണ്ട് അടുത്തിരിക്കുന്ന കുട്ടിയുടെ കൈയിൽ പിടിച്ചത് പെട്ടെന്നായിരുന്നു. ജനൽപ്പൊളികൾ കാറ്റിൽ പടപടോന്ന് അടഞ്ഞപ്പോൾ ഞാൻ ഭീതിയോടെ കണ്ണടച്ചു.

"ഒടുക്കംനാളായ കിയാമം നാളിൽ സൂറെന്ന കൊമ്പൂതുമ്പോൾ ഭൂമി ഒട്ടാകെ വിറയ്ക്കും. മലകളായ മലകളെല്ലാം തവിടുപൊടിയാകും. ആകാശം പൊട്ടിപ്പിളരും. ഭൂമി വിണ്ടുകീറും. തോടുകൾ കരകവിഞ്ഞൊഴുകും. അപ്പോൾ യാ നഫ്സീ എന്നു പറഞ്ഞുകൊണ്ട് ജനം നെട്ടോട്ടമോടും."

ഉമ്മയുടെ വാക്കുകൾ ചെവിയിലലച്ചപ്പോൾ ഇടിഞ്ഞുപൊളിഞ്ഞ ലോകം കാണാനായി ഞാൻ പതുക്കെ കണ്ണുതുറന്നു. ക്ലാസുമുറിക്ക് ഒന്നും സംഭവിച്ചിട്ടില്ല. ലോകം അവസാനിച്ചിട്ടില്ല. ഞാൻ അടുത്തിരിക്കുന്ന കുട്ടിയുടെ മുഖത്തേക്കു നോക്കി. അവളുടെ കൈ അപ്പോഴും എന്റെ പിടിയിലായിരുന്നു. പതുക്കെ പിടിവിട്ടു. ഞാൻ കൈപിടിച്ചത് അവൾക്ക് ഇഷ്ടപ്പെടുമോ എന്ന തോന്നൽ അപ്പോഴാണുണ്ടായത്. അവളുടെ മുഖത്തെ ചിരി കണ്ടപ്പോൾ സമാധാനമായി.

"ലളിതാന്നല്ലേ പേര്?" സംശയത്തോടെ ചോദിച്ചു.

"ആ സുഹറാ. ഞാൻ മാഷോട് പേരു പറഞ്ഞത് മറന്നില്ല അല്ലേ?" ഞാൻ ചെറുചിരിയോടെ തലയാട്ടി.

മഴ അപ്പോഴും തിമർത്തു പെയ്യുന്നുണ്ടായിരുന്നു. ശക്തമായ ചുഴലിയിൽ അടുത്തകെട്ടിടത്തിന്റെ മേൽക്കൂര പറക്കുന്നത് കണ്ട് മാഷന്മാർ ക്ലാസിൽനിന്ന് വരാന്തയിലേക്കിറങ്ങി.

കുട്ടികളാരും പുറത്തിറങ്ങരുതെന്ന് മാഷന്മാർ താക്കീതു ചെയ്തെങ്കിലും പല കുട്ടികളും വരാന്തയിൽ ചെന്നു നില്ക്കുന്നുണ്ടായിരുന്നു. അപ്പോൾ നീണ്ട മണി മുഴങ്ങി. ഞങ്ങളുടെ ക്ലാസ്മാഷ് അകത്തു കയറിയിട്ട് പറഞ്ഞു:

"ഇന്നിനി ക്ലാസില്ല. പക്ഷേ, കാറ്റും മഴയും അടങ്ങാതെ കുട്ടികളാരും

പുറത്തേക്കിറങ്ങരുത്. എല്ലാവരും അവരവരുടെ സീറ്റുകളിലിരിക്ക്. നമുക്ക് കഥ പറയാം."

മാഷ് സ്വാതന്ത്ര്യസമരത്തെക്കുറിച്ചും ഗാന്ധിജിയെക്കുറിച്ചും ചാച്ചാ നെഹറുവിനെക്കുറിച്ചും പറയുന്നത് കേട്ടുകൊണ്ട് നനഞ്ഞുകുതിർന്ന് ബെഞ്ചിലിരുന്നപ്പോൾ എന്റെ ഭാവനകൾക്ക് ചിറകുമുളച്ചു. ചെറുചിരിയും കോട്ടിലൊരു റോസാപ്പൂവുമായി ചാച്ചാജി മാഷിന്റെ സ്ഥാനത്തു നിന്നു കൊണ്ട് ഞങ്ങളെ നോക്കി കഥ പറയുന്നു.

"സൂറാ, പൊരേപ്പോണ്ടേ? മയ നിന്നു. ലത്തീഫ്ക്ക വിളിക്കുന്ന്."

റസിയ തോളിൽ തട്ടിയപ്പോൾ ഞാൻ അമ്പരന്നു കണ്ണുമിഴിച്ചു. മാഷു മില്ല, ചാച്ചാജിയുമില്ല. ഒന്നും മിണ്ടാതെ അവളോടൊപ്പം ക്ലാസിനു പുറ ത്തിറങ്ങി.

ആക്കാക്കയും നസീമും എന്നെ കാത്തുനില്ക്കുന്നുണ്ടായിരുന്നു.

"എത്ര നേരായെടീ ഇന്നെ ഞാൻ ജനലിലൂടെ വിളിക്കുന്നു. പന്തം കണ്ട പെരുച്ചായിനെപ്പോലെ അന്തവിട്ടിരിക്കയാ?"

ആക്കാക്ക ശാസിച്ചു. സ്കൂൾ ഗേറ്റ് കടന്നതും വീണ്ടും പെരുംമഴ. ഇടവഴിയിൽ നിറയെ വെള്ളം. മുന്നിൽ നടക്കുന്ന കുട്ടികൾ കാലുകൊണ്ട് വെള്ളം തട്ടിത്തെറിപ്പിച്ച് രസിക്കുന്നതുകണ്ട് ഞാനും അവരിലൊരാളായി.

പതിമൂന്ന്

മഴയത്തായാലും വെയിലത്തായാലും ഞങ്ങളുടെ വീട്ടിൽനിന്ന് പയ്യോളിയിൽ നടന്നെത്തുമ്പോഴേക്കും രാവിലെ കഴിച്ച പുട്ടും പത്തിരി യുമൊക്കെ ദഹിച്ചിരിക്കും. സ്കൂളിനടുത്തുള്ള അതൃമാക്കാന്റെ ചായ പ്പീടികയിലെ കണ്ണാടി അലമാരയിലുള്ള പുഴുങ്ങിയ കൊള്ളിക്കിഴങ്ങും കായപ്പവും കാണുമ്പോൾ വിശപ്പുകൂടും. നോക്കി വെള്ളമിറക്കുകയ ല്ലാതെ അതൊന്നും വാങ്ങിത്തിന്നാനുള്ള സ്വാതന്ത്ര്യം ഞങ്ങൾക്കുണ്ടാ യിരുന്നില്ല. എന്നാൽ, റസിയ ചിലപ്പോൾ വാങ്ങും. അപ്പോൾ ഞങ്ങൾക്കും തരും. വെളുത്തുള്ളിയും ഉണക്കുമുളകും ചേർത്ത് കടുകുവറുത്ത കിഴ ങ്ങിന് വീട്ടിലുണ്ടാക്കുന്ന മുന്തിയ പലഹാരങ്ങളേക്കാൾ രുചിയുണ്ടെന്ന് പലപ്പോഴും തോന്നിയിട്ടുണ്ട്. ഉച്ചയ്ക്ക് വലിയ രണ്ടു ടിഫിൻകാരിയറുക ളിൽ ചോറും കറികളും കുപ്പിയിൽ ജീരകവെള്ളവുമായി അസ്സനെത്തും. സ്കൂളിനു തൊട്ടടുത്തുള്ള അവുള്ള മൊയില്യാരുടെ വീട്ടിലെ തിണ്ണയി ലിരുന്നാണ് ഞങ്ങൾ ഊണു കഴിക്കുന്നത്. കളിയും തമാശയുമായി ഊ ണുകഴിച്ചു തീരുമ്പോഴേക്ക് ക്ലാസിൽ കയറാനുള്ള ബെല്ലടി കേൾക്കാം. വീണ്ടും സ്കൂളിലേക്കുള്ള ഓട്ടം. രാവിലത്തെ വിശപ്പകറ്റാൻ ഞാനും നസീമും ചിലപ്പോൾ ഉമ്മയുടെ കണ്ണാടി അലമാരയിൽനിന്ന് ഇസ്കിയ അണ്ടിപ്പരിപ്പോ ബദാമോ പലഹാരങ്ങളോ കരുതിയിരിക്കും. അതിന്റെ കൂടെ തണുത്തവെള്ളവും കൂടിയാവുമ്പോൾ ക്ഷീണം മറക്കും. പക്ഷേ ആ സമയത്ത് കിണറ്റിൻകരയിൽ വെള്ളം കുടിക്കാൻ നല്ല തിരക്കായിരി

ക്കും. പലരും ഞങ്ങളെപ്പോലെതന്നെ ദൂരസ്ഥലത്തുനിന്ന് നടന്നെത്തുന്നവരാണ്. ചെറിയകുട്ടികളെ കാണുമ്പോൾ ചില മുതിർന്ന വിദ്യാർത്ഥികൾ അവർ കോരിയ വെള്ളം ഞങ്ങളുടെ കൈയിലേക്കൊഴിച്ചു തരും.

വീട്ടിൽനിന്ന് മൂന്നുകിലോമീറ്റർ ചുരുങ്ങിയതുണ്ടാവും സ്കൂളിലേക്ക്. അതും ഇടവഴികൾ താണ്ടിയാൽ. ഇടവഴിയുടെ ഇരുവശത്തും ഉയർന്ന പറമ്പുകളാണ്. കന്മതിലുകെട്ടിയുള്ള അതിരുതിരിവായിരുന്നില്ല. മണ്ണുകൊണ്ടായിരുന്നു അതിര്. പൊത്തുകൾക്കിടയിൽനിന്ന് വിചാരിക്കാതെയായിരിക്കും തവളകൾ പൊത്തോന്ന് മുന്നിലേക്കു ചാടുക. പൊത്തുകളിൽ പലപ്പോഴും പാമ്പിനേയും കാണാറുണ്ട്. ചോണനുറമ്പ് കൂടോടെ വന്നുവീണാൽ പാമ്പിനേക്കാൾ കഷ്ടമാണ്. താഴെ കരിയിലകൾക്കിടയിലെ ഉറുമ്പിൻകൂട് പലപ്പോഴും ശ്രദ്ധയിൽപ്പെട്ടെന്നുവരില്ല. കാലിനിടയിലൂടെ പാവാടയ്ക്കുള്ളിൽ ഉറുമ്പരിച്ചുകയറി കടിതുടങ്ങുമ്പോഴാണ് വിവരമറിയുക. ആൺകുട്ടികൾ കൂടെയില്ലെങ്കിൽ പാവാട അഴിച്ചു കുടഞ്ഞ് ഞാനും നസീമും റസിയയും ഉറുമ്പിനെ ഓടിക്കും. പലപ്പോഴും തുട ഉറുമ്പുകടിയേറ്റ് തിണർക്കും. ചൊറിയാനേ നേരം കിട്ടുകയുള്ളൂ.

റസിയ കൂടെയുള്ളതുകൊണ്ട് നേരം പോകുന്നതറിയില്ല. റയിൽവേ ഗേറ്റിനടുത്തുവെച്ചാണ് റസിയ ഞങ്ങളുടെ കൂടെ ചേരുന്നത്. നേരത്തേ എത്തുന്നദിവസം അവൾ ഞങ്ങളെ കാത്ത് നില്ക്കും. എന്തിനും ഏതിനും ചിരിക്കുന്ന പ്രകൃതക്കാരിയാണ് റസിയ. എന്റെ പ്രായമാണെങ്കിലും എന്നെപ്പോലെ മെലിഞ്ഞ പ്രകൃതമല്ല. തുടുതുടുങ്ങനെ വെളുത്തു ചുകന്നിട്ടാണ്. നസീമും വെളുത്തു തുടുത്തിട്ടാണ്. ഞാൻ മാത്രമാണ് കറുമ്പി. അവരെപ്പോലെ തുടുത്തിട്ടുമല്ല. അവർ രണ്ടുപേരും വാതോരാതെ സംസാരിച്ചുകൊണ്ടാണ് നടക്കുക. ഞാനാകട്ടെ ഗൗരവക്കാരിയും. അതും പറഞ്ഞ് അവരെന്നെ പരിഹസിക്കും.

"കുട്ട്യേളേ, അടക്കത്തിലും ഒതുക്കത്തിലുംവേണം റോഡുമ്മക്കൂടെ നടക്കാൻ. പെണ്ണാന്നുള്ള കാര്യം മറക്കണ്ട. ചിരിയും കളിയുമെല്ലാം പൊരേലെത്തിയിട്ട്. കേട്ടല്ലോ."

രാവിലെ മിക്കദിവസവും ഉമ്മ ഓർമ്മിപ്പിക്കും. പെണ്ണാണെന്നുള്ള ഓർമ്മപ്പെടുത്തൽ അലോരസമുണ്ടാക്കുമെങ്കിലും ഉമ്മ പറയുന്നത് അനുസരിക്കാതിരിക്കുമ്പോൾ ആകെയൊരസ്വസ്ഥതയാണ്.

"രണ്ടാളും ചിരിച്ചു മറിഞ്ഞോ. ഉമ്മ അറിഞ്ഞാൽ നല്ല കോളായിരിക്കും."

ആവശ്യത്തിനും അല്ലാതെയും പരസ്പരം തോണ്ടിച്ചിരിക്കുന്ന നസീമിനെ ഞാൻ ഓർമ്മിപ്പിക്കും.

"എവളൊരുമ്മാമയാ. അല്ലേടോ." റസിയ പറയുന്നതു കേൾക്കുമ്പോൾ നസീമിനു ചിരി സഹിക്കില്ല.

"ചിരിക്കുമ്പോളെന്താ മൊഞ്ച്"

എന്നു പറഞ്ഞുകൊണ്ട് ഇടവഴിയിലൂടെ നടക്കുകയായിരുന്ന ഒരാൾ

റസിയയുടെ താടിക്കു പിടിക്കുകയും നസീമിന്റെ തോളത്തു തട്ടുകയും ചെയ്തപ്പോൾ അവർ രണ്ടുപേരും മാത്രമല്ല ഞാനും വിരണ്ടുപോയി. ഞങ്ങൾ മൂന്നുപേരുംകൂടി ഒറ്റയോട്ടമായിരുന്നു. അല്പദൂരമോടിയപ്പോൾ കണ്ണെത്തുംദൂരത്ത് ആക്കാക്കയെ കണ്ട് തോന്നിയ ആശ്വാസം വളരെ വലുതായിരുന്നു.

"അടങ്ങിയൊതുങ്ങിവേണം നടക്കാനെന്ന് ഇതോണ്ടാ ഉമ്മ പറേന്നത്." എന്റെ വാക്കുകളിൽ അരിശം.

"നോക്ക്, ഇഞ്ഞി ലെത്യാക്കാനോട് പറയല്ലേ. മൂപ്പര് ദേശ്യപ്പെടും." നസീം എന്നെ ഓർമ്മിപ്പിച്ചു.

"എന്താത്, റോഡിലൂടെയാ പാച്ചിൽ?" ആക്കാക്കയുടെ ശാസനകൂടിയായതോടെ ഞാൻ മൗനംപാലിച്ചു.

അഞ്ചാംക്ളാസു മുതൽ പത്തുവരെ ഞങ്ങളുടെ വീട്ടിലെ കുട്ടികളിലാരെങ്കിലും ഓരോ ക്ളാസിലുമുണ്ടായിരുന്നു. ഞാൻ അഞ്ചിൽ, നസീം ആറിൽ, അച്ചു ഏഴിൽ, ആറ്റി എട്ടിൽ, ലത്തീഫ്ക്കയും ബച്ചാക്കയും ഒമ്പതിൽ, ഇക്കാക്ക പത്തിൽ. ബച്ചാക്കയും ആക്കാക്കയും സമപ്രായക്കാരും പഠിപ്പിൽ പിന്നോക്കക്കാരുമാണ്. ബച്ചാക്ക ഒമ്പതിൽ രണ്ടാം കൊല്ലമാണ്. ആൾപ്രമോഷൻ പരിപാടിയൊന്നുമില്ലാത്തതുകൊണ്ട് പഠിച്ചെങ്കിലേ ക്ളാസ് കയറ്റം കിട്ടൂ. ബച്ചാക്ക പഠിപ്പിലൊഴികെ ബാക്കി എല്ലാക്കാര്യങ്ങളിലും ഒന്നാമനാണ്. ലത്തീഫ്ക്കയാകട്ടേ മികച്ച ഫുട്ബോൾ കളിക്കാരൻ. സ്കൂൾ ടീമിന്റെ ക്യാപ്ടൻ. പക്ഷേ, രണ്ടാളും ഒമ്പതിലും പത്തിലും ഒന്നിലധികം കൊല്ലം പഠിച്ചിട്ടുണ്ട് എന്നാണ് എന്റെ ഓർമ്മ.

ഗഫൂർ ഇക്കാക്ക അന്നേ നന്നായി വരയ്ക്കും. മറ്റുള്ളവരും വരയിൽ കേമന്മാർതന്നെ. സ്കൂളിൽ ചിത്രരചനാമത്സരമുണ്ടാകുമ്പോൾ നസീമും ബച്ചാക്കയുമൊഴികെ ഞങ്ങൾ സഹോദരങ്ങളെല്ലാം പങ്കെടുക്കാറുണ്ടായിരുന്നു. ഒരിക്കൽ ചിത്രരചനാമത്സരത്തിന് ചിത്രം വരച്ചുകൊണ്ടിരിക്കുമ്പോൾ ക്ലാസിൽ റോന്തു ചുറ്റുകയായിരുന്ന ഹിന്ദി മാഷ് ചോദിച്ചു:

"ഇന്റെ ഉമ്മയും ഉപ്പയും ചിത്രം വരയ്ക്കുമോ?"

എന്റെ വീടിന്റെ മേൽക്കൂരയുടെ ഓടിന് ചുവന്ന ചായം പൂശുകയായിരുന്ന ഞാൻ അമ്പരന്നു മിഴിച്ചുനോക്കി.

"ഇന്റെ ആങ്ങളമാരെല്ലാം ഓരോ ക്ളാസിലിരുന്ന് മത്സരത്തിൽ പങ്കെടുക്കുന്നുണ്ട്. അതോണ്ട് ചോദിച്ചതാ." മാഷ് ചിരിച്ചുകൊണ്ടു പറഞ്ഞു.

അറിയപ്പെടുന്ന കാർട്ടൂണിസ്റ്റായിത്തീർന്ന ഇക്കാക്കയ്ക്ക് അക്കാലത്ത് സമ്മാനങ്ങളൊന്നും കിട്ടിയതായി ഞാനോർക്കുന്നില്ല. തോടും വയലും മരങ്ങളും ചെമ്മൺപാതയും അതിനു മീതെ നീലാകാശവും വരച്ച് എന്റെ നാട് എന്നു പേരിട്ട് ആറ്റി എന്നു ഞാൻ വിളിക്കുന്ന മുഹമ്മദലി ജില്ലാതലത്തിൽ സമ്മാനം നേടിയപ്പോൾ ഉമ്മയുടെയും ഉപ്പയുടെയും മുഖത്തെ തെളിച്ചം മനസ്സിലുണ്ട്. ഇക്കാക്കയോടപ്പം വടകരച്ചെന്ന് ആറ്റി

എളഓയിൽന്ന് സമ്മാനം വാങ്ങിയത് കുറേക്കാലം വീട്ടിലെ സംസാര വിഷയമായിരുന്നു. വട്ടത്തിലുള്ള ഒരു സ്റ്റീൽ ഡബ്ബയാണ് സമ്മാനമായി കിട്ടിയത്.

"എന്റെ അലിക്കുട്ടിക്ക് ചിത്രം വരച്ചതിന് പ്രൈസ് കിട്ടിയതാ." എന്ന് ഉമ്മ പലരോടും അത് കാണിച്ച് അഭിമാനത്തോടെ പറയുമായിരുന്നു. ഉമ്മ അതിൽ ആഭരണങ്ങൾ സൂക്ഷിച്ചു. ഇന്ന് അത് എന്റെ ആഭരണപ്പെട്ടിയാണ്.

നാലുകൊല്ലം ചെലവഴിച്ച തിക്കോടി സ്കൂള്‌വിട്ട് പയ്യോളിയിലെത്തിയപ്പോൾ ആദ്യം വല്ലാത്ത ഗൃഹാതുരത്വം തോന്നിയെങ്കിലും പെട്ടെന്ന് അവിടത്തെ അന്തരീക്ഷവുമായി ഇണങ്ങി. കണക്കറിയാതെ കുഴങ്ങിയപ്പോഴെല്ലാം ആദ്യദിവസം പരിചയപ്പെട്ട ലളിത സഹായത്തിനെത്തി. അവളുടെ അമ്മയുടെ അനിയത്തി കണക്ക് ടീച്ചറാണ്. ഇതേ സ്ക്കൂളിൽ. അച്ഛൻ ഉദ്യോഗസ്ഥൻ. എന്റെ വീട്ടുകാരെപ്പോലെ പെൺകുട്ടികൾ വീട്ടിൽ ഒതുങ്ങിക്കഴിയേണ്ടവരാണെന്ന ചിന്താഗതിക്കാരായിരുന്നില്ല ലളിതയുടെ വീട്ടുകാർ.

"ഞാൻ വലുതായാൽ ടീച്ചറാകും" എന്ന് ആത്മവിശ്വാസത്തോടെ ലളിത പറയുമ്പോൾ ഞാൻ ചോദിക്കും: "ഇന്റെ അമ്മ സമ്മയിക്ക്വോ?

"പെങ്കുട്ട്യേക്ക് പറ്റിയത് ടീച്ചർ പണിയാന്ന് അമ്മ തന്നെയാ പറഞ്ഞത്." ലളിത.

"എനക്ക് വക്കീലാവണോന്ന് വലിയ പൂതിയാ. പക്ഷേ കേക്കുമ്പം ഉമ്മാക്ക് കലിയാ." ഞാൻ സ്ങ്കടത്തോടെ പറയും.

"അതെന്തിനാ?"

"പെങ്കുട്ട്യേളെ പണി കല്യാണം കയിക്കലും പെറലും പൊരനോക്കലുമാന്നാ ഉമ്മ പറേന്നത്." ഞാൻ.

"ടീച്ചറായാലും കല്യാണം കയിക്കാലോ. എന്റെ ചെറിയമ്മ ടീച്ചറാ. ചെറിയച്ഛൻ മാഷും." ലളിത.

ഞാൻ അതുവരെ ഇടപഴകിയ പെൺകുട്ടികളിൽനിന്ന് വ്യത്യസ്തയായിരുന്നു ലളിത. തിക്കോടി മാപ്പിളസ്കൂളിലെ പെൺകുട്ടികളിൽ പലർക്കും സ്കൂളിൽ വരുമ്പോൾ ഉടുക്കാൻ വൃത്തിയുള്ള പാവാടപോലും ഉണ്ടായിരുന്നില്ല. പലർക്കും രാവിലെ കുളിക്കാൻ സമയം കിട്ടാറില്ല. അതുകൊണ്ട് രാവിലെ കുളിച്ചൊരുങ്ങി മുഖത്ത് പൗഡറിട്ട് വൃത്തിയുള്ള വേഷമണിഞ്ഞെത്തുന്ന ഞങ്ങൾ അവിടത്തെ വി ഐ പികളായിരുന്നു. എണ്ണയൊലിക്കുന്ന അമ്മാളുവിന്റെ മുടിയിലൂടെ പേനിഴയും. ചിലപ്പോൾ ബ്ളൗസിലും പേനുണ്ടാകും.

"ആ അമ്മാളൂന്റെ തലേന്നാ ഇന്റെ തലയിൽ പേൻ കേറുന്നത്." വൈകുന്നേരങ്ങളിൽ ഈരോലിയും പേൻചീർപ്പുംകൊണ്ട് തല വൃത്തിയാക്കുമ്പോളെല്ലാം ഉമ്മ പറയും.

"അയിറ്റ്യേള് കുളിക്കൂലാന്ന്." കുഞ്ഞാമിന എരികേറ്റും.

"ഓക്ക് രാവിലെ കുളിക്കാൻ നേരം കിട്ടണ്ടേ. ഓളമ്മ രാവിലെ ചേരിതല്ലാൻപോവും. വീട്ടിലെ പണി കയിഞ്ഞിട്ടുവേണം ഓക്ക് സ്കൂളിലെത്താൻ. എന്നാലും വൈന്നേരം ഓള് തോട്ടിലിറങ്ങി കുളിക്കും." എന്റെ വിയോജിപ്പ്.

"തോട്ടിലെ ചളിവെള്ളത്തിൽ കുളിച്ചാത്തന്നെ തലേല് പേൻ പുയുക്കും. നെറച്ചും ചെളിയാ." കുഞ്ഞാമിന വിടില്ല.

"ഓളെ പൊരേല് കെണറില്ല. ആവുട്ടിക്കാന്റെ തയ്യിലെ പറമ്പിലെ കെണറ്റ്ന്നാ ഓള് കുടിക്കാനുള്ള വെള്ളം കൊണ്ടോവണത്." ഞാൻ അമ്മാളുവിനുവേണ്ടി പൊരുതും.

ആവുട്ടിക്ക എന്റെ സഹോദരീഭർത്താവായ വി അബ്ദുള്ള സാഹിബാണ്.

"നാട്ടാരിക്ക് വെള്ളം കുടിക്കാനായിറ്റ് ആവൂട്ടിക്ക കുയിപ്പച്ച കെണറാ അത്. ആഖിറത്തില് മൂപ്പരിക്ക് അയിന്റെ കൂലി കിട്ടും അല്ലേ അമ്മായി?"

കുഞ്ഞാമിനയുടെ സ്വരത്തിൽ അഭിമാനം.

"നല്ല കാര്യങ്ങള് ആര് ചെയ്താലും അതിനുള്ള പ്രതിഫലം അള്ളാഹുവിന്റെ പക്കന്ന് ഉണ്ടാവും. കുറ്റംചെയ്തോലെ മടക്കസ്ഥാനം നരകമാണെന്നു പറഞ്ഞതും ഓൻതന്നെ. അതുമിതും പറഞ്ഞ് വെറുതേ കുറ്റം കയ്ത്തിലാക്കണ്ട." ഉമ്മ സംഭാഷണത്തിന് വിരാമമിടും.

മറ്റുള്ളവർ കേൾക്കാതെ അവരെ പഴിക്കുന്നത് വൻദോഷമാണെന്ന് ഉമ്മ എല്ലാവരേയും ഓർമ്മിപ്പിച്ചുകൊണ്ടിരിക്കും. എന്നാൽ ഉമ്മയും ഉമ്മയുടെ അനിയത്തിയും ഒന്നിച്ചിരുന്ന് പരദൂഷണം പതിവാണ്.

"ഇങ്ങള് മറ്റുള്ളോരെ കുറ്റം പറയുന്നത് ദോശല്ലേ?" അവരുടെ സംസാരം വായും പൊളിച്ചു കേട്ടിരിക്കുന്ന ഞാൻ ചോദിക്കുമ്പോൾ രണ്ടാൾക്കും ഉത്തരംമുട്ടും.

"ഇന്റെ മോളൊരു കുരുമുളകാ മറിയൂട്ടീ. എവളെ മുമ്പ്ന്ന് വായ തൊറന്നൂടാ." എളാമ വാത്സല്യത്തോടെ പറയും.

"വലിയോല് വർത്താനം പറയുന്നിടത്ത് തൊള്ളംപൊളിച്ചിരിക്കലാ ഇപ്പെണ്ണിന്റെ പണി. എന്നാ ഈടെ കേട്ടത് ആടെപ്പറേന്ന പണിയില്ലാട്ടോ." ഉമ്മയുടെ മുഖത്തും അപ്പോൾ വാത്സല്യം. എന്നിട്ട് എളാമ പറയും:

"ഞമ്മള് ഫസാദും ഫിത്ത്നയൊന്നുമല്ല പറയുന്നത്. ഉള്ള കാര്യങ്ങളാ. കേട്ടോ. അസ്തഅഫറുള്ളാഹിൽ അളീം...... റബ്ബേ പൊറുക്ക്."

പണിക്കാരികളുടെ ചിറ്റങ്ങളെക്കുറിച്ചും കുടുംബത്തിലെ ചിലരുടെ പൊങ്ങച്ചങ്ങളെക്കുറിച്ചുമൊക്കെ പറഞ്ഞ് ചിരിച്ചിട്ട് ഉമ്മയും എളാമയും ഉമ്മാമയും ആവർത്തിച്ചു പറയും: "അസ്തഅഫറുള്ളാഹിൽ അള്ളീം..... റബ്ബേ പൊറുക്കണേ...."

അവരെ അനുകരിച്ച് ഞങ്ങളുടെ കൂട്ടുകാരികളെ അവർ കേൾക്കാതെ കുറ്റം പറഞ്ഞാൽ ഞാനും നസീമും ഇതേ വാചകം ആവർത്തിക്കാറുണ്ടായിരുന്നു.

"അസ്തഅഫറുള്ളാഹിൽ അളീം."
"കരുണാമയനേ, നീ പൊറുക്കേണമേ."

പതിനാല്

പയ്യോളിയിൽ സിനിമാടാക്കീസ് തുടങ്ങിയതു മുതൽ ഞങ്ങളുടെ വീട്ടിൽ മുറ്റമടിക്കാൻ വരുന്ന ചോയിച്ചി ആഴ്ചതോറും ചെന്നു സിനിമ കാണുകയും അക്കഥ എന്നെ പറഞ്ഞു കേൾപ്പിക്കുകയും പതിവായിരുന്നു. അതിനു ബദലായി ഞാൻ ചോയിച്ചിയ്ക്ക് ഉമ്മയുടെ വെറ്റിലപ്പെട്ടിയിൽനിന്ന് കളിയടക്കയും വാസനപ്പുകയിലും ആരുമറിയാതെ എത്തിച്ചുകൊടുക്കും. ചകരിപിരിച്ച് കയറുണ്ടാക്കി വിറ്റാണ് ചോയിച്ചി സിനിമ കാണാനുള്ള കാശുണ്ടാക്കുന്നത്. വലുതായാൽ പണിയെടുത്ത് കാശുണ്ടാക്കി ഞാനും സിനിമയ്ക്ക് പോകുമെന്നു പറഞ്ഞതിന് ഉമ്മ ചുട്ടപെട തന്നതെന്തിനാണെന്നറിയാതെ ഞാൻ അന്നുമുഴുവൻ മുഖംവീർപ്പിച്ചു നടന്നു. എന്നിട്ടും സിനിമ കാണാനുള്ള മോഹം മനസ്സിലിട്ടുകൊണ്ടുനടന്നു. ഒടുക്കം പയ്യോളി ഹൈസ്കൂളിൽ അഞ്ചാംക്ലാസിൽ പഠിക്കുമ്പോഴാണ് ഞാൻ ആദ്യമായി സിനിമ കണ്ടത്. "ദിസ് ദേശ് മേ ഗംഗാ ബഹ്തി ഹൈ." ചോയിച്ചിയുടെ സിനിമക്കഥ കേട്ടപ്പോഴുള്ള ത്രില്ലൊന്നും സിനിമ നേരിൽ കണ്ടപ്പോൾ എനിക്കു തോന്നിയില്ല.

"ഉമ്മേറ്റ്യേറേ, പയ്യോളി ശങ്കർച്ചാപ്പയിൽ ഉണ്ണിയാർച്ച ബന്നിക്ക്. അല്ലിമലർക്കാവിൽ കൂത്തുകാണാനിറങ്ങിയ ഉണ്ണിയാർച്ചേനെ നാദാപുരം അങ്ങാടിയിൽവച്ച് തെമ്മാടിക്കുണ്ടന്മാർ അരുതാത്തത് പറഞ്ഞപ്പോൾ മൂപ്പത്തി വാളൂരി ഈറ്റപ്പുലിയെപ്പോലെ അങ്കത്തിനിറങ്ങിയ കായ്ച ഒന്നു കാണേണ്ടതാ. എന്റെ ഉടലാകെ തരിച്ചു പോയി. കണ്ടോ, പറേമ്പം ഇപ്പളും രോമം തരിക്കുന്നു."

കൈരണ്ടും നീട്ടിക്കാണിച്ച് ഉണ്ണിയാർച്ചയെ നേരിൽ കണ്ടമട്ടിലുള്ള ചോയിച്ചിയുടെ വിവരണം കേട്ട് ഞാനന്ന് ശരിയ്ക്കും അന്തംവിട്ടിരുന്നു. ഉണ്ണിയാർച്ചയുടെ കഥ അതിനുമുമ്പും ചോയിച്ചി എനിക്കു പറഞ്ഞുതന്നിട്ടുണ്ട്. വടക്കൻപാട്ടിലൂടെ.

"അരയുംതലയുമുറപ്പിക്കുന്നു
അരയിന്ന് ഉറുമി എടുത്തവളും
നനമുണ്ട് നന്നായി അരയിൽകെട്ടി
നേരിട്ടുനിന്നല്ലോ പെങ്കിടാവും."

എന്നു ഉണ്ണിയാർച്ച അങ്കംവെട്ടിയതിനെക്കുറിച്ച് ചോയിച്ചി പാടുമ്പോൾ ഉണ്ണിയാർച്ച വീരനായികയായി എന്റെ മനസ്സിൽ വിലസും. അരിങ്ങോടരുമായുള്ള അങ്കത്തിൽ ജയിച്ച് മച്ചുനൻ ചന്തുവിന്റെ മടിയിൽ തലവച്ച് വിശ്രമിക്കുകയാരുന്ന ആരോമലിനെ ചതിയൻചന്തു കുത്തുവിളക്കുകൊണ്ട് ആഞ്ഞുകുത്തിയ കാര്യം പറഞ്ഞു ചോയിച്ചി വിതുമ്പുമ്പോൾ കൂടെ ഞാനും കരയും. ഉമ്മാമയോ വീട്ടിലെ പണിക്കാരികളോ ആ രംഗം

കണ്ടാൽ ചോയിച്ചിയിക്ക് വഴക്ക് ഉറപ്പാണ്. ഉണ്ണിയാർച്ചയും ആരോമലും ചന്തുവും കഥയിലെ നായികാനായകന്മാരായിരുന്നു എന്നാണ് അതുവരെ ചോയിച്ചി പറഞ്ഞത്. ഉണ്ണിയാർച്ച പയ്യോളിയിൽ വന്നെന്നും ആരോമൽ അങ്കംവെട്ടുന്നത് കണ്ട് കോരിത്തരിച്ചെന്നുമൊക്കെ പറഞ്ഞതാണ് എന്നെ ആശയക്കുഴപ്പത്തിലാക്കിയത്.

"ഉണ്ണിയാർച്ച മരിച്ചുപോയില്ലേ? പിന്നെങ്ങനാ പയ്യോളിയിലെത്തുന്നത്." എന്റെ സംശയം.

"അതു നേരാ. പക്ഷേങ്കി സിനിമേലെ ഉണ്ണിയാർച്ചയെ കണ്ടാൽ വടക്കൻപാട്ടിലെ ഉണ്ണിയാർച്ച ബയ്യില് നിക്കണം. എന്താ ചേല്."

ചോയിച്ചി തറപ്പിച്ചുപറയുമ്പോൾ ഞാൻ അമ്പരപ്പോടെ നോക്കും.

ഒടുക്കം എന്റെ സഹോദരൻ ആറ്റിയോട് ചോദിച്ചാണ് ഞാൻ സംശയം തീർത്തത്. ആറ്റിയാവുമ്പോൾ ക്ഷമയോടെ എല്ലാം പറഞ്ഞുമനസ്സിലാക്കിത്തരും. അച്ചുവിനെപ്പോലെ ഞാൻ പറഞ്ഞത് മാറ്റിമറിച്ച് മറ്റുള്ളവരുടെ മുന്നിൽ പരിഹാസപാത്രമാക്കില്ല.

പ്രശ്നപരിഹാരത്തിനായി ഞാൻ അന്ന് ആറ്റിയെ അന്വേഷിച്ച് ചെല്ലുമ്പോൾ ആറ്റി മുകളിലെ പൂമുഖത്തെ ഉപ്പയുടെ ചാരുകസേരയിൽ കണ്ണടച്ച് കിടക്കുന്നുണ്ടായിരുന്നു. പഠിച്ചുകൊണ്ടിരുന്ന പുസ്തകം മാറത്ത് കമഴ്ന്നുകിടക്കുന്നു. ആറ്റി രാത്രി ഏറെനേരം ഉറക്കമിളച്ചിരുന്ന് പഠിക്കാറുണ്ട്. പഠിക്കുന്നതിനിടയിൽ മയങ്ങിപ്പോയതായിരിക്കും. ഉണർത്താൻ മടിച്ച് പോയതുപോലെ തിരിച്ചുവരാൻ തുടങ്ങിയപ്പോൾ അനക്കം കേട്ടിട്ടെന്നോണം ആറ്റി കണ്ണു തുറക്കാതെ ചോദിച്ചു.

"എന്താ സോറാ...?"

"ഞാനാന്ന് ആറ്റിക്കെങ്ങനെ മനസ്സിലായി." എന്റെ സംശയം.

"അതാണ് മാജിക്. കാലൊച്ച കേട്ട് ആളെ മനസ്സിലാക്കുന്ന കൺകെട്ട്വിദ്യ. അസ്സു ഏടെപ്പോയി? നീ എന്താ ഒറ്റക്ക്."

മാറത്തുകിടന്ന പുസ്തകം മടക്കിവെച്ചുകൊണ്ട് വലിയ മാജിക്കുകാരന്റെ മട്ടിലാണ് ചോദ്യം.

"അച്ചു മമ്മൂട്ടിന്റൊപ്പരം നാടുതെണ്ടാൻ പോയിട്ടുണ്ടാവും. അയിനുമ്മാക്ക് കേസില്ല. ഞാൻ കണ്ടത്തില് ചോയിച്ചിന്റടുത്ത് പോയിരുന്നാ കേസായി. വയലില് ഞാറുനടുന്നോരെ പാട്ടുകേക്കാൻ പാലത്തിന്റാട ച്ചെന്നുനിന്നാ അതു തെറ്റ്. എനിക്കുവേണ്ടി പറയുമ്പോൾ സ്വരമിടറും.

"നീ ഉമ്മാന്റെ പിരിശക്കുട്ടിയല്ലേ. അതോണ്ടാ." ആറ്റി ചിരിച്ചുകൊണ്ട് പറഞ്ഞു.

"പിരിശക്കുട്ടി.... അതെല്ലാം ബെറുതേ പറയുന്നതാ. ചെറുപ്പത്തില് തർക്കംപിടിച്ചു കരഞ്ഞപ്പോ ഉമ്മ എന്റെ കണ്ണില് മൊളക് തേച്ചിട്ടുണ്ട്. എന്റള്ളോ, പൊകഞ്ഞുപോയി." കണ്ണു അപ്പോഴും നീറുന്നുണ്ടെന്ന മട്ടിലായിരുന്നു ഞാൻ പറഞ്ഞത്.

"ആട്ടേ, നീയെന്തിനാ തൊട്ടതിനും പിടിച്ചതിനുമൊക്കെ കരയുന്ന

ത്." ആറ്റി ചോദിച്ചതും എന്റെ കണ്ണു നിറഞ്ഞു.

"എന്നെ ആരിക്കും കണ്ടൂടാ. എനക്ക് നെറമില്ല, മൊഞ്ചില്ല, അതോണ്ടാ അല്ലേ." ഉത്തരംമുട്ടുമ്പോൾ കരയുകയാണ് എന്റെ പതിവ്.

"അയ്യേ, അപ്പളത്തിനും സങ്കടപ്പെട്ടോ. ആറ് ആൺകുട്ടികളെ പ്രസവിച്ചതിനുശേഷം കിട്ടിയ പെണ്ണായതുകൊണ്ട് നീ ഭാഗ്യക്കാരത്തിയാണെന്നാ ഉമ്മ എല്ലാരോടും പറയുന്നത്. ഉമ്മാക്ക് ഇന്നോടാ കൂട്ടത്തിൽ പിരിശമെന്ന് ഉമ്മ ഇന്നാളും ഉമ്മിത്താനോട് പറേന്നത് ഞാൻ കേട്ടല്ലോ. പിന്നെ പെങ്കുട്ട്യേളാവുമ്പം ആങ്കുട്ട്യേളെപ്പോലെ തോന്ന്യോണം നടക്കാൻ പറ്റൂലാലോ. ആറ്റി സമാധാനിപ്പിച്ചു.

"ആങ്കുട്ട്യേക്ക് തോന്ന്യോണം നടക്കാന്നാ...?"

വീറോടെയായിരുന്നു എന്റെ ചോദ്യം.

"ഇന്നോട് തർക്കിക്കാൻ ഞാനില്ല മോളേ. നീയെന്തിനാ എന്നെത്തെരക്കി വന്നത്. കണക്കു പഠിക്കാനാ?"

ആറ്റി ചോദിച്ചപ്പോൾ ഞാൻ തർക്കം മതിയാക്കി ചോയിച്ചി ഉണ്ണിയാർച്ചയെ കണ്ട കഥ ആറ്റിയെ പറഞ്ഞു കേൾപ്പിച്ചു.

"പൊട്ടത്തീ, നീയല്ലാതെ അതെല്ലാം വിശ്വസിക്ക്വോ? ഉണ്ണിയാർച്ചയുടെ കഥ സിനിമയാക്കിയതാണ്. പ്രസിദ്ധനടി പത്മിനിയാണ് ഉണ്ണിയാർച്ചയായി അഭിനയിച്ചത്. നല്ല സിനിമയാ. ഞാൻ കയിഞ്ഞ പ്രാവശ്യം കോഴിക്കോട്ടുപോയപ്പം ഉമ്മിത്താന്റൊപ്പരം പോയി കണ്ടതാ. നല്ല പാട്ടുകളൊക്കെയുണ്ട്."

"എന്നിട്ടെന്താ എന്നെ കൂട്ടാഞ്ഞത്?" എന്നു ചോദിച്ച് അപ്പോഴേക്കും ഞാൻ കരച്ചിൽ തുടങ്ങി.

"ഇതാ നിന്റെ കൊയപ്പം. മിണ്ടിയാക്കരയും. അതോണ്ടാ ഉമ്മാന്റെ കൈയിന്ന് അടി കിട്ടുന്നത്."

ആറ്റി പറഞ്ഞതും ഞാൻ മുഖംവീർപ്പിച്ച് ജനൽപ്പടിക്കുതാഴെയുള്ള സിമന്റ് തിണ്ണയിൽച്ചെന്നു കമഴ്ന്നു കിടന്നു.

"സോറ ഒറങ്ങീന്നാ തോന്നുന്നത്. ഞാൻ തായത്തേക്കു പോണു."

ആറ്റി പറഞ്ഞതുകേട്ട് ഞാൻ ചെറുതായി കണ്ണുതുറന്നു. ആറ്റി ചാരുകസേരയിൽനിന്ന് എഴുന്നേല്ക്കുന്നു. അവിടത്തന്നെ കിടന്നാൽ മുകളിൽ ഒറ്റയ്ക്കായിപ്പോകുമല്ലോ എന്ന ഭയം എന്നെ അലട്ടി. ആറ്റിയുമായി സുല്ലാവാൻ അഭിമാനം അനുവദിച്ചതുമില്ല.

"ഉറങ്ങുകയാണെങ്കിൽ സോറ വലതുകാൽ മേലോട്ടുയർത്തും."

ആറ്റി എന്റെ അടുത്തുവന്നു പറഞ്ഞപ്പോൾ ഞാൻ എന്റെ വലതുകാലുയർത്തി.

"ആ, നല്ല ഉറക്കത്തിലാ. ഞാൻ പോട്ടെ." എന്നു പറഞ്ഞുകൊണ്ട് ആറ്റി പുറത്തേക്കിറങ്ങാൻ തുടങ്ങിയപ്പോൾ ഞാൻ എണീറ്റിരുന്നിട്ട് ഇളിഞ്ഞമട്ടിൽ പറഞ്ഞു: "ഞാൻ ഒറങ്ങീട്ടൊന്നുമില്ല."

"എന്നാ എണീറ്റോ. ഉമ്മ തായത്ത് നിന്നെ തെരഞ്ഞുനടക്കുന്നുണ്ടാ

വും." ആറ്റി പറഞ്ഞു.

അപ്പോൾ അച്ചു ഓടിക്കിതച്ച് അവിടെയെത്തിയിട്ട് പറഞ്ഞു:

"അലീ, ഇന്ന് ഞമ്മളെ ആറാട്ടിനു കൊണ്ടോവാന്ന് ഉപ്പ പറഞ്ഞിട്ടുണ്ട്. വൈന്നേരം. ഇന്നാണ് പൂവടിത്തറയിലെ വെടിക്കെട്ട്."

ആറ്റി അച്ചുവിനേക്കാൾ രണ്ടുവയസ്സ് മൂത്തതാണെങ്കിലും അച്ചു പേരാണ് വിളിക്കുന്നത്.

എന്നിട്ട് എന്നെനോക്കി മുസലിയാർ വഅളുപറയുന്നതുപോലെ ഈണത്തിൽ... "കരച്ചപ്പെട്ടീനെ കൂട്ടുമോന്നറിയൂലാ മാളോരേ....."

"ഇപ്പമൊരു പിണക്കം തീർത്തതേയുള്ളൂ. ആദ്യേ കരയിക്കണ്ട" ആറ്റി.

തർക്കത്തിനൊന്നും മുതിരാതെ ഞാൻ മുഖവും വലിച്ചുകയറ്റി താഴത്തേക്കു വച്ചുപിടിച്ചു. ഇപ്പഴേ ചെന്ന് ശാഠ്യംപിടിച്ചില്ലെങ്കിൽ വൈകുന്നേരത്തെ ആറാട്ടിനു പോക്ക് വെള്ളത്തിലാവും. പെരുമാളപുരത്തെ അമ്പലത്തിലെ ഉത്സവമാണ് ആറാട്ട്. ആ സമയത്ത് പൂരപ്പറമ്പിൽ ചന്തയുമുണ്ടാവും. പലനാട്ടിൽനിന്നെത്തുന്ന കച്ചവടക്കാർ ഓലമേഞ്ഞ ഷെഡുകളിൽ വളയും മാലയും കളിപ്പാട്ടങ്ങളും നിരത്തും. ഏറ്റവും പ്രധാനയിനം കുപ്പിമോതിരമാണ്. പലവർണ്ണങ്ങളിലുള്ള കുപ്പിമോതിരങ്ങൾ ചരടിൽ കോർത്ത് വളയമാക്കിയിട്ടിരിക്കുന്നത് കാണാൻ നല്ല ചേലാണ്. ഉപ്പ ആറാട്ടിനുപോകുമ്പോൾ ഒന്നും രണ്ടും വളയങ്ങളൊന്നിച്ചാണ് വാങ്ങുന്നത്. ആറാട്ടിനുപോയിവന്നാൽ പിറ്റേന്നുതന്നെ കോഴിക്കോട്ടുള്ള എളാമയുടെ മക്കൾക്കും ഉമ്മിത്തയ്ക്കുമൊക്കെ ഉമ്മ എല്ലാക്കൊല്ലവും കുപ്പിമോതിരവും ചുവപ്പും പച്ചയും കുപ്പിവളകളും കൊടുത്തയക്കും. പൊട്ടാതിരിക്കാൻ ചെറിയ കാർഡ്ബോർഡ് ബോക്സിലാക്കി ഭദ്രമായി പൊതിഞ്ഞാണ് പൊതി അസ്സനെ ഏല്പിക്കുന്നത്. ഈത്തപ്പഴം, പൊരിയുണ്ട, അരിച്ചക്കര, മുറുക്ക്, തുടങ്ങി ആറാട്ടിനുമാത്രമായി എത്തുന്ന നാനാതരം തീറ്റസ്സാധനങ്ങളും അവിടെ കിട്ടും. പനയോലവട്ടിയിൽകെട്ടിയാണ് അസ്സൻ ആറാട്ടു സാധനങ്ങളുമായി തലച്ചുമടേറ്റി കോഴിക്കോട്ടേക്ക് തീവണ്ടി കേറുന്നത്. എനിക്ക് ഉപ്പ വാങ്ങിച്ചു തരുന്ന കാറ്റാടി, പാവക്കുട്ടി, കുപ്പിവളകൾ തുടങ്ങിയവ സൂക്ഷിച്ചുവച്ച് കോഴിക്കോട്ടുനിന്നെത്തുന്ന വിരുന്നുകാർക്ക് ഞാൻ പത്രാസോടെ കാണിച്ചു കൊടുക്കും. ആറാട്ടിനു പോയാൽ ഉപ്പ കൈയയച്ച് ചെലവാക്കും. എനിക്കും ഉമ്മയ്ക്കും എന്റെ സഹോദരിമാർക്കും കറുപ്പും ചുവപ്പും പച്ചയും കുപ്പി വളകൾ, സെയ്ഫ്റ്റിപിന്ന്, മുടിപ്പൂ, ചെവിത്തോണ്ടി, നഖംവെട്ടി അങ്ങനെ ലൊട്ടുലൊടുക്ക് സാധനങ്ങൾ എമ്പാടുമുണ്ടാകും.

"ഇന്റെ കൈമ്മല് കുപ്പി വള നല്ലോണം ചേരും." വളപ്പൊതി ഉമ്മയെ ഏല്പിച്ചിട്ട് ഉപ്പ പറയും.

"അതിങ്ങള് പറേന്നത് നേരാ. ഉമ്മ നാലു വളയിട്ടാലും നല്ല ചേലാ. ഞാൻ കൈനെറച്ചിട്ടാലും അത്തര മൊഞ്ചില്ല."

എന്റെ മൂത്ത സഹോദരി പൂത്ത പറയുമ്പോൾ ഉമ്മയുടെ മുഖത്ത് കള്ളച്ചിരി.

വീട്ടിൽ ഇടയ്ക്കിടെ വളക്കാരി ചെട്ടിച്ചി തലയിലൊരു വലിയ കുട്ടയുമായി എത്തും. ഉമ്മയും ഉമ്മാമയും പൂത്തയും അപ്പോഴും വളകൾ വാങ്ങും. ജോലിക്കാരികൾക്ക് കരിവളയും പേൻചീർപ്പും ചെവിത്തോണ്ടിയും ഉമ്മ അപ്പോഴാണ് വാങ്ങിച്ചുകൊടുക്കാറുള്ളത്. ഉമ്മയുടെ കൈകൾ വെളുത്തുതുടുത്തിട്ടാണ്. വളയിട്ടാൽ ഇറുകിക്കിടക്കും. ഉപ്പ പറയുന്നതുപോലെ കാണാൻ നല്ല ചേലാണ്.

പകൽ മുഴുവൻ ഉമ്മയുടെ പിന്നാലെ നടന്ന് കേണു പറഞ്ഞാണ് ആറാട്ടിനുപോകാൻ അനുവാദം സംഘടിപ്പിക്കുന്നത്. ശുപാർശകനായ ആറ്റിയെയാണ് ഉമ്മ എന്റെ ഉത്തരവാദിത്വം ഏല്പിക്കുന്നത്.

"ഇതാ, അലിക്കുട്ടീ, നിന്നെ വിശ്വസിച്ചാ ഓളെ ഞാനയക്കുന്നത്. ആൾക്കൂട്ടത്തിൽ ഓളെ കൈ മുറുക്കെ പിടിക്കണം. പന്തംകണ്ട പെരുച്ചായിനെപ്പോലെയാ ഓളെ നടപ്പ്. അന്തിമയങ്ങിയാ ഓളെ ആറാട്ടുപൂതി തീരും ചെയ്യും. സാമാനം മാങ്ങുന്ന തെരക്കിൽ ഉപ്പ കുട്ട്യേളെ മറക്കും. ഇവളാണെങ്കില് സന്ധ്യമയങ്ങുമ്പളത്തിന് ഒറക്കംതൂങ്ങാൻ തൊടങ്ങും. അങ്ങോട്ടുമിങ്ങോട്ടും കൊറേ നടക്കാനുള്ളതാ."

വീട്ടിൽനിന്നിറങ്ങുന്നതുവരെ ഉമ്മ ഓർമ്മിപ്പിച്ചുകൊണ്ടിരിക്കും. വൈകുന്നേരത്തെ ചായകുടിയും കഴിഞ്ഞാണ് പയ്യോളിയിലേക്കിറങ്ങുന്നത്. ഉമ്മ കുളിപ്പിച്ച് ഉടുപ്പ്മാറ്റി മുഖത്ത് പൊഡറിട്ട് ഒരുക്കിയിട്ട് ഉപ്പയോട് പറയും:

"ഇതാ സൂറാനെ, നോക്കണേ."

"നീ ഒരു കാര്യം ചെയ്യ്, ആ കുഞ്ഞാമിനാനെക്കൂടി അയക്ക്. ഇനിക്കും എനക്കും സമാധാനം കിട്ടും. മഗരിബാകുമ്പളത്തിന് ഓള് ഒറക്കം തൂങ്ങും. പിന്നെ പൂവെടി കാണലൊന്നുമുണ്ടാവില്ല. കുഞ്ഞാമിനയുണ്ടെങ്കില് അവിടെയൊക്കെ ഒന്നു നടന്നുകാണിച്ചിട്ട് അസ്സന്റൊപ്പരം നേരത്തേ മടക്കി അയക്കാം."

ഉമ്മയുടെ വേവലാതി കാണുന്നതോടെ ഉപ്പ എന്റെ ഭാരം ഒഴിയും.

"കളിസാമാനം വാങ്ങിത്തരാണ്ടേ ഞാൻ പോരൂലാ." എന്നു പറഞ്ഞുകൊണ്ട് ഉമ്മയ്ക്ക് എതിർത്തൊന്നും പറയാൻ സമയം കിട്ടുന്നതിനുമുമ്പ് ഗേറ്റിലേക്കോടും. അപ്പോഴേക്കും ഉമ്മ നേരത്തേ റെഡിയാക്കി നിർത്തിയ കുഞ്ഞാമിന പിന്നാലെയെത്തും. ആണുങ്ങൾ മുന്നിലും ഞാനും കുഞ്ഞാമിനയും പിന്നിലുമായി ആറാട്ടുസംഘം വീട്ടിൽനിന്നിറങ്ങും. അസ്സന്റെ കൈയിൽ റാന്തലും മുളവടിയും. നായ്ക്കളെ ഓടിക്കാനാണ് മുളവടി. നടന്നു പയ്യോളിയിലെത്തുമ്പോഴേക്ക് ഉമ്മ പറഞ്ഞതുപോലെ എന്റെ ആവേശം തീരും. എനിക്കുള്ള കളിപ്പാട്ടങ്ങളും പലഹാരപ്പൊതിയും കൈയിലെത്തുന്നതോടെ വീട്ടിൽപ്പോകാൻ ഞാൻ തിരക്കുകൂട്ടും. കുഞ്ഞാമിനാക്ക് അപ്പോഴും കാഴ്ചകണ്ട് മതിയാവില്ല.

"പൂവെടി കണ്ടിട്ട് പോക സുറ മോളേ." എന്നു പറഞ്ഞുകൊണ്ട് കുഞ്ഞാമിന കൈയിലുള്ള പായ വിരിച്ച് വെടിക്കെട്ട് കാണാൻ പാകത്തില് എവിടെയെങ്കിലുമിരിക്കുമെങ്കിലും ഉപ്പ സമ്മതിക്കില്ല.

"മേണ്ട. ഓളുറങ്ങിപ്പോകും. അസ്സാ നീ ഓലെ പൊരേക്കൊണ്ടാക്കീട്ട് വേം മടങ്ങിവന്നോ."

അസ്സൻ മനമില്ലാമനസ്സോടെ ആറാട്ടു പറമ്പിൽ നിന്നറങ്ങുമ്പോൾ കാതടപ്പിക്കുന്ന കതിനവെടികേട്ട് ഞാൻ ചെവി പൊത്തി കുഞ്ഞാമിനയുടെ മടിത്തുമ്പിൽ മുഖമൊളിപ്പിക്കും.

"ഇക്കുഞ്ഞന്റെയൊരു കാര്യം. പേടിക്കാനൊന്നുമില്ല."

കുഞ്ഞാമിന എന്നെ സമാധാനിപ്പിക്കും. അപ്പോഴായിരിക്കും തിക്കോടി അങ്ങാടിയിലേക്കു പോകുന്ന ഏതെങ്കിലും പരിചയക്കാരെയോ ബന്ധുക്കളെയോ അസ്സൻ കാണുന്നത്. ഞങ്ങളെ അവരെ ഏല്പിച്ചിട്ട് അസ്സൻ അമ്പലപ്പറമ്പിലേക്ക് തിരിച്ചുനടക്കുമ്പോൾ കുഞ്ഞാമിനയോട് പറയും:

"ഇങ്ങളെ എവലൊപ്പരം അയച്ചകാര്യം മറിയൂട്ടി അമ്മായിനോട് പറയല്ലേ. ഞാൻ ഗേറ്റുവരെ കൂടെപ്പോന്നിനെന്നേ പറയാവൂ."

"അത് ഞാൻ പറഞ്ഞോളാം. ആജ്യാരോട് നീയെന്തുപറയും കുഞ്ഞിമ്മോനെ?"

"മക്കളേംകൂട്ടി പൂരപ്പരമ്പിൽ നടക്കുന്നതിനിടയിൽ മൂപ്പരക്കഥ ഇപ്പളേ മറന്നിട്ടുണ്ടാകും." എന്നു പറഞ്ഞുകൊണ്ട് അസ്സൻ ആൾക്കൂട്ടത്തിലേക്ക് ഊളിയിടും. കുഞ്ഞാമിന എന്റെ കൈയുംപിടിച്ച് കൂടെയുള്ളവരോട് കിസയും പറഞ്ഞ് നടക്കുമ്പോൾ അവരുടെ കഥ കേട്ടുകൊണ്ട് പാതിമയക്കത്തിൽ ഞാൻ വീട്ടിലേക്കു നടക്കും.

പതിനഞ്ച്

ആറാട്ടിനെന്നപോലെ മതപ്രസംഗമായ വഅള് കേൾക്കാൻപോകുന്നതും രാത്രിയിലാണ്. ആറാട്ട് ആണുങ്ങളുടെ ഉത്സവമാണെങ്കിൽ മതപ്രസംഗം പെണ്ണുങ്ങളുടെ ആഘോഷമാണ്. നോമ്പു തുടങ്ങുന്നതിനുമുമ്പാണ് അന്യദേശത്തുനിന്ന് മതപ്രസംഗത്തിനായി മുസ്‌ലിയാക്കന്മാർ തിക്കോടിയിലെത്തുന്നത്. പ്രത്യേക ക്ഷണിതാക്കളായി എത്തുന്ന രാപ്രസംഗക്കാർക്ക് രാജകീയസ്വീകരണമാണ് നാട്ടുകാർ ഒരുക്കുന്നത്. കിടപ്പ് പള്ളിയിലാണെങ്കിലും ഭക്ഷണം ഓരോദിവസം ഓരോ വീട്ടിൽനിന്നായിരിക്കും. സ്ത്രീകൾ മത്സരിച്ച് വിരുന്നൊരുക്കി പരസ്പരം ഞെട്ടിക്കുന്നതും വീമ്പുപറയുന്നതും അടുക്കളക്കാരികളുടെ സ്വകാര്യസംഭാഷണത്തിൽനിന്നാണ് ഞാൻ അറിയുന്നത്. പ്രാസംഗികർ ചിലപ്പോൾ തിക്കോടിയിൽനിന്ന് പെണ്ണുകെട്ടുന്നതും പതിവാണ്. അയാൾക്ക് സ്വന്തം നാട്ടിൽ ഭാര്യയും കുട്ടികളുമുണ്ടെന്ന് വിവരം മറച്ചുവെച്ചായിരിക്കും പലപ്പോഴും വിവാഹങ്ങൾ നടക്കുക. പിന്നീടതിനെച്ചൊല്ലിയുള്ള കലഹങ്ങളും

വല്ലിപ്പ മദ്ധ്യസ്ഥം നിന്ന് പ്രശ്നത്തിന് പരിഹാരം കാണുന്നതുമൊക്കെ നാട്ടുകാർക്ക് നേരമ്പോക്കിനുള്ള സംഗതികളാണ്.

തിക്കോടി അങ്ങാടിയിൽ ഞങ്ങളുടെ കുടുംബവക പള്ളിയുണ്ടെങ്കിലും അവിടെ രാത്രികാലങ്ങളിൽ മതപ്രസംഗം നടക്കാറില്ല. തിക്കോടി മാപ്പിളസ്കൂളിനടുത്തുള്ള മേളാട്ടെ പള്ളിയിലാണ് വഅള് കേൾക്കാൻ പോകുന്നത്. ഒരാഴ്ച അടുപ്പിച്ച് രാപ്രസംഗമുണ്ടാവും. വഅള് തുടങ്ങാൻ ആവേശത്തോടെ കാത്തിരിക്കുന്നവരാണ് പെണ്ണുങ്ങൾ. അറിവുനേടാനുള്ള ഉപാധിമാത്രമല്ല വീട്ടിൽനിന്ന് പുറത്തിറങ്ങാനുള്ള അവസരം കൂടിയാണ് അവർക്ക് ഇത്തരം സന്ദർഭങ്ങൾ. പുരുഷന്മാർ അറിവുള്ളവരായതുകൊണ്ട് വഅള് കേൾക്കേണ്ട ആവശ്യമില്ലെന്നാണ് പൊതുവേ ഞങ്ങളുടെ വീട്ടിൽ പറഞ്ഞുകേട്ടിട്ടുള്ളത്.

"ഇന്റെ സിൽബന്ധികളെയെസ്സാംകൂട്ടി എന്നും രാപ്രസംഗം കേക്കാമ്പോകാനൊരുങ്ങിക്കോ. മേളാട്ടെ പള്ളിപ്പറമ്പിൽ വഅള് തുടങ്ങുന്നുണ്ട്. അങ്ങനെയെങ്കിലും ഓലിക്ക് ലേശം അറിവുണ്ടായിക്കോട്ടേ."

മതപ്രസംഗം തുടങ്ങുന്ന വിവരം എല്ലാക്കൊല്ലവും ഇതേ വാചകത്തിലാണ് ഉപ്പ ഉമ്മയെ അറിയിക്കുന്നത്. അങ്ങനെയാണ് മതപ്രസംഗം പെണ്ണുങ്ങൾക്ക് മാത്രമുള്ള പരിപാടിയാണെന്ന് ഞാൻ മനസ്സിലാക്കിയത്. അവിടെച്ചെന്നപ്പോൾ മുൻനിരയിലിരിക്കുന്ന ആണുങ്ങളെ കണ്ട് "വിവരമില്ലാത്ത ആണുങ്ങളുമുണ്ടോ" എന്ന എന്റെ സംശയം വാക്കുകളായപ്പോൾ പെണ്ണുങ്ങൾ ഒച്ച പുറത്തുകേൾപ്പിക്കാതെ ചിരിച്ചു. ചിരിക്കാനും മിണ്ടിപ്പറയാനുമാണ് മിക്കവരും മതപ്രസംഗം കേൾക്കാനെന്നും പറഞ്ഞ് പള്ളിമൈതാനത്തെത്തുന്നത്. അവിടെയെത്തിയാൽ പള്ളിപ്പറമ്പിൽ തെണ്ടിനടക്കാതെ അടങ്ങിയൊതുങ്ങി ഇരുന്നോളണമെന്ന് വീട്ടിൽനിന്നിറങ്ങുന്നതിനുമുമ്പ് ഉമ്മയുടെ എല്ലാവരോടുമായിട്ടുള്ള താക്കീത് ഞാൻ പലപ്പോഴും മറക്കും. മറ്റു പെണ്ണുങ്ങൾ അങ്ങോട്ടുമിങ്ങോട്ടും തോണ്ടി ഫസാദും ഫിത്നയും പറയുമ്പോൾ ഉമ്മ വെറ്റില മുറുക്കി ചുണ്ടും ചുവപ്പിച്ച് പായിൽ കാലും നീട്ടിയിരുന്ന് ശ്രദ്ധിച്ചു പ്രസംഗം കേൾക്കുകയാണ് പതിവ്. അതുകൊണ്ട് ഉമ്മയെ അറിയുന്നവരൊക്കെ കുറച്ച് മാറിയിരിക്കും. സംശയം ചോദിച്ചും ചിണുങ്ങിയും ശല്യപ്പെടുത്തുമ്പോൾ ഉമ്മ എന്റെ നേരെ കണ്ണുരുട്ടും.

"മിണ്ടാണ്ടിരിക്ക് സൂറാ. എടങ്ങേറാക്കിയാ കുഞ്ഞാമിനാന്റൊപ്പരം ഇന്നെ ഇപ്പം ഞാൻ പൊരേലേക്കയക്കും."

അത് എന്നോടുമാത്രമുള്ളതല്ലെന്നറിയുന്നതുകൊണ്ട് അടുത്തിരിക്കുന്ന പെണ്ണുങ്ങൾ തല്ക്കാലം വായടയ്ക്കും. ഉമ്മ എന്നെ മറന്ന് വെറ്റില മുറുക്കി ചുണ്ടിൽ വിരൽവെച്ച് മണലിലേക്ക് നീട്ടിത്തുപ്പി പ്രസംഗത്തിൽ മുഴുകുന്നതോടെ ഞാൻ എണീറ്റുനിന്ന് മൈതാനമൊട്ടാകെയൊന്ന് കണ്ണോടിക്കും. പെണ്ണുങ്ങൾ അവിടെവിടെയായി കൂട്ടംകൂടിയിരുന്നു കുശുകുശുക്കുന്നതിനായി കാതോർക്കും.

“മറിയൂട്ടി അമ്മായിന്റെ വാസനപ്പോയിലന്റെ മണം മതി ഹരംപിടിക്കാൻ. ഒരു വായിക്ക് ഞാനും തിന്നട്ടേക്കും.” എന്നു ചോദിച്ചുകൊണ്ട് ആരെങ്കിലും അടുത്തുവന്നിരിക്കുമ്പോൾ ഉമ്മ മറുപടിയൊന്നും പറയാതെ വെറ്റിലപ്പെട്ടി അവരുടെ മുന്നിൽ നീക്കിവച്ചുകൊടുക്കും. അതോടെ ചക്കരയിൽ ഈച്ച പൊതിയുന്നതുപോലെ വെറ്റിലപ്പെട്ടിക്കു മുന്നിൽ പെൺപട. ഞാനാദ്യം ഞാനാദ്യം എന്നമട്ടിൽ ആർത്തിയോടെയാണ് വെറ്റിലയും ചുണ്ണാമ്പും പാക്കും വാസനപ്പുകയിലയുമൊക്കെ കൈക്കലാക്കുന്നത്. കുഞ്ഞാമിനയുടെ കണ്ണിൽപ്പെട്ടാൽ “അമ്മായിക്ക് വഅള് കയ്യുന്നതുവരെ തിന്നാനുള്ളതാ” എന്നു പറഞ്ഞുകൊണ്ട് വെറ്റിലച്ചെല്ലം കൈക്കലാക്കി “വാ സൂറമോളെ ഞമ്മക്കങ്ങോട്ടിരിക്കാം” എന്നു പറഞ്ഞ് കുഞ്ഞാമിന എന്നെയും കൂട്ടി മാറിയിരിക്കും.

“അതേതാ മൊതല്. മറിയൂട്ടി അമ്മായിനേക്കാളും കിബറാ ഓക്ക്.” ചിലർ അടക്കം പറയും.

രാത്രി ഭക്ഷണം കഴിഞ്ഞ് വലിയ ആരവാരത്തോടെയാണ് വീട്ടിലെ പെണ്ണുങ്ങൾ പ്രസംഗം കേൾക്കാനിറങ്ങുക. ഉറക്കമൊഴിഞ്ഞാൽ തലവേദനയാണെന്നും നടക്കുമ്പോൾ മുട്ടുവേദനയാണെന്നുമൊക്കെ പറഞ്ഞ് ഉമ്മാമ മിക്കദിവസവും വരില്ല. ഉമ്മ എന്നുമുണ്ടാകും. കൂടെ തെറുത്തുവെച്ച പായകളും കുടിക്കാനുള്ള വെള്ളവും കുട്ടികൾക്ക് കൊറിക്കാൻ പലഹാരങ്ങളുമായി പണിക്കാരികളും കൂടെക്കാണും. ജോലിക്കാരികളെ ഊഴമിട്ടാണ് പ്രസംഗം കേൾക്കാൻ കൂടെകൂട്ടുന്നത്. അല്ലെങ്കിൽ ഉമ്മാമ വീട്ടിൽ ഒറ്റയ്ക്കായിപ്പോകുമല്ലോ. അസ്സനും മൊയ്ത്യാക്കയും മുന്നിലുണ്ടാകും. സ്ത്രീകൾ രാത്രിയായാലും പകലായാലും പുരുഷയകമ്പടിയില്ലാതെ എങ്ങോട്ടുമിറങ്ങുന്ന പതിവില്ല. മുന്നിൽ നടക്കുന്ന അസ്സന്റെ കൈയിൽ ഒരുകെട്ട് ഓലച്ചൂട്ടുകൾ. മുന്നിൽ നടക്കുന്ന മൊയ്ത്യാക്കയുടെ കൈയിലായിരിക്കും കത്തുന്ന ചൂട്ട്.

“മൊയ്ത്യാക്ക ചൂട്ടുമിന്നിച്ചാ ഇരുട്ട് പേടിച്ചുപായും. അയിറ്റാ ചൂട്ടാ ഞാനുണ്ടാക്കുന്നത്.”

കുഞ്ഞാമിന വീമ്പു പറയാറുണ്ട്. വഅള് കേൾക്കാൻ പോകുമ്പോൾ കത്തിക്കാനുള്ള ഓലച്ചൂട്ടുണ്ടാക്കുന്നത് കുഞ്ഞാമിനയാണ്. നല്ല ഓല തെരഞ്ഞെടുത്ത് ചൂട്ടുണ്ടാക്കി കുഞ്ഞാമിന വിറകുപുരയിൽ പ്രത്യേകം സൂക്ഷിക്കും. വൈകുന്നേരം വീട്ടിലേക്കിറങ്ങുമ്പോൾ നേരംവൈകിപ്പോയാൽ അതിൽനിന്നൊരു ചൂട്ട് പണിക്കാരി ഉമ്മമ്പിയുമ്മ എടുത്തുപോയാൽ കുഞ്ഞാമിനയുടെ വക തെറിയഭിഷേകമായിരിക്കും.

ഇത്തരം വഴക്കുകേൾക്കാൻ ഞങ്ങൾ കുട്ടികൾക്ക് ഹരമാണ്. അച്ചു ഇരുവശത്തും എരികേറ്റും.

“കുഞ്ഞാമിനിത്ത പറഞ്ഞതാ നേര്. ഇങ്ങളെന്തിനാ അയിമ്മന്ന് ചൂട്ടെടുത്തത്?”

“നേരം ഇരുടുകുത്തിയിട്ടല്ലേ പൊന്നുമോനെ, നാളെ ഞാൻ വേറെ

യൊന്നുണ്ടാക്കിക്കൊടുത്താ പോരേ?" ഉമ്മമ്പിയുമ്മ.

"അതുനേരല്ലേ കുഞ്ഞാമിനിത്താ. ഇങ്ങളെന്തദിനാ അയിനിങ്ങനെ പടവെട്ടുന്നത്?" അച്ചു.

"ചൂട്ടു കത്താണ്ടിരുന്നാൽ മൊയ്ത്യാക്ക എന്നെയാ ബയ്ക്ക് പറയുക." കുഞ്ഞാമിന.

"ഓ, അത്തര മുന്തിയ ചൂട്ടല്ലേ... ബെറുതേ എന്നെക്കൊണ്ട് പറയിക്കല്ലേ പഹച്ചീ...."

അതോടെ തെറിയുടെ പൊടിപൂരം. കുഞ്ഞാമിന എണ്ണക്കൽക്കം കട്ടു തിന്നുന്നതും ഉമ്മമ്പിയുമ്മ വീട്ടിലേക്കുപോകുമ്പോൾ തേങ്ങാമുറി മടിയിൽ തിരുകുന്നതും രണ്ടുപേരും അറിഞ്ഞും അറിയാതെയും ചെയ്ത തെറ്റുകളുമെല്ലാം അതോടെ പുറത്തുചാടും. പറഞ്ഞറിഞ്ഞ് ഉമ്മ ഓടിയെത്തി ഇടപെടുന്നതുവരെ അങ്കം തുടരും.

വഅള് കേൾക്കാനിരിക്കുമ്പോഴും സ്ത്രീകൾതമ്മിൽ വാക്കേറ്റമുണ്ടാകും. നിസ്സാരകാര്യത്തിൽനിന്നായിരിക്കും തുടക്കം.

"അല്ലവളേ, അന്റെ മാപ്പളക്ക് കോടിക്കലുള്ള പുയ്യിസ്ളാത്തിയുമായിട്ടുള്ള ചിറ്റം ഇപ്പളുമുണ്ടോ?"

എന്നു ഒരുത്തി അടുത്തിരിക്കുന്നവളോട് ലോഹ്യം ചോദിക്കുന്നതോടെയായിരിക്കും തുടക്കം. പറഞ്ഞവളുടെ നാലു തലമുറയെ അതോടെ മറ്റവൾ ഉളുപ്പുകെടുത്തും.

"ഇല്ലാത്ത കാര്യമല്ലാലോ ഞാൻ ചോദിച്ചത്. അന്റെ മാപ്പള അപ്പെണ്ണിനൊപ്പം വടകരച്ചന്തേല് ചുറ്റിത്തിരിയുന്നത് കണ്ടോലുണ്ട്."

"കണ്ടെങ്കില് ഞാൻ സഹിച്ച്. ഇഞ്ഞ് ഈറ്റിനെന്നും പറഞ്ഞ് തലശ്ശേരി പോയിട്ട് കൈനിറയെ പൊന്നും പണവുമായി വരുന്നേന്റ പൊരുള് ഞാക്കാരിക്കും തിരിഞ്ഞിക്കില്ലാന്നാ ഇഞ്ഞി കരുതുന്നത്?"

"നല്ലകാര്യം കേക്കാൻ വരുമ്പോളെങ്കിലും നാവൊന്നടക്കിക്കൂടെ ഇങ്ങക്ക്. വകതിരിവില്ലാത്ത ജാത്യള്."

ഉമ്മ ഇടപെടുന്നതോടെ രണ്ടുപേരും അടങ്ങും. കണ്ണുതുടച്ചും മൂക്കുപിഴിഞ്ഞും അവതാപറയും. പടവെട്ടിയവർ രണ്ടുപേരും പലപ്പോഴും ഞങ്ങളുടെ പറമ്പിലെ കുടികിടപ്പുകാരോ അവരുടെ ബന്ധുക്കളോ ആയിരിക്കും.

"കുഞ്ഞയിശാ, സൈനു, ഇങ്ങളോട് രണ്ടാളോടുമായിട്ടാ ഞാൻ പറയുന്നത്. ഇജ്ജാതി വർത്താനം ഇങ്ങള് മേലാൽ പറയരുത്. ഈബത്ത് പറയുന്നവര് നരകക്കീയില്കെടന്ന് വെന്തുരുകം കേട്ടല്ല?"

"മറിയുട്ടിയമ്മായിന്റെ വാക്ക് തട്ടാൻ പറ്റാത്തതുകൊണ്ട് ഞാനധികം പറയുന്നില്ല."

രണ്ടുപേരും ഏറ്റുപറയുന്നതോടെ വഴക്ക് തല്ക്കാലം തീരും.

പെണ്ണുങ്ങളുടെ ഭാഗത്ത് ശബ്ദമുയരുമ്പോൾ മുസലിയാരും ഒച്ചയുയർത്തും.

"കാലല്ലാഹു വസ്സവജല്ലാ.... അതേ... അള്ളാഹു പറഞ്ഞു... പെണ്ണുങ്ങളേ... ഇങ്ങള് നരകക്കൊള്ളികളാകാൻ കരാറെടുക്കരുത്.... നല്ലോരു റമളാൻമാസമാണ് വരാൻപോകുന്നത്. ഇങ്ങളെ നാവിനെ ഇങ്ങള് സൂച്ചിച്ചോളീൻ.... ഇബിലെസെന്ന പഹയന്റെ മുസീബത്തിനെത്തൊട്ട് കരുതിയിരുന്നോളീ. എന്നാ അയിന്റെ കൊണം നാളെ ആഖിറത്തിൽ ചെന്നാ ഇങ്ങക്ക് കിട്ടാണ്ടിരിക്കൂലാ.....എന്നിട്ട് ഈണത്തിലും താളത്തിലും ചില ഖുറ്ആൻ വചനങ്ങൾ ചൊല്ലും."

അതോടെ മൈതാനത്ത് സൂചിവീണാൽ കേൾക്കുന്ന നിശ്ശബ്ദത.

"എന്താ അമ്മൊായില്യാരെ അറിവ്. ഖുറ്ആനോതുന്നത് കേട്ടില്ലേ, ലോകരേ... മണിമണിപോലെ."

കുഞ്ഞാമിന അടുത്തിരിക്കുന്നവളുടെ ചെവിയിൽ അടക്കം പറയും. അതോടെ സ്ത്രീകൾ വീണ്ടും പതിഞ്ഞ ശബ്ദത്തിൽ സംസാരം തുടങ്ങും. അപ്പോഴേക്ക് മുസ്ലിയാർ വീണ്ടും ശബ്ദമുയർത്തും.

"എന്താണ് പറഞ്ഞതെന്നുവെച്ചാൽ... ഇദ്ദുനിയാവ് കളിയും ചിരിയുമായി കയിഞ്ഞങ്ങുപോവും.... കാലല്ലാഹു വസ്സവജല്ലാ... അള്ള പറയുന്നു.... ആഖിറം വെളിവാക്കാൻ ഇങ്ങള് തേടിക്കോളിൻ കൂട്ടരേ... റമദാൻ മാസത്തിലെ ഇബാദത്തിന് പത്തെരട്ടിയാണ് കൂലി. ലൈലത്തുൽഖദിറിന്റെ രാവിനായി കാത്തിരിക്കിൻ കൂട്ടരേ..... ആയിരംമാസത്തെ പ്രതിഫലം കിട്ടുന്ന രാവിനായി കാത്തിരിക്കാനാണ് അള്ള പറഞ്ഞത്. ഇന്ന അൻസലനാഹു ഫീ ലൈലത്തുൽ ഖദ്ർ.... ലൈലത്തുൽദറി മിൻ അല്ഫിശ്ശഹറ്...."

കരഞ്ഞുകൊണ്ട് മുസ്ളിയാർ ഓതുമ്പോൾ മൈതാനത്തുള്ള പെണ്ണുങ്ങൾ ഒന്നടങ്കം തേങ്ങുന്നു.

ഉമ്മയുടെ തൊട്ടടുത്ത് പായിലിരിക്കുകയായിരിക്കും ഞാൻ. ചെന്ന ഉടനെ നല്ലസ്ഥലം തിരഞ്ഞെടുത്ത് കുഞ്ഞാമിന പായവിരിക്കും. മുസ്ലിയാരെ കാണാവുന്ന ഇടംനോക്കിയാണ് കുഞ്ഞാമിന പായിടുന്നത്. ഉമ്മ പ്രസംഗത്തിൽ ലയിക്കുന്നതോടെ കുഞ്ഞാമിന പതുക്കെ എണീറ്റു ചെന്ന് പരിചയക്കാരെയും ബന്ധുക്കളെയുമൊക്കെ കണ്ടുപിടിച്ച് ലോഹ്യം പറയും. ഇരുന്നു മടുക്കുമ്പോൾ ഞാനും കുഞ്ഞാമിനയോടൊപ്പംകൂടും.

"മറിയൂട്ടിയമ്മായിന്റെ എളയ മോളാ അല്ലേ?"

ചിലർ എന്റെ താടിപിടിച്ച് ലോഹ്യം ചോദിക്കുമ്പോൾ ഇഷ്ടപ്പെടാത്ത മട്ടിൽ മുഖം തിരിക്കും. കുഞ്ഞാമിനയുടെ കൈയിൽപിടിച്ചുവലിച്ച് ഉമ്മയുടെ അടുത്തേക്ക് നടക്കും. അപ്പോഴാണ് എനിക്കു കടല വാങ്ങിത്തരാൻ ഉമ്മ കുഞ്ഞാമിനയെ കാശേല്പിച്ച കാര്യം ഓർമ്മവരിക. രാപ്രസംഗം നടക്കുമ്പോൾ കടലക്കച്ചവടക്കാരും മിഠായിവില്പനക്കാരും പള്ളി മൈതാനത്തെത്തിയിട്ടുണ്ടാകും. കുഞ്ഞാമിന വാങ്ങിത്തരുന്ന കടലയും കൊറിച്ച് കുറച്ചുനേരം അവിടെയൊക്കെ ചുറ്റിത്തിരിഞ്ഞിട്ട് ഞാൻ ഉമ്മയുടെ അടുത്തെത്തും. കാലുംനീട്ടിയിരിക്കുന്ന ഉമ്മയുടെ മടിയിൽത്തല

വെച്ച് ആകാശത്ത് കണ്ണുംനട്ട് കിടക്കും. മിന്നിത്തിളങ്ങുന്ന താരങ്ങളെ എണ്ണുന്നതിനിടയിൽ ഉറക്കത്തിലേക്ക് വഴുതിവീഴും. അതുവരെ കണ്ടതും കേട്ടതും കിനാക്കാണും. തമ്മിൽ കടിപിടികൂടിയ സ്ത്രീകൾ നരകത്തീയിൽ വെന്തുരുകുന്നത് കണ്ട് പേടിച്ചുവിറച്ച് കണ്ണുതുറക്കുമ്പോൾ ഉമ്മ രണ്ടുകൈയും മേലോട്ടുയർത്തി മുസ്ലിയാരുടെ പ്രാർത്ഥനയ്ക്ക് ആമീൻ വിളിക്കുന്നുണ്ടായിരിക്കും.

"ഞങ്ങളുടെ തമ്പുരാനേ, അറിഞ്ഞും അറിയാതെയും ചെയ്തുപോയ ചെറുദോഷത്തെത്തൊട്ടും വന്തോഷത്തെത്തൊട്ടും ഞങ്ങളിതാ നിന്നോടു പൊറുക്കലിനെ തേടുന്നു. ഒടുക്കംനാളായ കിയാമംനാളിൽ ദജ്ജാലിറങ്ങുമ്പോൾ നീ ഞങ്ങൾക്കു താങ്ങാകേണമേ. ഇബലീസെന്ന പഹയന്റെ വലയിൽ നീ ഞങ്ങളെ കാക്കേണമേ....ഞങ്ങളുടെ ഖബറുകളിൽ വെളിച്ചം പകരേണമേ."

ഉമ്മയുടെ കണ്ണിൽനിന്നിറ്റിവിഴുന്ന കണ്ണീർ മുഖത്തു പതിക്കുമ്പോൾ ഉമ്മയെ അനുകരിച്ച് കുഞ്ഞിക്കൈകളുയർത്തി ഞാനും ഉറക്കെ പറയുന്നു ആമീൻ...."

"ആമീൻ..." മൈതാനമൊട്ടാകെ മുഴങ്ങുന്നു "ആമീൻ...."

പതിനാറ്

അഞ്ചാറുവയസ്സുവരെ എന്റെ കിടപ്പ് ഉമ്മയുടെകൂടെയായിരുന്നു. ആറടി നീളമുള്ള വലിയ ഇരട്ടക്കട്ടിലിലാണ് ഉമ്മ കിടക്കുന്നത്. തൊട്ടടുത്തുള്ള കോച്ചിൽ ഉപ്പയും. ഇരുവശത്തും കൊത്തുപണിചെയ്ത ചാരുപടിയുള്ള കട്ടിലാണ് കോച്ച്. കട്ടിലിന്റത്ര വീതിയുണ്ടാകില്ല കോച്ചിന്. ദിവാൻപോലിരിക്കും. ഓരോ കട്ടിലിലും രണ്ടു കിടക്കകളും നാലു തലയണകളും കാണും. കട്ടിൽ പൊതുവേ ഉയരം കൂടിയതാണ്. അതിന്റെ കൂടെ കിടക്കയും കൂടിയാവുമ്പോൾ ഏന്തിവലിഞ്ഞുവേണം കയറാൻ. പലപ്പോഴും ഉപ്പയാണ് എന്നെ കട്ടിലിൽ കയറ്റിയിരുത്തുന്നത്. പടിഞ്ഞാറു വശത്തുള്ള ജനലരികിലാണ് ഉമ്മയുടെ കട്ടിൽ. വൈകുന്നേരം കിടക്ക തട്ടിക്കുടഞ്ഞുവിരിക്കാനെത്തുമ്പോൾ കൊതുകുകേറാതിരിക്കാൻ ഉമ്മ ജനലടച്ചു കുറ്റിയിടുമെങ്കിലും ഉറങ്ങാൻനേരം എല്ലാ ജനലുകളും മലർക്കെ തുറന്നിടും. അപ്പോൾ കാറ്റിനൊപ്പം പൗർണമിരാവുകളിൽ നിലാവെളിച്ചവും അമാവാസികളിൽ ഇരുട്ടും മുറിയിലെത്തും. പതിനാലാംരാവിലെ പൂർണ്ണചന്ദ്രനെ നോക്കി ഞാൻ പാട്ട് പാടും:

"അമ്പിളിയമ്മാവാ താഴോട്ടു പോരാമോ താഴോട്ടുവന്നാലോ ഞാൻ പായസച്ചോറുതരാം."

പൊന്നിക്ക എന്നു വിളിക്കുന്ന എന്റെ മൂത്ത സഹോദരൻ ബി. എം. അഹമ്മദിന്റെ കല്യാണത്തിന് വി അബദുള്ള എന്ന ആവൂട്ടിക്കയുടെ

റിക്കോർഡ് പ്ളെയറും ഒരു കെട്ടു റെക്കോർഡുകളും ഒരാഴ്ചമുമ്പേ വീട്ടി ലെത്തിയരുന്നു. എന്റെ രണ്ടാമത്തെ സഹോദരൻ ബി എം ഷറീഫ് എന്ന കുഞ്ഞിക്കയ്ക്കാണ് അതിന്റെ ചുമതല. മൂപ്പർക്ക് അന്നേ ഇലക്ട്രിക്കൽ മെക്കാനിസത്തിൽ വലിയ താല്പര്യമായിരുന്നു. കുഞ്ഞീക്കയുണ്ടാക്കിയ വലിയൊരു റേഡിയോ ഞങ്ങളുടെ വീട്ടിൽ ഷോപീസായി വെച്ചിരുന്നു. മുകളിലെ പൂമുഖത്തായിരുന്നു റേഡിയോ വെച്ചിരുന്നതെങ്കിലും കുഞ്ഞീക്ക താഴത്തെ പൂമുഖത്ത് സ്പീക്കർ പിടിപ്പിച്ച് താഴെയും പാട്ടു കേൾക്കാനുള്ള സംവിധാനമുണ്ടാക്കിയിരുന്നു.

"കുഞ്ഞിമ്മോനുണ്ടാക്കിയ റേഡിയത്തിലെ പാട്ടാ." എന്ന് അതിഥി കളെത്തുമ്പോൾ ഉമ്മയും ഉപ്പയും ഉമ്മാമയും പണിക്കാരുമെല്ലാം അഭി മാനത്തോടെ പറയാറുണ്ടായിരുന്നു. മദിരാശിയിൽ പഠിക്കുന്ന കാലത്ത് ട്രാൻസിസ്റ്റർ റേഡിയോ കൊണ്ടുവന്നതും നാട്ടുകാർക്കു അതിശയമാ യിരുന്നു. മൂപ്പർ അതും ഓൺചെയ്ത് കൈയിൽപിടിച്ചുകൊണ്ടാണ് ലീവി ലെത്തുമ്പോൾ കടപ്പുറത്തേക്കു പോകുന്നത്. അക്കാലത്ത് കടപ്പുറത്ത് ചെന്നിരിക്കുന്ന പതിവൊന്നും തിക്കോടിക്കാർക്കില്ലായിരുന്നു. സിലോൺ റേഡിയോ ഓണാക്കി കുഞ്ഞീക്ക നടക്കുമ്പോൾ ചിലർ പാട്ടുകേൾക്കാ നായി കുഞ്ഞീക്കയെ പിന്തുടരും.

കേക്കേലെ കുഞ്ഞിമ്മോന്റെ കൈയിലെ പാട്ടുപെട്ടിയും അന്ന് നാട്ടു കാർക്ക് അതിശയമായിരുന്നു:

"ഇന്നാട്ടുകാർ ആദ്യമായി സുച്ചിട്ടാൽ കത്തുന്ന എലട്രിക്ക് ബെളക്ക് കണ്ടതും റേഡിയോപ്പെട്ടിയിലെ പാട്ട് കേട്ടതും കേക്കേന്നാ. അതും ഏത് കാലത്ത്! ഇപ്പം കൊളമ്പുന്നും സിംഗപ്പൂര്ന്നും വരുന്ന ഓരോ സുജായി കള് കാണിക്കുന്ന ബങ്കീശം കാണുമ്പോ ഞാക്കൊരു പുല്ലാ. ഞാളി തെല്ലാം പണ്ടേ കേക്കേന്ന് കണ്ട്ക്ക്."

പറയുമ്പോൾ പണിക്കാരി കുഞ്ഞാമിനയുടെ സ്വരത്തിൽ അഭിമാ നം. ആദ്യം ഇല്കട്രിക്ക് ലൈറ്റ് തെളിഞ്ഞതു ഞങ്ങൾക്കും അതിശയമാ യിരുന്നു. അതിനു കുറേക്കാലം മുമ്പുതന്നെ കോഴിക്കോട്ടുനിന്ന് പണി ക്കാരെത്തി വീട്ടിൽ വയറിംഗ് നടത്തിയിരുന്നു. സ്കൂളില്ലാത്തപ്പോൾ ഞാനും അച്ചുവും അവരുടെ പിന്നാലെ നടക്കാറുണ്ടായിരുന്നു. റയിൽപ്പാളം മുറിച്ച് പോസ്റ്റ് ഇടേണ്ടതുകൊണ്ടാണ് വീട്ടിൽ കറന്റെത്താൻ പിന്നെയും സമയമെടുത്തത്. ഉമ്മയുടെ രണ്ടാമത്തെ സഹോദരൻ ബി.എം.മുഹമ്മദ് അക്കാലത്ത് സിവിൽ എഞ്ചിനിയറിംഗ് കഴിഞ്ഞ് സർക്കാർ ജോലിയിൽ കയറിയിരുന്നു. മൂപ്പരുടെ കഠിനമായ ശ്രമഫല മായാണ് റെയിൽപാളം മുറിച്ച് ഇലക്ട്രിക് പോസ്റ്റിടാനുള്ള അനുവാദം നേടിയെടുത്തത്. പിന്നീട് കുറേക്കാലം കഴിഞ്ഞപ്പോൾ മൂപ്പർതന്നെയാണ് ഞങ്ങളുടെ വീട്ടിനു മുന്നിലുള്ള മരപ്പാലം മാറ്റി കോൺക്രീറ്റ് പാലം പണി തതും.

ഉറക്കംവരുന്നതുവരെ അറിയാവുന്ന പാട്ടുകൾ പാടി ജനലഴികളി

ലൂടെ പുറത്തേക്കുനോക്കി നക്ഷത്രമെണ്ണുക എന്റെ പതിവായിരുന്നു. നൂറു തികയ്ക്കുമെന്ന് മനസ്സിലുറപ്പിച്ചുകൊണ്ടായിരിക്കും എന്നും തുടക്കം. പക്ഷേ ഒരിക്കലും നൂറ് തികച്ചിട്ടില്ല. ഒരിക്കൽ അറുപതുവരെയെത്തിയതാണ്. അപ്പോഴേക്കും ഉപ്പ എന്തോ ചോദിച്ചു. അതോടെ ചരടുമുറിഞ്ഞു.

പഠിത്തം കഴിഞ്ഞ് ഉറങ്ങാൻ കിടക്കുന്നതിനുമുമ്പ് അച്ചുവും ആറ്റിയും കഥകേൾക്കാനെത്തും. നേരത്തെ ഉറങ്ങുന്ന സ്വഭാവക്കാരനാണ് ഉപ്പ. പുലർച്ചെ സുബഹിബാങ്കിനുമുമ്പ് ഉണർന്ന് തഹജ്ജുദ് നമസ്ക്കരിക്കുന്ന പതിവുമുണ്ട്. രാത്രികാലത്തെ പ്രത്യേക നമസ്കാരമാണ് തഹജ്ജുദ്. സുബഹി നിസ്ക്കാരം കഴിഞ്ഞ് നേരം പുലരുന്നതുവരെ മുകളിലെ പൂമുഖത്തെ ചാരുകസേരയിലിരുന്ന് ഉപ്പ ഈണത്തിൽ ഖുറ്ആൻ ഓതും. അത് കേട്ടാണ് ഞാൻ ഉറക്കമുണരുന്നത്. ഉമ്മ എന്നും വൈകിയാണ് കിടക്കുക. അതുകൊണ്ട് ഉണരാനും വൈകും. ഉപ്പയെപ്പോലെ സുബഹിബാങ്കിനുമുമ്പ് ഉണരുന്ന പതിവില്ലെങ്കിലും ഉപ്പയുടെ സുബഹിനിസ്ക്കാരം കഴിയുമ്പോഴേക്കും ഉമ്മയും തട്ടിപ്പിടഞ്ഞ് എഴുന്നേല്ക്കും. വിരുന്നുകാരുണ്ടെങ്കിൽ രാത്രി ഭക്ഷണം കഴിഞ്ഞാൽ ഉമ്മയും ഉമ്മാമയും വെറ്റിലപ്പെട്ടിയും തുറന്നുവെച്ച് കഥപറച്ചിൽ തുടങ്ങും. പണ്ടുകഴിഞ്ഞതും പടയിൽച്ചത്തതുമെന്നു പറഞ്ഞതുപോലെ സംസാരമങ്ങനെ നീണ്ടുപോകും. അതു കേൾക്കാൻ കൊതിയാണെങ്കിലും ഉമ്മ സമ്മതിക്കില്ല. നിർബന്ധിച്ച് മുകളിലേക്കയക്കും.

“ഇന്റെ ഉമ്മാന്റെ ഫിത്നപറച്ചിൽ തീർന്നിക്കില്ലേടീ?” എന്നെ കാണുമ്പോൾ ഉപ്പ ചോദിക്കും.

“അതിപ്പളൊന്നും തീരൂലാ. തലശ്ശേരീലെ മൂത്തമ്മയും ഉമ്മയും കൂടിയായാൽ നേരം വെളുക്കുന്നതുവരെ കഥ പറഞ്ഞോളും.” ഉറങ്ങുന്നതിനുമുമ്പ് കഥ കേൾക്കാനെത്തുന്ന അച്ചുവിന്റെ കമന്റ്. എന്നിട്ട് എനിക്കിട്ടൊരു തോണ്ടും.

“ഉമ്മക്കുട്ടീനെ ഉമ്മ ആട്ടിപ്പായിച്ചോ ആടന്ന്?”

“പറഞ്ഞയച്ചതൊന്നുമല്ല. ഒറക്കംവന്നിട്ട് ഞാൻ പോന്നതാ.” ഞാൻ മുഖം വീർപ്പിക്കും.

“മതിയാക്ക്, കുലുമാല്കൂട്ടിയാ എല്ലാരേം ഞാൻ പൊറത്താക്കും.” “എന്നാ കഥ പറഞ്ഞുതാ.” അച്ചുവും ഞാനും ഒന്നിച്ചായിരിക്കും പറയുക.

ഉപ്പ പറയുന്ന എല്ലാ കഥകളിലും എന്തെങ്കിലും സന്ദേശം കാണും. ഒരുമയുണ്ടെങ്കിൽ ഉലക്കമേലും കിടക്കാം. താൻപാതി ദൈവം പാതി – എന്നീ പഴഞ്ചൊല്ലുകൾ വിവരിച്ചുകൊണ്ടായിരിക്കും പല കഥകളുടെയും തുടക്കം. തമ്മിൽത്തല്ലി ഉള്ളതെല്ലാം നശിപ്പിച്ച സഹോദരന്മാരുടെയും ഒത്തൊരുമിച്ചു നിന്നുകൊണ്ട് കേമരായി മാറിയ സഹോദരന്മാരുടെ കഥയാവും മിക്കദിവസവും പറഞ്ഞുതരിക. ഞങ്ങൾക്ക് മടുക്കാതിരി

ക്കാൻ, പേരും പശ്ചാത്തലവും ഇടയ്ക്കിടെ മാറ്റും. "പണ്ടുപണ്ട് അറബി നാട്ടില് ഒരു പണക്കാരനായ ഷെയിക്കുണ്ടായിരുന്നു" എന്നു പറഞ്ഞായിരിക്കും ചിലപ്പോൾ തുടക്കം. അതേകഥ പിറ്റേ ദിവസം പറയുമ്പോൾ "കാശിയിൽ ഒരു രാജാവുണ്ടായിരുന്നു" എന്നാകും.

"ഇങ്ങളെല്ലാരും എപ്പളും ഒരുമിച്ചുനിക്കണം. എന്നാ ഇങ്ങളെ തോപ്പിക്കാൻ ആർക്കുമാവില്ല. ഒരു വടിയെടുത്ത് വളച്ചാ പെട്ടെന്ന് ഒടിഞ്ഞുപോകും. എന്നാ ഒരുകെട്ട് വടികൾ ഒന്നിച്ചെടുത്ത് വളച്ചാൽ പെട്ടെന്നൊന്നും ഒടിയില്ല. നേരും നെറിയുമുണ്ടായാൽ അള്ളാഹു കൈവിടില്ല." ഇങ്ങനെ ഉപദേശം എന്നുമുണ്ടാകും.

കച്ചവടം ചെയ്ത് ഉള്ള സ്വത്തുമുഴുവൻ നശിപ്പിച്ച് മക്കളെ വഴിയാധാരമാക്കി എന്ന ഉമ്മയുടെ പഴി പിന്നീട് പലപ്പോഴും ഉപ്പയും ഏറ്റുപറയുന്നത് ഞാൻ കേട്ടിട്ടുണ്ട്.

"നീ പറഞ്ഞതുപോലെ ഉള്ളതുംവെച്ച് മിണ്ടാതിരുന്നെങ്കില് ഇന്നന്റെ മക്കക്ക് പണത്തിനും പദവിക്കും കുറവുണ്ടാകില്ലായിരുന്നു."

പലപ്പോഴും രാത്രി കിടക്കാൻ നേരത്താണ് ഉപ്പയും ഉമ്മയും പ്രാരബ്ധങ്ങൾ പരസ്പരം പങ്കിടുക.

"അതൊന്നും ഞമ്മളെ കൈമലല്ല. പട്ച്ചോന്റെ വിധി തടുക്കാൻ ഞമ്മക്കാവൂലാ." ഉമ്മ ഉപ്പയെ സമാധാനിപ്പിക്കുന്നു.

"തീപ്പട്ടിക്കമ്പനി ആമൂട്ടി ഏറ്റെടുത്ത് നടത്തീരുന്നെങ്കില് ഇന്ന് ഈ ഗതി വരൂലേനും. ഓനിക്കും മാണ്ടിയാ ഞാനതു തുടങ്ങിയത്. നീയും നിന്റെ ആങ്ങളയും ഓനെ പറഞ്ഞു തിരിപ്പിച്ചതാ. ഓൻ ഏറ്റെടുക്കൂലാന്ന് പഞ്ഞതോണ്ടല്ലേ, ഞാൻ ആ കള്ളഹിമാറ് ബാലൻ റൈട്ടരെ മാനേജരാക്കിയത്. പഠിപ്പുള്ളോനാ, ചതിക്കൂലാന്ന് വിചാരിച്ചുപോയി. പഹയൻ ബാങ്കിന്നെടുത്ത ലോണുമായി മുങ്ങിക്കളഞ്ഞതോണ്ടല്ലേ അത് പൊട്ടിയത്." ഉപ്പ.

"ഇങ്ങളെ പോയത്തംകൊണ്ട് ഓരോന്നായി പൊളിഞ്ഞു തമ്പോറായതിന് മറ്റുള്ളോരെ കുറ്റപ്പെടുത്തീട്ട് കാര്യല്ല."

"അല്ലെങ്കിലും ഇഞ്ഞിയെന്നും ഇന്റെ ഉപ്പാവാനേം ആങ്ങളനെയുമല്ലേ താങ്ങൂ. ഇഞ്ഞി എന്റൊപ്പരം നിന്നീനെങ്കിലും ഈയൊരവസ്ഥ ഉണ്ടാകൂലേനും."

"പടച്ചോന്റെ ബേണ്ടുകയെന്നു സമാധാനിക്കാനല്ലേ ഞമ്മക്ക് പറ്റൂ. എന്റെ തലവര നന്നാകാത്തേന് മറ്റുള്ളോരെ കുറ്റം പറയാൻ ഞാനില്ല."

"എന്നെ കെട്ടിയതുകൊണ്ടല്ലേ ഇന്റെ തലവര ഇങ്ങനെയായത്?"

"അള്ളാനെ മറന്ന വർത്താനമൊന്നും ഇങ്ങള് പറയല്ലേ. ഇങ്ങളെ കെട്ടിയേനെക്കൊണ്ട് പത്തുമക്കളെ ഞാൻ പെറ്റില്ലേ? ഒന്നിനെ അള്ളാഹു നേരത്തേ മടക്കിവിളിച്ചെങ്കിലും ബാക്കിയുള്ളോലെല്ലാം ഞമ്മക്ക് താങ്ങിനില്ലേ. മരിച്ചുപോയ ഉമ്മറ് ഞമ്മളെ വരവും കാത്ത് സ്വർഗ്ഗത്തിലിരിക്കുന്നുണ്ടാകും. ഓന്റെ ദുആകൊണ്ട് പടച്ചോൻ ഞമ്മളെ പാപവും പൊറുത്തുതരും."

“ഇൻശാ അള്ളാഹ്. അങ്ങനെതന്നെയാകുമെന്ന് ഞമ്മക്ക് വിചാരിക്കാം. ബാക്കി ആമ്മക്കളെക്കൊണ്ടെങ്കിലും ഇനിക്ക് അള്ള ഖൈറാക്കിത്തരട്ടെ.”

“ആമീൻ. അതൊന്നും ആലോചിച്ച് ഇങ്ങള് സൂക്കേട് ഏറ്റണ്ട. ഇത്തരംവരെ എത്തിച്ചുതന്ന അള്ളാഹു മേലാക്കവും ഞമ്മളെ കാക്കും.”

ഒരുദിവസം കണ്ണടച്ച് ഉറക്കം ഭാവിച്ച് ഉമ്മയുടെയും ഉപ്പയുടെയും കഥകേട്ടുകൊണ്ട് കിടക്കുമ്പോഴാണ് പൊത്തോന്നൊരു കല്ല് ജനലിലൂടെ എന്റെ നെറ്റിയിൽ തട്ടി കട്ടിലിൽ വീണത്. “അള്ളാന്റുമ്മോ” എന്ന് ആർപ്പിട്ടുകൊണ്ട് ഞാൻ പിടഞ്ഞെഴുന്നേറ്റു.

“എന്താ?” എന്നു ചോദിച്ചുകൊണ്ട് ഉപ്പയും അപ്പോഴേക്കും ചാടിയെണീറ്റ് ലൈറ്റിട്ടു.

“എന്താ വന്ന് വീണത്....?” എന്നു ചോദിച്ചുകൊണ്ട് ഉമ്മ കട്ടിൽ പരതിയപ്പോഴാണ് കൈയിൽ കല്ലു തടഞ്ഞത്.

“റബ്ബേ.....ഇതാരെ പണിയാ.......ശൈത്താനേറോ?” പേടിച്ചരണ്ടിരിക്കുന്ന എന്നെ ഉമ്മ മാറോടടുക്കി. “ഉമ്മാ എന്റെ തല” എന്നു പറഞ്ഞു കൊണ്ട് ഞാൻ കരച്ചിൽ തുടങ്ങിയിരുന്നു.

“പടച്ചോനേ... കുട്ടിന്റെ തല മൊയച്ചല്ലോ. ഇതാരാ ഇക്കടുപ്പം കാണിച്ചത്?” ഉമ്മയുടെ സ്വരമിടറി.

“ഓനാരാന്ന് എനക്കറിയാം. കേസിൽ തോറ്റാ ആണിനെപ്പോലെ പിന്നേം കോടതികേറടാ ഹിമാറേ...”

മുണ്ട് മുറുക്കിയുടുത്ത് ചുമരിലെ ആണിയിൽ തൂക്കിയിട്ടിരുന്ന വാക്കിംഗ് സ്റ്റിക്കുമെടുത്ത് ഉപ്പ ചടപടേന്ന് കോണിയിറങ്ങുമ്പോൾ പറയുന്നുണ്ടായിരുന്നു. ഉപ്പയുടെ സഹോദരീഭർത്താവുമായുള്ള ഏതോ അതിർത്തിത്തർക്കക്കേസിൽ അന്നു ഉപ്പയ്ക്ക് അനുകൂലമായി വിധിയുണ്ടായി എന്ന് കിടക്കുന്നതിനുമുമ്പ് ഉപ്പ ഇക്കാക്കയോട് പറയുന്നത് ഞാനും കേട്ടിരുന്നു.

“പടച്ചോനേ, ഇങ്ങളെങ്ങോട്ടാ...? ചെറുപ്പല്ല ഇങ്ങനെ മണ്ടാൻ. രാവിലെ ശ്വാസംമുട്ട് ഏറീട്ട് മരുന്ന് കുടിച്ചതാ....” എന്നൊക്കെ പറഞ്ഞു കൊണ്ട് ഉമ്മയും പിന്നാലെ പാഞ്ഞു. ഒച്ചകേട്ട് തളത്തിലും മുറികളിലും കിടന്നിരുന്ന ആൺകുട്ടികളും ഉപ്പയുടെ പിന്നാലെ മണ്ടുന്നുണ്ടായിരുന്നു. പേടിച്ചരണ്ട് ഞാൻ ജനലുംപിടിച്ച് അനക്കമറ്റിരുന്നതേയുള്ളൂ. അപ്പോൾ റോഡിൽനിന്നുകൊണ്ട് ഒരാൾ കൈയാംഗ്യം കാണിച്ച് എന്തോ പറഞ്ഞുകൊണ്ട് ഓടിമറയുന്നു.

ഉപ്പയും മറ്റുള്ളവരും റോഡിലെത്തുമ്പോഴേക്ക് അയാൾ ഓടി രക്ഷപ്പെട്ടിരുന്നു.

ഞാൻ ജനലുംപിടിച്ച് അന്തംവിട്ടിരുന്നു.

“അള്ളാ, വല്ലാതെ കെതക്കുന്നല്ലോ. പണ്ടത്തന്തി പായല്ലേന്ന് ഞാൻ പറഞ്ഞതല്ലേ...”

ഉമ്മയുടെ പായാരംകേട്ട് തിരിഞ്ഞുനോക്കുമ്പോൾ ഉപ്പ കട്ടിലിലിരുന്ന് ശ്വാസംകിട്ടാതെ വിഷമിക്കുന്നു. ഈയിടെയായി ഉപ്പയ്ക്ക് ശ്വാസംമുട്ട് പതിവാണ്. രാത്രിയിലാണ് വലിവ് ഏറുന്നത്.

"ലത്തീഫേ, ബം ബന്നാ. ഉപ്പാന്റെ ശ്വാസംമുട്ടിനുള്ള ഗുളികയെടുത്താ."

മുറിക്കുപുറത്ത് കല്ലെറിഞ്ഞവനെ പിടിക്കാൻ കഴിയാത്തതിലുള്ള നിരാശ പങ്കിടുകയായിരുന്നവരെല്ലാം ഉമ്മയുടെ വിളികേട്ട് തുരുതുരെ മുറിയിലെത്തി. ഇക്കാക്ക മേശപ്പുറത്തിരുന്ന ഗുളികപ്പെട്ടി പരതി ശ്വാസം മുട്ടിനുള്ള ഗുളിക തപ്പിയെടുത്ത് വായിലിട്ട് വെള്ളമൊഴിച്ചുകൊടുത്തു.

ഏക്കർ കണക്കിന് ഭൂസ്വത്തുണ്ടായിരുന്നു ഉപ്പയ്ക്ക്. കേസും കൂട്ടവുമായി നടക്കുന്നതിനിടയിൽ കൃഷിയിറക്കാൻ നേരമില്ലാത്തതുകൊണ്ട് വയലുകളെല്ലാം ചുരുങ്ങിയ പാട്ടത്തിന് പാട്ടക്കാർക്ക് നടത്തിപ്പിന് കൊടുത്തിരുന്നു. കുടിയാൻനിയമം പാസാകുന്നതുവരെ പാട്ടക്കാർ വർഷം തോറും മുടങ്ങാതെ പാട്ടനെല്ല് അളക്കുമായിരുന്നത്രെ. വല്ലിപ്പയോടുള്ള അരിശം തീർക്കാൻ ഉപ്പ പാട്ടനെല്ല് അങ്ങാടിയിൽ വിറ്റ് പണം വാങ്ങി കേസുനടത്തുമായിരുന്നു എന്ന് ഉമ്മ പരാതി പറയാറുണ്ടായിരുന്നു. എന്നാലും അത്യാവശ്യത്തിനുള്ള നെല്ല് വീട്ടിലെത്തുമായിരുന്നു. കുടിയാൻനിയമം നിലവിൽവന്നതോടെ അരി പണംകൊടുത്ത് വാങ്ങേണ്ടിവന്നത് വീട്ടിലുള്ളവരെ കുറച്ചൊന്നുമല്ല സങ്കടപ്പെടുത്തിയത്.

"ബെള്ളക്കാര് നാട് വിട്ടപ്പം തൊടങ്ങിയതാ ഞമ്മളെ കഷ്ടകാലം" എന്ന ഉമ്മാമയുടെ അഭിപ്രായം എന്നെ പലപ്പോഴും ആശയക്കുഴപ്പത്തിലാക്കിയിരുന്നു. ഗാന്ധിജി, നെഹ്റു തുടങ്ങിയ നേതാക്കൾ ഇന്ത്യയിൽനിന്ന് വെള്ളക്കാരെ കെട്ടുകെട്ടിക്കാൻ സഹിച്ച ത്യാഗങ്ങളെക്കുറിച്ച് സാമൂഹ്യപാഠക്ളാസിൽ ടീച്ചർ പറഞ്ഞിട്ടുണ്ട്. സ്വതന്ത്ര ഇന്ത്യയിൽ ജനിക്കാൻ സാധിച്ച മഹാഭാഗ്യവാന്മാരാണ് നിങ്ങളെന്ന് ഞങ്ങളെ ഓർമ്മിപ്പിക്കാറുമുണ്ട്.

"കുടിയാൻ നിയമം കൊണ്ടേന്നത് ബെള്ളക്കാരല്ലാലോ. ഈയെമ്മസ്സല്ലേ." എന്നാണ് ഉമ്മയുടെ പക്ഷം. അതുവരെയുണ്ടായിരുന്ന സുഖസൗകര്യങ്ങൾ നഷ്ടപ്പെട്ടപ്പോഴുള്ള അമർഷം അവരുടെ വാക്കുകളിൽ ഞാൻ വായിച്ചു. ഇത്തരം സുഖസൗകര്യങ്ങളൊന്നുമില്ലാത്ത അമ്മാളുവിനെപ്പോലുള്ള എമ്പാടും പേരില്ലേ എന്ന ചോദ്യമാണ് പക്ഷേ എന്നെ അലട്ടിയത്.

"അള്ളാ, വല്ലാത്ത വലിവാണല്ലോ. നേരം വെളുത്തപാട് കോയിക്കോട്ടേക്ക് പോകാം."

ജീരകവെള്ളത്തിൽ ഗോരാജനാദിഗുളിക അരച്ചുകൊടുക്കുന്നതിനിടയിൽ ഉമ്മ പറയുന്നുണ്ടായിരുന്നു.

"എനക്കൊന്നുമില്ല. ഇങ്ങളെല്ലാം പോയിക്കെടന്നോ." എന്നു പറഞ്ഞുകൊണ്ട് ഉപ്പ കിടന്നപ്പോൾ ഞങ്ങൾക്ക് ലൈറ്റണച്ചുകിടക്കുകയേ നിവൃത്തിയുണ്ടായിരുന്നുള്ളൂ.

പതിനേഴ്

ഉപ്പയുടെ ചെറുപ്പകാലത്തെ ശുജായിത്തരത്തെക്കുറിച്ച് എനിക്ക് കേട്ടുകേൾവിയേയുള്ളൂ. പതിനെട്ടാം വയസ്സിൽ വീട്ടിലറിയിക്കാതെ ഹജ്ജിനു പുറപ്പെട്ടതും ത്യാഗങ്ങളേറെ സഹിച്ച് മക്കത്തെത്തി ഹജ്ജ് ചെയ്തതും ചെറുനോവലാക്കി പലവേർഷനുകളിൽ പലപ്പോഴായി ഉമ്മ പറഞ്ഞുകേട്ടിട്ടുണ്ട്. അക്കഥയെക്കുറിച്ച് ഉമ്മയ്ക്കും കേട്ടറിവേയുള്ളൂ. കാരണം, അന്ന് ഉമ്മയുടെ കല്യാണം കഴിഞ്ഞിട്ടില്ല. എന്നാൽ കൂടെപ്പോയി എല്ലാം കണ്ടതും കേട്ടതും പോലെയാണ് ഉമ്മയുടെ കഥാകഥനം.

“മൂപ്പരെ ഉപ്പ ഒരു സാധുവേനും. ഏട്ടൻ കുട്ടൂസ്ക്കയും പരമപാവം. ഇമ്മൂപ്പർമാത്തരേ അക്കൂട്ടത്തില് ശൂരിതക്കാരനുള്ളൂന്നാ എന്റെ ഉപ്പാവ പറേന്നത്. കച്ചോടത്തിന് ബോംബേക്ക് പോണെന്നും ഒരുമാസത്തിനകം മടങ്ങുമെന്നും പറഞ്ഞ് പോയ ആളെ ഒരുമാസം കയിഞ്ഞിട്ടും കാണാതായപ്പളാ മൂപ്പരെ ഉപ്പ വല്ലാതെ ബേജാറായി എന്റെ ഉപ്പാവാനെ വന്നു കണ്ടത്. ഉപ്പാവാക്ക് അന്ന് മദിരാശീലും ബോംബേലും നല്ല പിടിപാടാ. അന്നേശണത്തിന് ബോംബേലേക്ക് ആളെ അയക്കാൻ നോക്കുമ്പളാ കത്തു വന്നത്. അന്നേ അപ്പീസിന്റാട പോസ്റ്റാപ്പീസ്ണ്ട്ട്ടോ. പാവം കുട്ടൂസുക്ക അനിയന്റെ വിവരമറിയാൻ വൈന്നേരാവുമ്പം എന്നും പോസ്റ്റാപ്പീസില് ചെല്ലും. ഒരുദെവസം ചെന്നപ്പളാ കത്ത് കിട്ടിയത്.

ഇക്കാക്കാ ഞാൻ ബോംബേക്ക് വന്നപ്പോൾ ഞമ്മളെ നാട്ടുകാരിൽച്ചെലർ ഹജ്ജിനുപോണ വിവരമറിഞ്ഞ് ഞാനും ഓലൊപ്പരംകൂടി. മിനിഞ്ഞാന്ന് ബോംബേന്ന് കപ്പല്കേറി. പെട്ടെന്നായതുകൊണ്ട് അറീക്കാൻ പറ്റീലാ. പൊറുക്കണം. എന്റെ ഹജ്ജ് എളുപ്പത്തിലാക്കിത്തരാനും സ്വീകാര്യമാക്കിത്തരാനും ഇങ്ങളെല്ലാരും ദുആഎരക്കണം.

വിവരമറിഞ്ഞ് മൂപ്പരെ ഉപ്പ കൊയഞ്ഞ് വീണതാ. അതോടെ കെടപ്പിലുമായി. മൂപ്പര് മടങ്ങിയെത്തിയേന്റെ ശേശാ ഓറ് മരിച്ചത്. അള്ളാന്റെ കാരുണ്യംകൊണ്ടാ എന്റെ ഉപ്പാനെ ഹയാത്തോടെ എനക്ക് കാണാൻ കയിഞ്ഞതെന്ന് പറയുമ്പളെല്ലാം കണ്ണുനെറയും.

അല്ലാന്ന്, ഇങ്ങളെന്ത് ധൈര്യത്തിലാ അക്കാലത്ത് ഹജ്ജിനെന്നും പറഞ്ഞ് പൊറപ്പെട്ടതെന്ന് ഞാൻ ചോയിക്കലുണ്ട്. അള്ളാന്റെ ബിളി ബന്ന്. ഞാനങ്ങെറങ്ങി എന്നാണ് മറുപടി. ബോംബേന്ന് ഒരുമാസം കപ്പലിൽ യാത്ര. ജിദ്ദയിൽനിന്ന് ഒട്ടകപ്പുറത്തും നടന്നും മക്കത്തേക്ക്. അവിടന്ന് മദീനത്തേക്കുള്ള യാത്രയും ഒട്ടകപ്പുറത്ത്. ചുട്ടുപഴുത്ത മരുഭൂമിയിലുടെയുള്ള യാത്ര. കൊള്ളക്കാരായ ബദുക്കളുടെ കൈയിൽപെട്ടാൽ മരണം ഉറപ്പ്. പകൽ മരുപ്പച്ചകളിൽ വിശ്രമിച്ച് രാത്രിയിലാണത്രെ യാത്ര. പകലത്തെ ചൂട് സഹിക്കാനാവൂലാന്ന്. ജിദ്ദയിൽനിന്ന് പുറപ്പെടുമ്പോൾ വഴികാട്ടിയായി ഒരറബിയെ കിട്ടിയത്രെ. പാവപ്പെട്ട ഒരറബി. അയാൾക്ക് പൈസകൊടുത്താൽ മക്കത്തെത്തിച്ചുതരുമെന്ന് ജിദ്ദയിൽവെച്ച് ആരോ

പറഞ്ഞതനുസരിച്ചാണ് അയാളെ കൂടെ കൂട്ടിയത്. അത് വലിയ ഉപകാരമായി. ആഹാരമുണ്ടാക്കാനുള്ള അത്യാവശ്യസാധനങ്ങളും പാത്രങ്ങളും ഒട്ടകപ്പുറത്തു കയറ്റി അയാൾ നിഴൽപോലെ കൂടെയുണ്ടായിരുന്നു. അച്ചങ്ങായിക്ക് അറബി അറിയാവുന്നത്കൊണ്ട് ഞമ്മള് കൈച്ചലായി. പൈസ കൈയിലുണ്ടെങ്കിലും സാധനങ്ങളെ പേരു പറഞ്ഞുകൊടുക്കാൻ ഭാഷ അറിയണ്ടേ? ബോംബേയ്ൽവെച്ചു പരിചയപ്പെട്ട അഞ്ചംഗസംഘത്തോടൊപ്പമായിരുന്നു യാത്ര. പട്ടാണികളാണെങ്കിലും നേരും നെറിയുമുള്ളോരായിരുന്നു എല്ലാരും. വഴിക്കുവെച്ച് കൂട്ടത്തിലൊരാൾ അസുഖമായതോടെ യാത്രയുടെ കാലാവധി നീണ്ടു. ആറുമാസത്തോളം മക്കത്തും മദീനത്തും നിന്നിട്ടാ മൂപ്പര് മടങ്ങിയെത്തിയത്. കാരിരുമ്പുപോലത്തെ മനുഷ്യൻ മടങ്ങിയെത്തിയപ്പോ ഉണക്കക്കൊള്ളിപോലെയായെന്നും ടൈഫോയിഡായി കുറച്ചുകാലം കിടപ്പിലായെന്നും പറേന്നത് കേട്ടിട്ടുണ്ട്. അയിന്റേശാ ഞമ്മളെ കല്യാണമുറപ്പിച്ചത്. മൂപ്പരിക്കന്ന് ഇരുപത്തഞ്ച്. എനക്ക് പതിനഞ്ചും."

ഉമ്മ കഥ പറച്ചിലവസാനിപ്പിക്കുമ്പോൾ ഇക്കാക്കയുടെ കണ്ണുനിറയും.

"അതെല്ലാം കയിഞ്ഞ കഥയല്ലേ. ഇത്തര പാവമായാൽ ഇഞ്ഞെങ്ങനാടാ ഈ ദുനിയാവില് ജീവിക്കുന്നത്?"

ഉമ്മ ഇക്കാക്കയെ സമാധാനിപ്പിക്കും. കളരിയിൽപോയി പതിനെട്ടടവും പഠിച്ച് പയറ്റിത്തെളിഞ്ഞവനായിരുന്നത്രെ ഉപ്പ.

"അരിശം വന്നാൽ ആദ്യം പൊന്തുന്നത് കാലാ. അത് മർമ്മത്ത്തന്നെ ചെന്നു കൊള്ളുകയും ചെയ്യും. പിന്നെ അയ്യോനിക്ക് എണീച്ചുനടക്കണെമെങ്കില് ചികിത്സ കൊറേ മാണ്ടിവരും."

"ഉപ്പ എന്തിനാ എല്ലാരേം ചവിട്ടുന്നത്?" എന്റെ സംശയം.

"ഉപ്പ വെറുതേ ആരേം ചവിട്ടലില്ല. ളുലുമ് കാണിക്കുന്നോലെ ഉപ്പ ബെറുതേ ബിടൂല്ല. ആണുങ്ങളങ്ങനാ. വീരശൂരന്മാർ. ഇനിക്കതൊന്നും പറഞ്ഞാ മനസ്സിലാവൂലേ ബടക്കൂസേ?"

എന്നെ ബടക്കൂസാക്കുക അച്ചുവിന്റെ വിനോദമായിരുന്നു.

"ഇതാ, ഇങ്ങളോട് ഞാനൊരു കാരിയം പറയാം മക്കളെ. മൂക്കത്തരിശം ഒന്നിനും പരിഹാരമല്ല. ഇന്റെ ഉപ്പാന്റെ മുൻദേശ്യം ഒന്നുകൊണ്ടാ ഉറ്റവരും ഉടയവരും എതിരാളികളായത്. പിന്നെ ഓലോടുള്ള അരിശം തീർക്കുന്നത് കോടതിയിൽ. ഇന്നള്ളാഹു മഅസ്സാബിരീൻ എന്ന് ഖുറ്ആനിൽ എടുത്തെടുത്ത് പറഞ്ഞിട്ടുണ്ട്. എന്നും രാവിലെ ഖുറ്ആൻ ഓതാണ്ട് എങ്ങോട്ടുമില്ല പോക്ക്. എന്നിട്ടെന്താ? അയിന്റെ മഅന അറിഞ്ഞുമാണ്ടേ ജീവിക്കാൻ. അക്കാലത്ത് അപ്പതിവില്ലാലോ. ഖുറ്ആന്റെ അർത്ഥമറിയുന്നവർ കൈയിലെണ്ണാവുന്നവരേ അന്നുണ്ടായിരുന്നുള്ളു. ഇങ്ങളെ ഉപ്പ വക്കീലന്മാരിക്ക് കൊടുത്ത പൈശ ഉണ്ടേനെങ്കില് മണിമാളിക പണിയേനും."

ഉപ്പയെപ്പോലെ മൂക്കത്തരിശം അരുതെന്ന് ഉമ്മ ആൺമക്കളെ ആവർത്തിച്ച് ഓർമ്മിപ്പിക്കുമായിരുന്നു.

“മണിമാളികയില്ലെങ്കിലും ഒന്നാന്തരം പൊരകൾ ഉപ്പയും ഉണ്ടാക്കിയതാ. വെല്ലിപ്പാന്റേം പൂക്കാന്റേം വാക്കുകേട്ട് ഇങ്ങള് പോകാത്തതോണ്ടല്ലേ ഉപ്പ അതൊക്കെ വിറ്റത്?” ഇക്കാക്കയുടെ സ്വരത്തിൽ അമർഷം.

“ഒരു വലിക്ക് ആയിരം തേങ്ങ കിട്ടുന്ന തെങ്ങുന്തോട്ടം മുക്കാപ്പൈശക്ക് വിറ്റിട്ടാ ഇന്റെ ഉപ്പ പൊരപണിയിക്കുന്നത്. കണ്ണായ സ്ഥലത്തുള്ള മൂന്നു പറമ്പുകളാ മൂന്നു പൊരകളുണ്ടാക്കാനായി വിറ്റത്. എന്നാലു കടം ബാക്കിയായിരിക്കും. അപ്പറമ്പുകളുണ്ടേനെങ്കിലും മതിയായിരുന്നു.” ഉമ്മ.

“ഉപ്പാക്ക് പൈശ കടംകൊടുക്കാൻ ജിന്നുണ്ടായിരുന്നു. അതിനു ഞാൻ സാക്ഷിയാ.” ഇക്കാക്ക.

“ആ ആറ്റക്കോയ ജിന്നിന്റെ പേരും പറഞ്ഞ് ഇന്റെ ഉപ്പാനെ കൊറേ പറ്റിച്ചിക്ക്.” ഉമ്മ

“അപ്പം ജിന്നില്ലാന്നാ ഇങ്ങള് പറേന്നത്?” ഇക്കാക്ക.

“എന്ന് ഞാൻ പറയൂലാ. ജിന്നിനേയും ഇൻസിനേയും പടച്ചവനാണ് സർവ്വശക്തനെന്നും അവൻ വിചാരിച്ചാൽ മാത്രമേ എല്ലാ കാര്യങ്ങളും എളുപ്പത്തിലാകൂ എന്നും ഖുറ്ആൻ ആവർത്തിച്ചു പറയുന്നുണ്ട്.” ഉമ്മ.

“പിന്നെന്താ ഇങ്ങക്ക് സംശയം?” ഇക്കാക്ക വിടില്ല.

“പക്കേങ്കില് ജിന്ന് പൈസ കടംകൊടുത്തൂന്നു പറേന്നത് എനക്കങ്ങോട്ട് ബിശ്വസിക്കാനാവുന്നില്ല.” ഉമ്മ.

“ഇങ്ങള് സത്യം, ജിന്നിന്റെ കൂറ്റ് ഞാൻ കേട്ടതാ. നൂറിന്റെ നോട്ടുകെട്ട് ഉപ്പാവന്റെ മുന്നില് വന്നുവീണതും ഞാൻ കണ്ടതാ. ഇങ്ങക്കോർമ്മയില്ലേ ഒരിക്കല് ആറ്റക്കോയാനെ കാണാൻപോകുമ്പം ഉപ്പ എന്നേയും കൊണ്ടോയത്. അന്നാ ഞാൻ കണ്ടത്.”

“എനക്കാ ആറ്റക്കോയാനെ കണ്ണെടുത്താ കണ്ടൂടാ. അയാളടുത്ത് പോവുമ്പം ഇന്നെ കൊണ്ടോവല്ലേന്ന് ഞാൻ പറഞ്ഞതാ. കേട്ടില്ല. അന്നു മുതലാ നീയിങ്ങനെ പേടിത്തൊണ്ടനായത്. നാലഞ്ചുദെവസം പനിച്ചു കിടക്കുകയും ചെയ്തു.”

“ഞാനും ഉപ്പയുംകൂടി ആറ്റക്കോയയുടെ വീട്ടിലെത്തുമ്പോൾ മഗരിബായിരുന്നു. ഉപ്പയും ആറ്റക്കോയയും ഒളുവെടുത്ത് എന്നേയുംകൂട്ടി ഒരു മുറിയിൽ കയറി വാതിലടച്ചു. ആ മുറിയുടെ നിലത്ത് പച്ചപ്പട്ട് വിരിച്ചിരുന്നു. ഒരു മൂലയിലെ അളുക്കിൽ കത്തിച്ച ചന്ദനത്തിരിയുടെ രൂക്ഷഗന്ധം. മൂക്കിൽകുത്തുന്ന അത്തറിന്റെ മണവും. എനക്കാകെ പേടിതോന്നി. ഞാൻ ഉപ്പയോട് പറ്റിച്ചേർന്ന് ഇരുന്നു. ഉപ്പ നിസ്ക്കരിക്കുമ്പോൾ ഞാനും നമസ്ക്കരിച്ചു. നിസ്ക്കാരം കഴിഞ്ഞ് അവര് രണ്ടാളും ദുആഇരക്കുന്നത് നോക്കി ഭീതിയോടെ ഞാനിരുന്നു. പെട്ടെന്ന് വെട്ടിയിട്ട വാഴത്തടിപോലെ ആറ്റക്കോയ മലർന്നടിച്ചുവീണു. മുറിയിൽ മുല്ലപ്പൂവിന്റെ മണം. അസ്സലാമു അലൈക്കും എന്ന് മധുരസ്വരത്തിലുള്ള സലാം ചൊല്ലൽകേട്ട് ഞാൻ ചുറ്റും പകച്ചുനോക്കി. ഉപ്പ “വ അലൈക്കുമുസ്സലാം” എന്നു സലാം മടക്കുന്നു. ആറ്റക്കോയ മയങ്ങിക്കിടക്കുന്നു.

അത്രയും മധുരമായ ഒരു സ്ത്രീസ്വരം പിന്നീട് ഞാനിന്നുവരെ കേട്ടിട്ടില്ല. അതുകഴിഞ്ഞ് ഉപ്പയും ആ ശബ്ദവും എന്തൊക്കെയോ പറയുന്നു.

"ഹാജീ, സമയത്തിനു മടക്കിത്തരണം. കഴിഞ്ഞപ്രാവശ്യത്തെപ്പോലെയാവരുത്. നേർവഴിവിട്ട് നടക്കുന്നവരല്ല ഞങ്ങൾ." സ്ത്രീസ്വരം.

"ഞാനും നെറികെട്ടവനല്ലെന്ന് ബീവിക്കറിയാലോ. ലേശം താമസിച്ചുപോയി. ഇനിയതുണ്ടാവില്ല." ഉപ്പ ഭവ്യതയോടെ പറയുന്നു.

"അതറിയാം. അതോണ്ടാ ഞാൻ നിങ്ങളുമായി ഇടപാട് നടത്തുന്നത്. ആട്ടേ, ഇതേതാ മൊഞ്ചുള്ള കുഞ്ഞൂഞ്ഞി?" സ്ത്രീസ്വരം.

"എന്റെ മോനാ. ഒഫൂറ്." ഉപ്പ.

"ഈ കുഞ്ഞനെ എനക്ക് തര്വോ..?"

കേട്ടതും ഞാൻ വിറച്ചുകൊണ്ട് ഉപ്പയെ കെട്ടിപ്പിടിച്ച് കണ്ണടച്ചു.

"അതുമാത്തരം ചോദിക്കല്ലേ, ബീവീ, ഇവനന്റെ കരളാ. എന്റെ ബീടരറിഞ്ഞാല്പിന്നെ....."

"മൂപ്പത്തിക്ക് എന്നെ കണ്ടൂടാ അല്ലേ...?"

"അങ്ങനെയൊന്നുമില്ല. ഓള്..."

"അസ്സലാമു അലൈക്കും.....എല്ലാം പറഞ്ഞതുപോലെ." പെട്ടെന്ന് മുല്ലപ്പൂപ്പരിമളം പോയ്മറഞ്ഞു. ഞാൻ ഉപ്പയെ കെട്ടിപ്പിടിച്ച് ആലിലപോലെ വിറച്ചു. ഉപ്പ എന്നെ മാറത്തടുക്കി ആശ്വസിപ്പിച്ചു. ഞാൻ പതുക്കെ കണ്ണു തുറന്നു. അപ്പോൾ ആറ്റക്കോയ ഉറക്കമുണർന്നതുപോലെ എണീറ്റിരുന്ന് തറയിൽ വിരിച്ച പട്ടുവിരി മടക്കുന്നു. അതിനുള്ളിൽ രണ്ടുമൂന്നു പുതുപുത്തൻ നോട്ടുകെട്ടുകൾ. ആറ്റക്കോയ ആ നോട്ടുകെട്ടുകൾ കടലാസിൽ പൊതിഞ്ഞ് ഉപ്പയെ ഏല്പിച്ചു. ഉപ്പ പൊതി മുട്ടുമറഞ്ഞുകിടിക്കുന്ന കുപ്പായത്തിന്റെ നീണ്ട സൈഡ്പോക്കറ്റിലിട്ട് എന്റെ കൈയുംപിടിച്ച് പുറത്തേക്കിറങ്ങി. കൂടെ ആറ്റക്കോയയും. അതിന്റെ പൊരുൾ ഇന്നുവരെ എനിക്കു പിടികിട്ടിയിട്ടില്ല. ആറ്റക്കയയ്ക്ക് എവിടെന്നാ ബാങ്കിൽനിന്നെടുത്തതുപോലുള്ള പുതുപുത്തൻ നോട്ടുകൾ കിട്ടിയത്..?" ഇക്കഥ പറയുമ്പോഴെല്ലാം ഇക്കാക്ക വല്ലാതെ അസ്വസ്ഥനാകുമായിരുന്നു.

"പത്തുദെവസാ നീ അന്ന് പനിച്ചുകെടന്നത്. അയിനെച്ചൊല്ലി ഇന്റെ ഉപ്പയുമായിറ്റ് ഞാൻ അങ്കംവെട്ടിയതിന് കണക്കില്ല. ഇനി മേലിൽ ഇങ്ങനത്തെ സ്ഥലത്തുപോകുമ്പം എന്റെ മക്കളെ കൊണ്ടോവരുതെന്ന് ഞാൻ കർശനമായിത്തന്നെ പറഞ്ഞതാ. ജിന്നും ഇൻസും എന്റെ സൃഷ്ടികളാണെന്ന് ഖുറ്ആനിലുണ്ട്. മനുഷ്യനെ മണ്ണാലും ജിന്നിനെ തീയാലും പടച്ചു. മനുഷ്യരെപ്പോലെ തന്നെ ജിന്നുകളുടെ കൂട്ടത്തിലും നല്ലവരും കെട്ടവരുമുണ്ട്. നന്മ ചെയ്യുന്നവർ ആരായാലും അവർക്കുള്ളതാണ് സ്വർഗ്ഗം. തിന്മചെയ്യുന്നവർ നരകത്തിൽകിടന്ന് വെന്തുനീറും. ഇതെല്ലാം ഖുറ്ആനിൽ പറഞ്ഞതാ. അയിനപ്പുറത്തുള്ള അറിവൊന്നും എനക്കില്ല മക്കളേ."

ഉമ്മ നിസ്സഹായതോടെ പറയുമ്പോൾ ഇക്കാക്ക സംശയത്തോടെ ചോദിക്കും: "അപ്പം അന്ന് ഞാൻ കേട്ടത് ആരെ ഒച്ചയാ? പാറപ്പുറത്ത്

ചെരട്ട ഒരക്കുന്നതുപോലെ വർത്താനം പറയുന്ന ആറ്റക്കോയാക്ക് അത്രയും മധുരമായി എങ്ങനെ സംസാരിക്കാനാവും? നോട്ടുകെട്ട് എവിടന്നു വന്നു?"

"ജിന്നുണ്ടെന്നുള്ളത് നേരാ. ഓലെ മനുശ്യന് കാണാൻ സാധിക്കൂലാന്നാ ഞാൻ പഠിച്ചത്. പൊരുളറിയുന്നവൻ അള്ളാഹുമാത്രം. ആറ്റക്കോയാന്റെ കടംവീട്ടാനാ തെക്കേ കടപ്പറത്തെ പറമ്പ് വിറ്റത്. ഈന്റെയൊന്നും പൊരുള് എനക്കിന്നും തിരിഞ്ഞിക്കില്ല. ഇമ്മാതിരി കച്ചോടത്തിനും പോണ്ടാന്നാ അതോണ്ടാ ഇങ്ങളോട് ഞാൻ പറേന്നത്. നാലച്ചരം പഠിച്ച് കണ്ണുതെളിഞ്ഞാ ഇദ്ദുനിയാവില് അന്തസ്സായിറ്റ് ജീവിക്കാം. പഠിപ്പുണ്ടെങ്കിലേ അറിവുണ്ടാവൂ. അറിവുണ്ടെങ്കിലല്ലേ എല്ലാ സംശയങ്ങൾക്കും ഉത്തരം കിട്ടൂ. അതോണ്ട് എന്റെ മക്കള് മനസ്സറിഞ്ഞ് പഠിച്ച് വലിയ പദവികളിലാവണം. അപ്പം ഉമ്മാന്റെ കരള് കുളിർക്കും. മുൻദേശ്യക്കാരനാണെങ്കിലും ഇന്റെ ഉപ്പാക്ക് മക്കളെന്നു പറഞ്ഞാ അതിനപ്പുറമില്ല. ഇങ്ങള് പഠിച്ചു നന്നായി എന്നെ നല്ലോണം നോക്കുന്നുണ്ടെന്നറിഞ്ഞാ മൂപ്പരെ ഖൽബും തണുക്കും."

പതിനെട്ട്

രാവിലെ സ്കൂളിലേക്ക് പറഞ്ഞയക്കുമ്പോൾ കണ്ടും നോക്കിയും നടക്കണം, ശ്രദ്ധിച്ച് റോഡുമുറിച്ചുകടക്കണം, നായയെ കണ്ടാൽ ഓടരുത് എന്നൊക്കെ ഓർമ്മിപ്പിക്കുന്നതിനിടയിൽ ഉമ്മ സ്ഥിരമായി പറയുന്ന മറ്റൊരു താക്കീതുകൂടിയുണ്ട്.

"പൊട്ടിക്കണ്ണൻ കുഞ്ഞാമതാജീനെ കണ്ടാൽ ഇങ്ങള് ഒന്നിച്ചു നടക്കാതെ വെവ്വേറെ നടന്നോളണേ മക്കളെ. അയാളെ വായിന്ന് എന്തെങ്കിലും വീണാ മുസബ്ബീത്തുറപ്പാ."

വല്ലിപ്പയുടെ ബന്ധുവായ കുഞ്ഞാമത് ഹാജിക്ക് കരിനാക്കാണെന്ന് നാട്ടിൽ പാട്ടാണ്. നിറയെ കായ്ച്ചുനില്ക്കുന്ന തെങ്ങുനോക്കി പെറ്റെണീച്ച പെണ്ണിനെപ്പോലെ എന്നു കുഞ്ഞാമത് ഹാജി പറഞ്ഞതും പിറ്റേന്ന് ആ തെങ്ങ് ഇടിവെട്ടി കൂമ്പുകരിഞ്ഞുപോയി. അത്തരം ധാരാളം ഉദാഹരണങ്ങൾ നാട്ടുകാർക്ക് പറയാനുണ്ട്. കുഞ്ഞാമത് ഹാജി മുഖത്തുനോക്കി നല്ലതെന്തെങ്കിലും പറഞ്ഞാൽ കേട്ടയാൾക്ക് എന്തെങ്കിലും അനർത്ഥം വരാതിരിക്കില്ലെന്നും നാട്ടുകാർക്കൊപ്പം ഉമ്മയും വിശ്വസിച്ചു.

"ഇനിക്കെന്തു പെരാന്താ മറിയൂട്ടീ. വലിയ മൊയില്യാരിച്ചിയായിട്ടും നീയിതെല്ലാം വിശ്വസിക്കുന്നുണ്ടല്ലോ. പെണ്ണുങ്ങക്ക് വിവരമുണ്ടായിട്ടും കാര്യല്ലാന്ന് പണ്ടുള്ളവർ പറയുന്നത് വെറുതെയല്ല."

ഉപ്പ ഉമ്മറത്തുണ്ടെങ്കിൽ ഉമ്മയെ പരിഹസിക്കും.

"ഇങ്ങളങ്ങനെ പറയരുത്. കണ്ണേറ് ഫലിക്കൂന്ന് ഖുറ്ആനിൽ പറഞ്ഞിട്ടുണ്ട്. പന്ത്രണ്ടാമത്തെ അദ്ധ്യായമായ യൂസുഫ് വായിച്ചുനോക്ക്.

ബാപ്പ യാക്കൂബ് നബിയിക്ക് ഇളയമകൻ യൂസഫിനോടാണ് പിരിശം ജാസ്തിയെന്നു പറഞ്ഞാണല്ലോ ഏട്ടന്മാർ മൂപ്പരെ പൊട്ടക്കെണറ്റിലെ റിഞ്ഞിട്ട് ചെന്നായപിടിച്ചുപോയി എന്നു കളവുപറഞ്ഞ് ബാപ്പയെ പറ്റിച്ചത്. എന്നാ അള്ളാഹു യൂസുഫ്നബിയ്ക്ക് മറ്റുള്ളവരേക്കാൾ പദവി നല്കി അനുഗ്രഹിച്ചു..."

"ഇന്റെയൊരു വഅള്പറച്ചില്. അതും കുഞ്ഞാമതും തമ്മിലെന്താ ബന്ധം?"

ക്ഷമകെട്ട് ഉപ്പ ഇടയിൽക്കയറി പറയുന്നു.

ഉമ്മ അങ്ങനെയാണ്. ഒരു കാര്യം പറഞ്ഞുമനസ്സിലാക്കാൻ കാര്യകാരണങ്ങൾ എമ്പാടും നിരത്തും.

"ഒന്ന് പൊറുക്ക്. ഞാൻ മുയുമനാക്കട്ടെ. അള്ളാഹു യൂസുഫുനബിയെ രക്ഷപ്പെടുത്തുകയും കേമനാക്കുകയും ചെയ്തു. അങ്ങനെ മൂപ്പർ വലിയ പദവികളിലെത്തി. കാലമേറെ കഴിഞ്ഞപ്പോൾ അള്ളാഹു യൂസഫിന്റെ സഹോദരന്മാരെ നബിയുടെ അടുക്കലെത്തിച്ചു. ഇളയ അനിയനെ ഒഴികെ. ബാപ്പയേയും അനിയനേയും കാണാൻവേണ്ടി യൂസഫ് നബി അള്ളാഹുവിന്റെ ആജ്ഞപ്രകാരം അടവു പ്രയോഗിച്ചു. അളന്നു കൊടുത്ത ധാന്യത്തിൽ അളവുപാത്രമൊളിപ്പിച്ച് സഹോദരന്മാരെ കുറ്റവാളികളാക്കി. ഇളയ സഹോദരനുമായിച്ചെന്നാൽ കുറ്റവിമുക്തരാക്കാമെന്ന് വാക്കുകൊടുത്തു. അങ്ങനെ മക്കൾ ബാപ്പയോട് അനുവാദം വാങ്ങി ഇളയസഹോദരനോടൊപ്പം യൂസുഫുനബിയെ കാണാൻ പുറപ്പെട്ടു. അപ്പോഴാണ് യാക്കൂബ്നബി മക്കളോടു പറഞ്ഞത്, നിങ്ങളവിടെച്ചെല്ലുമ്പോ എല്ലാരുകൂടി ഒരേ വാതിലിലൂടെ അകത്തേക്ക് കടക്കരുത്. കണ്ണുതട്ടും. വെവ്വേറെ വാതിലിലൂടെവേണം അകത്തുകയറാനെന്ന്. യാക്കൂബ്നബി മക്കളോട് പറഞ്ഞത് ഞാനും എന്റെ മക്കളോടു പറയുന്നു."

"ഇന്നോട് തർക്കിക്കാൻ ഞാനില്ല. ഇങ്ങള് പോകാൻ നോക്ക് മക്കളേ. കുഞ്ഞാമതിനെ കണ്ടാ പല ദിക്കിലേക്ക് മണ്ടുമ്പോൾ കൊളത്തിലും കുണ്ടിലും ബീയാതെ നോക്കിക്കോളിൻ." ഉപ്പ പരിഹസിക്കും.

"രാവിലത്തന്നെ മക്കളോട് ഇങ്ങനെ വർത്താനൊന്നും പറേല്ലേ. ഓല് വൈന്നേരം മടങ്ങിയെത്തുന്നതുവരെ എന്റെ കൊടലില് തീയാ. ഇങ്ങള് ആണുങ്ങക്കത് പറഞ്ഞാ മനസ്സിലാവൂലാ." എന്നു പറഞ്ഞുകൊണ്ട് ഉമ്മ എല്ലാവരെയും ഒന്നിച്ചുനിർത്തി അള്ളാഹുവിന്റെ രക്ഷയ്ക്കായുള്ള ആയത്ത് ഓതി ശൂ ശൂ എന്ന് മുഖത്ത് ഊതും. ഉപ്പ ചിരിയടക്കി നോക്കിയിരിക്കും.

ഉമ്മ ഖുറ്ആൻ മുപ്പതും ഓതിത്തികച്ചതിനുപുറമേ കിത്താബുകളും പഠിച്ചിട്ടുണ്ട്. വടകരയിൽനിന്ന് ഹാഫിളായ ഖുദ്സിത്തങ്ങളെ വരുത്തിയാണ് വല്ലിപ്പ ഉമ്മയെ കിത്താബ് ഓതിച്ചതെന്ന് ഉമ്മ അഭിമാനത്തോടെയാണ് പറയാറുള്ളത്.

"ഖുറ്ആൻ മുപ്പതും കാണാതെ പഠിച്ച ഹാഫിളാണ് ഖുദ്സിത്ത

ങ്ങൾ. എന്റെ ഉപ്പാവ പറഞ്ഞതുകൊണ്ട് മാത്രാ ആയ്ചയിൽ രണ്ടുദെവസം വന്ന് എന്നെ പഠിപ്പിക്കാമെന്നേറ്റത്. അന്ന് മൂത്തമോൾ ആസി പള്ളേലാ. വെറുതെയിരുന്നു മടുത്തപ്പളാ ഉപ്പാവാനോട് ഞാനെന്റെ പൂതി പറഞ്ഞത്. ഇന്റെ മാപ്പള സമ്മയിക്ക്വോന്നാ ഉപ്പാവ ആദ്യം ചോദിച്ചത്. അറിവ് പഠിക്കണേന് മൂപ്പര് തടസ്സംനിക്കൂലാന്നാ ഞാൻ നിരീച്ചത്. ഓത്തും എയ്ത്തും ഒക്കെ പഠിപ്പിച്ചിട്ട് പോരേനോ മംഗലമെന്നു പറഞ്ഞ്, കേട്ടതും മൂപ്പര് കലിതുള്ളി. ഏറെ സങ്കടം പറഞ്ഞിട്ടാ സമ്മതിച്ചത്. തങ്ങള് പുറത്തെ തളത്തിലും ഞാൻ വിരിക്കുപിന്നിൽ നടുവകത്തുമിരിക്കും. മുഖത്തോടുമുഖം കാണാതെ. എന്നാലും പൊരേലുണ്ടെങ്കില് മൂപ്പര് വന്ന് ഒളിഞ്ഞുനോക്കും കേക്കും ചെയ്യും. അലുവക്കണ്ടം പോലത്തെ ഇന്നെ മാറ്റാനാണുങ്ങളെ മുന്നിലിരുത്തി അയാക്ക് അരുതാത്തതെന്തെങ്കിലും തോന്നിപ്പോയാ നാളെ മഹ്ശറയിൽവെച്ച് എന്റെ തലയിലാ തീയാലുള്ള കിരീടം ചൂടിക്കുന്നത്. നിരത്താൻ ന്യായങ്ങൾ എമ്പാടുമുണ്ടാവും. മൂപ്പരോട് പറഞ്ഞുജയിക്കാൻ എനക്കായിട്ടില്ല. ആസിനെ പെറണേന്റെ തലേന്നും തങ്ങള് പഠിപ്പിക്കാൻ ബന്നീനും. മുയുമനും ഓതിത്തികക്കാനായില്ലാന്നുള്ള സങ്കടം ഇപ്പളും എനക്ക് തീർന്നിട്ടില്ല. അതോണ്ടാ സൂറാമാഞ്ഞാലംകൊഞ്ചാണ്ടെ എന്നും ഓത്തിനുപോകാൻ നിന്നോട് ഞാൻ പറയുന്നത്.”

ഞാൻ ഓതാൻപോകാൻ മടിക്കുമ്പോഴാണ് ഉമ്മ സ്വന്തം ഖുറ്ആൻ പഠനത്തെക്കുറിച്ച് എന്നോട് നീട്ടിപ്പറയുന്നത്.

തിക്കോടി അങ്ങാടിയിൽ മദ്രസയുണ്ടെങ്കിലും ഞങ്ങളെ അങ്ങോട്ടയക്കാറില്ല. കുഞ്ഞാമുല്ലാക്ക എന്നും മഗരിബുകഴിഞ്ഞാൽ വീട്ടിലെത്തിയാണ് ഞങ്ങളെ ഖുറ്ആൻ പഠിപ്പിക്കുന്നത്. സ്കൂളില്ലാത്ത ദിവസങ്ങളിൽ മുല്ലാക്ക രാവിലെത്തന്നെ വീട്ടിലെത്തും. മുഖം കുട്ടപോലെ വലിച്ചുകയറ്റിയും പായാരം പറഞ്ഞുമാണ് ഓരോരുത്തരായി ഉമ്മറത്തളത്തെ തിണ്ണയിൽ ഓതാനിരിക്കുന്നത്. ആറ്റി യാസീനോതുമ്പോൾ ഞാൻ ഫാത്തിഹ ഓതും. അച്ചു മറ്റൊരു സൂറയായിരിക്കും ഓതുക. മുല്ലാക്കയുടെ തിരുത്തലുകൾ. ആകെ കാക്കക്കൂട്ടിൽ കല്ലെറിഞ്ഞതുപോലെയാണ്. അതിനിടയിൽ അച്ചുവിന്റെ കുസൃതികൾ. ഉച്ച നമസ്കാരത്തിനു സമയമാകുമ്പോൾ ആൺകുട്ടികളെയുംകൂട്ടി കുഞ്ഞാമുല്ലാക്ക പള്ളിയിൽപോകും. അങ്ങനെ പഠിക്കുന്നതിനിടയിലാണ് ഞാനങ്ങനെ പഠിച്ചാൽപോരാ എന്ന് ഉമ്മയ്ക്ക് വെളിപാടുണ്ടായത്.

“ആങ്കുട്ട്യേക്ക് അത്തര മതി. നീയൊരു പെണ്ണാ. ഇങ്ങനെ പഠിച്ചാ ബുലൂഖാകണേന്റെ മുന്നം ഓത്തു പഠിച്ചുതീരൂലാ. മംഗലം കയിച്ച് മറ്റൊരു പൊരേലേക്ക് ചെല്ലുമ്പം ഖുറ്ആൻ ഓതിത്തികഞ്ഞിക്കില്ലാന്ന് പറഞ്ഞാ അയിന്റെ ചേപ്ര ഉമ്മാക്കാ. അതോണ്ട് ഈ സ്കൂളടപ്പിന് ഇന്നെ മൊയില്യാർത്തെ കുഞ്ഞാമിന്റെ പൊരേലയച്ച് ഖുറ്ആൻ പഠിപ്പിക്കാന്നാ ഞാൻ വിചാരിക്കുന്നത്. ഇന്നാട്ടില് അറഫോടെ മൊഴിയോടെ ഖുറ്ആൻ

ഓതുന്നോള് ഓളേയുള്ളൂ. ഓളങ്ങനെ കുട്ട്യേളെ ഓത്തു പഠിപ്പിക്കുന്നോ ളൊന്നുമല്ല. ഞാൻ പറഞ്ഞതോണ്ട് ഏറ്റതാ. മരിയാദിക്ക് ദെവസവും രാവിലെ ആടത്തേക്ക് പോയിക്കോളണം. ഓളൊപ്പരം ളൊഹറും നിസ്ക്ക രിച്ചിട്ട് ഇങ്ങോട്ടു പോന്നാ മതി. സൂറ കേട്ടല്ലോ."

ആറാംക്ലാസ് പരീക്ഷ കഴിഞ്ഞതും ഉമ്മ ഉറക്കെ പ്രഖ്യാപിച്ചു. ഉമ്മ യുടെ കൂടെയിരുന്ന് ഓതിപ്പഠിച്ചോളാമെന്നു പറഞ്ഞതൊന്നും ഉമ്മ ചെവി ക്കൊണ്ടില്ല. ഉമ്മ നിരന്തരം ഓർമ്മിപ്പിക്കുന്ന "ബുലൂഖാകൽ" അതായത് പ്രായപൂർത്തിയാകൽ എന്നെ കുറച്ചൊന്നുമല്ല ആശങ്കയിലാക്കിയത്. കുട്ടി യായിരുന്നിട്ടുതന്നെ വിലക്കുകൾ ഏറെ. ഇനിയും എന്തൊക്കെ വധിവി ലക്കുകളാണോ ഉമ്മ എന്നിൽ ചാർത്താൻപോകുന്നതെന്ന ചോദ്യം എനിക്കു ചുറ്റും പെരുമ്പറമുട്ടുന്നത് കണ്ട് ഉറക്കത്തിൽ ഞെട്ടിയുണരു മായിരുന്നു. ചോദിച്ചാൽ ഉത്തരം കിട്ടില്ലെന്നുറപ്പുള്ളതുകൊണ്ട് മൗനം ഭീതിയായി എന്നെ വലയം ചെയ്തു.

"ഇക്കൊല്ലം കോയിക്കോട്ടേക്ക് മാറണോന്നുണ്ടെങ്കില് ഈ ഒയിവിന് നീ ഖുറ്ആൻ മുപ്പതും ഓതിത്തികക്കണം. തെറ്റില്ലാണ്ടെ. അല്ലാന്നുണ്ടെ ങ്കിൽ നീ എളാമന്റൊപ്പരം ഈടെ നിക്കുകയേ ഉള്ളൂ. കോയിക്കോട്ട് ചെന്നാൽ ഓത്തു പഠിപ്പിക്കാൻ ആളെക്കിട്ടീന്നൊന്നും വരൂലാ."

ഉമ്മ തീരുമാനിച്ചാൽ അതിനുമാറ്റമില്ലെന്നറിയാം. കോഴിക്കോട്ടുപോ വുകയെന്ന സ്വപ്നം പൂവണിയാൻവേണ്ടി ഖുറ്ആൻ മനസ്സിരുത്തി പഠി ക്കാൻ തീരുമാനിച്ചു. ആദ്യമൊക്കെ മടിച്ചാണ് പോയതെങ്കിലും പിന്നീട് ആ യാത്ര ഞാൻ ഇഷ്ടപ്പെട്ടു തുടങ്ങി. ആദ്യത്തെ രണ്ടുദിവസം വഴിയ റിയാത്തതുകൊണ്ട് കുഞ്ഞാമിനയോടൊപ്പമായിരുന്നു പോക്കുവരവ്. വഴി പരിചയമായതോടെ ഒറ്റക്കായി യാത്ര. റോഡിലൂടെ പോയാൽ പെട്ടെ ന്നെത്താം. പക്ഷേ റോഡുവഴി പോകരുതെന്നായിരുന്നു ഉമ്മയുടെ താക്കീ ത്. നടുറോഡിൽ കുടപിടിക്കാതെ സ്ത്രീകളും പെൺകുട്ടികളും നടക്കു ന്നത് തറവാട്ടുകാർക്ക് ചേർന്നതല്ല. അങ്ങാടിയിൽക്കൂടി നടക്കുകയാണെ ങ്കിൽ പീടികക്കോലായിലിരിക്കുന്നവർ കാണാതിരിക്കാൻ വെയിലത്തും മഴയത്തും കുട ചെരിച്ചുപിടിച്ചുവേണം നടക്കാൻ. ആകെ മൂന്നുമുറി പീടി കകളെയാണ് തിക്കോടി അങ്ങാടി എന്നു പറയുന്നത്. എല്ലാവരും പരിച യക്കാർ. എന്നാലും കുടപിടിക്കാതെ നടക്കരുത്. അങ്ങാടിയിലൂടെ കുടപിടിക്കാതെ നടക്കുന്ന വല്ലിപ്പയുടെ തറവാട്ടിലെ ഞങ്ങളുടെ ഒരു ബന്ധുസ്ത്രീ നാട്ടുകാരുടെ പരിഹാസപാത്രമാണ്.

"കോയിക്കോട്ടങ്ങാടീലെ മദാമ്മമാര് നടക്കുന്നതുപോലെ കൊട ചുരുട്ടി കൈയിപ്പിടിച്ചാ ഓളെ നടത്തം. കെട്ടിയ മാപ്പള പോരാഞ്ഞിട്ടാ."

അനേകം സദാചാരവിരുദ്ധകഥകൾ നാട്ടുകാർ കെട്ടിയുണ്ടാക്കിപ്പറ യുന്നത് ഞാനും കേട്ടതാണ്.

റോഡിലൂടെ നടന്നാ എളുപ്പം എത്താലോ എന്ന എന്റെ ചോദ്യം ഞാനങ്ങു വിഴുങ്ങി. വീട്ടിൽനിന്നിറങ്ങി റോഡിലൂടെ നടക്കാതെ പറമ്പു

കളിലൂടെ നടന്നാണ് ഞാൻ കുഞ്ഞാമിത്തയുടെ വീട്ടിലേക്കു ഓതാൻ പോകുന്നത്. മിക്കതും ഞങ്ങളുടെതന്നെ പറമ്പുകളാണ്. ആദ്യം ചെറ്റയിലെ മാതയുടെ ചട്ടി കമ്ഴ്ത്തിയതുപോലെ ഓലക്കുടിൽ. മാത മുറ്റത്തുണ്ടെങ്കിൽ എന്തെങ്കിലും ലോഹ്യം ചോദിക്കും. അതു കഴിഞ്ഞാൽ മണ്ണൂട്ടന്റവിടത്തെ പറമ്പ്. അവിടെയെത്തുമ്പോൾ മറീത്ത ചായയ്ക്കു ക്ഷണിക്കുക പതിവാണ്. കല്യാണം കഴിയുന്നതുവരെ എന്നെ നോക്കലായിരുന്നു മറീത്തയുടെ പണി. വിരുന്നുകാരെത്തുമ്പോൾ ഉമ്മയെ പലഹാരപ്പണിയിൽ സഹായിക്കുന്നതും മറീത്തയാണ്. അവിടെ കയറിയിരുന്ന് ചായകുടിക്കാൻ കൊതിയുണ്ടായിരുന്നെങ്കിലും ഉമ്മയെ പേടിച്ച് ഞാൻ ക്ഷണം സ്നേഹത്തോടെ നിരസിക്കും. വീണ്ടും പോയാൽ മണ്ണാത്തിവളപ്പ്. അതും വല്ലിപ്പയുടെ ബന്ധുവീടാണ്. അതു കഴിഞ്ഞ് ഉപ്പയുടെ പെങ്ങളുടെ വീടായ വലിയാക്കന്റവിടത്തെ പറമ്പുകഴിഞ്ഞാൽ കുഞ്ഞാമിത്തയുടെ വീടായി.

ഒട് മേഞ്ഞതാണെങ്കിലും വീടു ചെറുതായിരുന്നു. സിമന്റുതേച്ച ഉമ്മറത്തെ തിണ്ണയിലിരുത്തിയാണ് കുഞ്ഞാമിത്ത എന്നെ ഓതിക്കുന്നത്. ഓരോ സൂറകളായി ആദ്യം ഓതിക്കേൾപ്പിക്കും. പിന്നീട് എന്നെക്കൊണ്ട് ഓതിപ്പിക്കും. ഞാൻ തെറ്റില്ലാതെ ഓതുന്നു എന്നു കണ്ടാൽ കുഞ്ഞാമിത്ത അകത്തേക്കു പോവും. അപ്പോൾ ഞാൻ ഓത്തുനിർത്തി വീട്ടിനകത്തേക്ക് എത്തിനോക്കും. അത്തരമൊരു ചെറിയ വീട് ഞാൻ മുമ്പു കണ്ടിട്ടില്ല. അതിനകത്ത് എത്ര മുറികളുണ്ട്. അതിനകത്തും നടുമുറ്റമുണ്ടോ മുറികൾ ചെറുതാണോ വലുതാണോ? അങ്ങനെയോരോന്നോർത്ത് ഞാനിരിക്കും. എന്റെ ശബ്ദം നിലയ്ക്കുമ്പോൾ കുഞ്ഞാമിത്ത അകത്തുനിന്ന് വിളിച്ചു ചോദിക്കും

"സൂറക്കുട്ടീ, ഓത്തു കേക്കുന്നില്ലാലോ."

അപ്പോൾ ഞാൻ ഉറക്കെ ഓതും.

"കുൽ യാ ഹയ്യുഅൽ കാഫിറൂൻ..."

അതിനിടയിൽ കുഞ്ഞാമിത്തയുടെ ചെറിയകുട്ടിയുടെ കരച്ചിൽ. അടുക്കളയിൽ കടുക് വറക്കുന്ന ശബ്ദവും മണവും. പതിനൊന്നു മണിയാകുമ്പോൾ വെല്ലച്ചായയും കൊള്ളിക്കിഴങ്ങ് പുഴുങ്ങി കടുകുതാളിച്ചതോ ചെറുപയറോ ഒക്കെയായി കുഞ്ഞാമിത്ത എത്തും. വീട്ടിലുണ്ടാക്കുന്നതിനേക്കാൾ വ്യത്യസ്തമായതിനാൽ ഞാൻ ചായയ്ക്കുവേണ്ടി കാത്തിരിക്കാറുണ്ടായിരുന്നു. ചായ കഴിഞ്ഞാൽ ഉച്ചയാകുന്നതുവരെ നിർത്താതെ ഓതിക്കും. ഇസ്ലാംകാര്യങ്ങളും ഈമാൻകാര്യങ്ങളും മനപ്പാഠമാക്കിക്കും. നമസ്കാരമുറകളും അംഗശുദ്ധിവരുത്തുന്നതുമൊക്കെ ക്ഷമയോടെ പറഞ്ഞുതരും. അങ്ങനെ രണ്ടുമാസംകൊണ്ട് ഞാൻ ഖുറ്ആൻ മുപ്പത് അദ്ധ്യായങ്ങളും രണ്ടുതവണ ഓതിത്തികച്ചു. പക്ഷേ, അതിന്റെ ഉള്ളടക്കമെന്താണെന്ന് ഒരുപിടിപാടുമുണ്ടായിരുന്നില്ല. ഖുറ്ആൻ ഈണത്തിൽ അക്ഷരശുദ്ധിയോടെ ഓതുമെന്നല്ലാതെ അർത്ഥം പറഞ്ഞുതരാൻ

കുഞ്ഞാമിത്തയ്ക്കും അറിയില്ലായിരുന്നു. അതൊരു പിഴവായി അക്കാലത്താരും കരുതിയിരുന്നില്ല.

പത്തൊൻപത്

എന്റെ മൂത്തസഹോദരൻ ബി. എം. അഹമ്മദ് വക്കീൽഭാഗം ജയിച്ച് വക്കീൽപ്പണി നോക്കാതെ മദിരാശിയിൽ മരക്കച്ചവടം ചെയ്യാൻപോയത് ഉമ്മയെ വല്ലാതെ വേദനിപ്പിച്ചിരുന്നു. മകൻ ഗവർമെണ്ട് ഉദ്യോഗസ്ഥനാകണമെന്നായിരുന്നു ഉമ്മയുടെ ആഗ്രഹം. അവസാനകാലമായപ്പോൾ ഉപ്പയും അതുതന്നെയായിരുന്നു ആശിച്ചത്. ഉപ്പ രാവിലെ എണീറ്റ് സുബഹിനമസ്കാരവും ഖുറ്ആൻ പാരായണവും കഴിഞ്ഞാൽ പത്രംവായനയും പതിവാണ്. പത്രം അരിച്ചുപെറുക്കിവായിക്കും. ജോലിക്കുള്ള പരസ്യങ്ങൾ വായിച്ച് ചുവന്ന മഷികൊണ്ട് അടിവരയിടും. ആൺമക്കൾക്കുവേണ്ടിയാണ്. ആദ്യകാലത്ത് തിക്കോടിയിൽ പത്രം കിട്ടുമായിരുന്നില്ലെന്നും അക്കാലത്ത് ഉപ്പ കോഴിക്കോട്ടുനിന്നാണ് മാതൃഭൂമി പത്രം വാങ്ങാറുള്ളതെന്നും ഗഫൂർക്കയാണ് എന്നോടു പറഞ്ഞത്. ഉപ്പയ്ക്ക് അന്ന് കോഴിക്കോട്ട് പറക്കുന്ന അരിക്കച്ചവടമായിരുന്നു. രാവിലെ എട്ടരവണ്ടിക്കാണ് ഉപ്പ കോഴിക്കോട്ടേക്കു പോകുന്നത്. കൂടെ ഉച്ചയ്ക്കലേക്കുള്ള ചോറ്റുപാത്രവുമായി കാര്യസ്ഥൻ അറബിഅവുള്ളയും കാണും. ആറടി ഉയരവും കാട്ടറബിയുടെ രൂപവുമുണ്ടായിരുന്ന അവുള്ളാക്കയ്ക്ക് ഉപ്പയാണ് അറബിഅവുള്ള എന്ന വിളിപ്പേരിട്ടത്. ആളുകളുടെ ശരീരപ്രകൃതിക്കനുസരിച്ചുള്ള പേരിടുക ഉപ്പയുടെ അന്നത്തെ വിനോദമായിരുന്നു. രാത്രി എട്ടരവണ്ടിക്കാണ് ഉപ്പ തിരിച്ചെത്തുക. വരുമ്പോൾ കൈയിൽ പത്രമുണ്ടാവും. ആൺമക്കൾ പിറ്റേദിവസം രാവിലെ ആ പത്രം വായിക്കണമെന്ന് ഉപ്പയ്ക്ക് നിർബ്ബന്ധമായിരുന്നു. ഉപ്പ അടിവരയിട്ടുവയ്ക്കുന്ന ജോലിയുടെ പരസ്യങ്ങളെക്കുറിച്ച് മക്കളോടു ചർച്ചചെയ്യുകയും പതിവായിരുന്നു.

എന്റെ മൂത്ത സഹോദരൻ പൊന്നുക്ക ബി. എം. അഹമ്മദ് വക്കീൽഭാഗം പഠിക്കാൻ തുടങ്ങിയതോടെ ഉപ്പയുടെ പത്രവായനയുടെ സമയമിരട്ടിച്ചു. പൊന്നുക്കയക്ക് യോജിച്ചപണി കണ്ടുപിടിക്കുകയായിരുന്നു ലക്ഷ്യം. പൊന്നുക്ക വക്കീൽ പരീക്ഷ ജയിച്ചയുടനെ കൊയിലാണ്ടിയിൽ മുൻസീഫിന്റെ ഒഴിവുണ്ടെന്ന് വായിച്ച് ഉപ്പ പൊന്നുക്കയെ അടിയന്തിരമായി വിളിച്ചുവരുത്തി നിർബ്ബന്ധിച്ച് ജോലിക്ക് അപേക്ഷ അയപ്പിച്ചു. ജോലി കിട്ടുകയും ചെയ്തു. പക്ഷേ, പൊന്നുക്ക ജോലിക്കു പോയില്ല.

മുൻസീഫുപണിക്കു കിട്ടുന്ന ശമ്പളം പൗഡറും സെന്റും വാങ്ങാൻ തെകയൂലാ എന്ന പൊന്നുക്കയുടെ വാദം ഉമ്മയേയും ഉപ്പയേയും വല്ലാതെ സങ്കടപ്പെടുത്തി. അക്കാലത്ത് പൊന്നുക്കയുടെ വിവാഹം കഴിഞ്ഞിരുന്നു. തലശ്ശേരിയിലെ ഒരു പ്രമുഖകുടുംബത്തിൽ നിന്നായിരുന്നു

വധു. അവരുടെ ബാപ്പ മദിരാശിയിലെ പേരുകേട്ട മരക്കച്ചവടക്കാരനായിരുന്നു. ആ പകിട്ടിൽ മയങ്ങിയാണ് പൊന്നുക്ക കച്ചവടത്തിനു പുറപ്പെട്ടത്. ബാക്കി ആൺമക്കൾക്ക് ഉപ്പയോടായിരുന്നു കൂടുതലടുപ്പം. പൊന്നുക്ക എന്നെപ്പോലെ ഉമ്മക്കുട്ടിയായിരുന്നു. ഉമ്മയ്ക്കും മറ്റുമക്കളോടില്ലാത്ത അടുപ്പം പൊന്നുക്കയോടുണ്ടായിരുന്നു. അതിനുള്ള ന്യായീകരണങ്ങളും ഉമ്മ നിരത്താറുണ്ട്.

"ചെറുപ്പത്തില് ഓനിക്കില്ലാത്ത സൂക്കേടില്ല. എന്നും ശ്വാസംമുട്ടാ. രണ്ടുവയസ്സുവരെ ഇരുട്ടിവെളുക്കുന്നതുവരെ ഉറക്കമില്ല. ഇങ്ങളെ ഉപ്പ തിരിഞ്ഞുനോക്കൂലാന്നു മാത്തരല്ല കരച്ചിലുകേട്ടാ കലിതുള്ളും ചെയ്യും. മൂപ്പരെ ചാട്ടുംമോട്ടും കാണണ്ടാന്നുവെച്ച് ഞാൻ ഓനേം തോളിലിട്ട് നേരം വെളുക്കുംവരെ മോളിലെ തളത്തില് അച്ചാലും മുച്ചാലും നടക്കും. ഓനെ നോക്കാനായിട്ടാ പള്ളമറിയത്തിനെ നിർത്തിയതെങ്കിലും രാത്രി കുഞ്ഞനെ ഞാൻ ഓളെ ഏല്പിക്കൂലാ. ഉറങ്ങാൻ പറ്റാണ്ടെ ഓളെന്റെ മോനെ പിരാകുമോന്നാ പേടി. ഒരുദെവസം രാത്രി കരഞ്ഞുകരഞ്ഞ് കുഞ്ഞന് ശ്വാസംകിട്ടാണ്ടായി. ഞാൻ വിചാരിച്ചു തീർന്നെന്ന്. എന്റെ നെലവിളികേട്ട് ഇങ്ങളെ ഉപ്പ പാഞ്ഞുവന്ന് കുട്ടീനെ എന്റെ കൈയിന്ന് വാങ്ങി തലതൂക്കിപ്പിടിച്ചപ്പളാ കുഞ്ഞന് ശ്വാസം കിട്ടിയത്. ദോശം പറയരുതല്ലോ, കുട്ട്യേക്ക് സുഖമില്ലാണ്ടായ മൂപ്പരു നല്ലോണം നോക്കുട്ടോ. ആമൂട്ടിക്ക് ചെറുപ്പം മുതലേ ഉപ്പാനേക്കാൾ പിരിശം എന്നോടാ. മുതിർന്നിട്ടും അതിനു മാറ്റമുണ്ടായില്ല. എന്റെ ആങ്ങള ഒനെ പറഞ്ഞുതിരിപ്പിച്ച് മൂപ്പർക്കെതിരാക്കീന്നാ ഇങ്ങളെ ഉപ്പ പറേന്നത്. ഓൻ ചെലപ്പ ഉപ്പാനോട് വർത്താനം പറയുന്നത് കേട്ടാ അങ്ങനെ തോന്നിപ്പോകും. അസ്തഅഫറുള്ളാഹിൽ അളീം...അറിയാത്ത കാര്യങ്ങളാ പറേന്നത്. റബ്ബേ, നീ പൊറുക്ക്."

അക്കാലത്ത് പൊന്നുക്ക മദിരാശിയിലായിരുന്നു. പൊന്നുക്ക വെക്കേഷൻകാലത്ത് വീട്ടിലെത്തുന്നത് ഉമ്മയ്ക്ക് വലിയ ആഘോഷമായിരുന്നു. ഉമ്മ അടുക്കളയിൽച്ചെന്ന് പൊന്നുക്കയ്ക്ക് ഇഷ്ടമുള്ള കറികൾ വയ്പ്പിക്കുന്നു. ബദാം അരച്ച് പാലിൽകുറുക്കി കുടിക്കാൻ കൊടുക്കുന്നു.

"മദിരാശീലെ പെരുഞ്ചൂടും പഠിത്തവും ഒക്കെക്കൂടി ഓൻ കോലം കെട്ടു. നെറവുംപോയി."

പൊന്നുക്ക സാമാന്യം കറുപ്പാണ്. പക്ഷേ, ഉമ്മ അത് സമ്മതിക്കില്ല. മദിരാശീപ്പോയേരാ ആമൂട്ടി കറുത്തുപോയതെന്ന ഉമ്മയുടെ പക്ഷം കേൾക്കുമ്പോൾ ഉമ്മയുടെ ആങ്ങള പൂക്കയും എളാമയും അടക്കം പറഞ്ഞ് ചിരിക്കുന്നത് എന്നെ സങ്കടപ്പെടുത്തിയിട്ടുണ്ട്.

"ഓള് പറേന്നത് കേട്ടാത്തോന്നും ഓന് സായിബിന്റെ നെറാന്ന്." പൂക്ക പറയുമ്പോൾ എളാമയ്ക്ക് ചിരി.

പഠിക്കുന്നകാലത്ത് ലീവിനെത്തിയാൽ ഏറെനേരം ഉമ്മയോടൊപ്പമിരുന്നു സംസാരിക്കുമായിരുന്നു പൊന്നുക്ക. വെറ്റിലപ്പെട്ടിയും തുറന്നു

വെച്ച് വെറ്റിലമുറുക്കിത്തുപ്പിക്കൊണ്ട് ഉമ്മയും മകനും കൂട്ടുകാരെപ്പോലിരുന്നു പാതിരാവരെ സംസാരിക്കും. ഉമ്മയോടൊപ്പമിരിക്കുമ്പോൾ മാത്രമായിരുന്നു പൊന്നുക്ക മുറുക്കാറുണ്ടായിരുന്നത്. വിവാഹശേഷവും നാട്ടിലെത്തിയാൽ ഉമ്മയോടുള്ള സൊറപറച്ചിൽ പൊന്നുക്ക തുടർന്നിരുന്നു. "ഓനിക്ക് എന്നെക്കയിച്ചേ ദുനിയാവിലെന്തുമുള്ളൂ" എന്ന് അഭിമാനത്തോടെയാണ് ഉമ്മ പറയാറുള്ളത്.

ഞാൻ മുതിർന്നപ്പോഴേക്ക് ഉപ്പ രോഗിയായിരുന്നു. അക്കാലത്ത് ഉപ്പയ്ക്ക് അറുപത് വയസ്സേ ആയിരുന്നുള്ളൂ. എന്നാലും എന്നും അസുഖം. ബിപി കൂടുതലായിരുന്നു. കൂടാതെ ശ്വാസംമുട്ടും. രാത്രിയാവുമ്പോൾ വലിവുകൂടും. തിക്കോടിയിൽ അന്ന് ഡോക്ടർമാരില്ല. പയ്യോളിയിൽ ഒന്നോ രണ്ടോ പേരുണ്ടെങ്കിലും കോഴിക്കോട്ടുള്ള ബാലകൃഷ്ണൻ നായരായിരുന്നു ഞങ്ങളുടെ കുടുംബഡോക്ടർ. ഇന്നത്തെ മൃഗാസ്പത്രിക്കടുത്തുള്ള കരുണാകരഫാർമസി ഡോക്ടരുടേതായിരുന്നു. അത്യാവശ്യത്തിന് അദ്ദേഹം തിക്കോടിയിലെത്തി ചികിത്സിക്കാറുണ്ട്. അതിനു ചെലവുകൂടും. ഉമ്മ കോഴിക്കോട്ടെ കരുണാകരഫാർമസിയിൽച്ചെന്നാണ് ഉപ്പയെ കാണിക്കാറുള്ളത്. രാവിലത്തെ തീവണ്ടിക്ക് വെള്ളയിൽ റെയിൽവേസ്റ്റേഷനിലിറങ്ങി റിക്ഷപിടിച്ച് എന്റെ മൂത്തസഹോദരി ഉമ്മി അബ്ദുള്ളയുടെ നടക്കാവിലുള്ള വീട്ടിലെത്തും. അവരുടെ ഭർത്താവ് വി. അബ്ദുള്ളയുടെ കാറിലാണ് ആശുപത്രിയിൽ പോകുന്നത്. രോഗം കുറച്ചൊന്നു ഭേദമാകുമ്പോൾ വീണ്ടും തിക്കോടിയിലെത്തും. വലിവ് ഇടയ്ക്കിടെ ശല്യപ്പെടുത്താൻ തുടങ്ങിയത് ഉമ്മയെ വല്ലാതെ അലട്ടി. ഉമ്മ എല്ലാ വിഷമതകളും അക്കാലത്ത് പറയാറുണ്ടായിരുന്നത് പൊന്നുക്കയോടായിരുന്നു. താഴെയുള്ള കുട്ടികളുടെ ഭാവിയെക്കുറിച്ചുള്ള ആശങ്കയും ഉമ്മ പൊന്നുക്കയോടു പങ്കുവയ്ക്കുന്നത് കേട്ടിട്ടുണ്ട്. അച്ചു കുസൃതി കാണിക്കുമ്പോൾ ആമൂട്ടിവരട്ടെ കാണിച്ചുതരാം എന്നുള്ള ഉമ്മയുടെ ഭീഷണി കാരണം പൊന്നുക്കയും ഉമ്മയും സംസാരിക്കുമ്പോൾ ഒളിഞ്ഞുനിന്നു കേൾക്കാൻ അച്ചു എന്നെ ഏൽപിക്കുമായിരുന്നു. ഞാൻ ഉമ്മയുടെ വാലായി നടക്കുന്നതുകൊണ്ട് എവിടെച്ചെല്ലാനും സ്വാതന്ത്ര്യമുണ്ടായിരുന്നു.

പൊന്നുക്ക ഞങ്ങളെ ആരെയും വഴക്കു പറയാറില്ലെങ്കിലും ഞങ്ങൾക്കെല്ലാം മൂപ്പരെ പേടിയായിരുന്നു. ഉമ്മയാണ് അതിനു കാരണക്കാരി. കുട്ടികൾക്ക് പരീക്ഷയിൽ മാർക്കു കുറയുമ്പോഴും തമ്മിൽ അടിപിടി കൂടുമ്പോഴും ഉമ്മ ഭീഷണി മുഴക്കും:

" ആമൂട്ടി വരട്ടെ, എല്ലാരെ കുരുത്തക്കേടും ഞാൻ പറഞ്ഞുകൊടുക്കും. ഓൻ ഇങ്ങളെ ഉപ്പാനെപ്പോലെ മുൻദേശ്യക്കാരനല്ലെങ്കിലും തെറ്റു കണ്ടാ ഹാലിളകും."

പൊന്നുക്ക ഭയങ്കര ഗൗരവക്കാരനാണ്. ഇളയവരോട് ലോഹ്യമൊന്നും പറയില്ല. ഒന്ന് ഇരുത്തി നോക്കുകയേ ഉള്ളൂ. ഉമ്മ പറഞ്ഞു

കൊടുത്തതനുസരിച്ചാണ് പൊന്നുക്ക അങ്ങനെ നോക്കുന്നതെന്ന് പിന്നീട് പൊന്നുക്ക പറഞ്ഞാണ് ഞങ്ങളറിഞ്ഞത്. എപ്പോൾ വേണമെങ്കിലും ഞങ്ങളെ വിസ്തരിക്കുമെന്ന മട്ടണ്. ഞാൻ ചെറുതായതുകൊണ്ട് എന്നെ നോക്കി ചിരിക്കുകയും ലോഹ്യം ചോദിക്കുകയും പതിവുണ്ട്. “എന്താണെ, നീ ഇപ്പളും കരച്ചപ്പെട്ടിയാന്നാണല്ലോ ഉമ്മ പറേന്നത്.”

ഞാൻ തലകുനിച്ച് മിണ്ടാതെ നിക്കും. മുഖമുയർത്താൻ പേടിയാണ്.

ആൺമക്കൾ കോളേജിൽ ചേരേണ്ട സമയമായപ്പോൾ കോഴിക്കോട്ടേക്ക് താമസം മാറ്റണമെന്ന് ഉമ്മ ഉപ്പയോട് നിരന്തരം പറഞ്ഞുതുടങ്ങി. പക്ഷേ, വയ്യാതിരിക്കുന്ന സമയത്ത് നാടുവിട്ട് പട്ടണത്തിൽചെന്നു താമസിക്കാൻ ഉപ്പയ്ക്ക് ഒട്ടും താല്പര്യമില്ലായിരുന്നു. അങ്ങനെയാണ് ഉമ്മ പ്രശ്നം പൊന്നുക്കയുടെ മുന്നിൽ അവതരിപ്പിച്ചത്. പൊന്നുക്ക അക്കാലത്ത് മദിരാശിയിലെ കച്ചവടമൊക്കെ പൊളിഞ്ഞ് തലശ്ശേരിയിൽ വക്കീൽപ്പണി നോക്കുകയായിരുന്നു. പൊന്നുക്കയുടെ കച്ചവടബാദ്ധ്യതകൾ തീർക്കാൻ ഉമ്മയക്ക് പറമ്പു വില്ക്കേണ്ടിവന്നു. ആഭരണങ്ങൾ പണയപ്പെടുത്തേണ്ടിയും വന്നു. പൊന്നുക്ക വീട്ടിലെത്തുമ്പോൾ ഉപ്പ ഇക്കാര്യം പറഞ്ഞ് വഴക്കു പറയുമെങ്കിലും ഉമ്മ മുഖം കറുപ്പിച്ച് ഒരക്ഷരം മിണ്ടില്ല. ഇക്കാര്യത്തെച്ചൊല്ലി ഉമ്മയും ഉപ്പയും വഴക്കുകൂടുന്നത് ഞാൻ പലതവണ കേട്ടിട്ടുണ്ട്. ഞാൻ അപ്പോഴും അവരുടെ മുറിയിലായിരുന്നു രാത്രി കിടപ്പ്. എനിക്കായി ഒരു കട്ടിൽ ഉമ്മയുടെ മുറിക്കു പുറത്തുള്ള തളത്തിലുണ്ടെങ്കിലും അവിടെ കിടക്കാൻ ഉമ്മ സമ്മതിക്കില്ല. അച്ചുവും ആറ്റിയും അവിടെയാണ് കിടക്കുന്നത്.

“പേടിത്തൊണ്ടിയാ. ആങ്കുട്ടികളുടെ ഒപ്പരം ഓളെ ഒറ്റക്ക് കെടത്യാ എനക്കൊരു സമാധാനം കിട്ടൂലാ.” ഉമ്മ വേവലാതിയോടെ പറയാറുണ്ട്.

പൊന്നുക്ക പിന്നീട് നാട്ടിലെത്തുമ്പോൾ മുഖത്ത് പഴയ പ്രസാദമില്ല. ഞാറാഴ്ച പത്തരവണ്ടിക്കാണ് പൊന്നുക്ക തലശ്ശേരിയിൽ നിന്നെത്തുക. വൈകുന്നേരത്തെ അഞ്ചരവണ്ടിക്കു തിരിച്ചുപോവുകയും ചെയ്യും. അന്ന് ഉമ്മ നേരത്തേ ജോലി ഒതുക്കി കുളികഴിച്ച് പൊന്നുക്കയേയും കാത്തിരിക്കും. പൊന്നുക്ക എത്തിയാലുടൻ ചായയും നേന്ത്രപ്പഴം നെയ്യിൽ വാട്ടിയതുമായി ഉമ്മ മുറിയിലെത്തും. പിന്നാലെ ഞാനും. പൊന്നുക്ക മുണ്ടും ഷർട്ടും മാറ്റി ലുങ്കിയും ബനിയനുമായി ജനൽപിടിച്ച് പുറത്തേക്കു നോക്കിനില്ക്കുന്നുണ്ടാവും.

“ചായ കുടിച്ചോ ആമൂട്ടീ” എന്നു പറഞ്ഞു ഉമ്മ പഴംപൊരിച്ചതും ചായയും മേശപ്പുറത്തുവയ്ക്കുന്നു. എന്നിട്ട് ചോദിക്കുന്നു: “എന്താടാ ഇനിക്കൊരുഷാറില്ലാത്തത്?”

“അത് പിന്നെ....,.തലശ്ശേരീല് കേസൊന്നും പോരാ. കയിഞ്ഞുകൂടണ്ടേ...” പൊന്നുക്കയുടെ സ്വരത്തിൽ നിരാശ.

“ഞമ്മക്ക് കോയിക്കോട്ടേക്ക് താമസം മാറ്റിയാലോ? വാടകമാത്രം

നീ കൊടുത്താ മതി. ബാക്കി ചെലവെല്ലാം ഇൻ ശാ അല്ലാഹ് ഞാൻ നോക്കിക്കോളാം."

ഉമ്മ പ്രത്യാശയോടെ ചോദിക്കുന്നത് കേട്ട് എന്റെ മുഖവും തിളങ്ങി.

"ഉപ്പ സമ്മതിക്ക്വോ?" പൊന്നുക്ക.

"അത് ഞാൻ സമ്മയിപ്പിച്ചോളാം. ആബദില്ലാത്തതോണ്ടാ മൂപ്പരിക്ക് നാട്വിടാനൊരു മടി. നീയും കുഞ്ഞിമ്മോനും കൂടെയുണ്ടെങ്കില് മൂപ്പര് സമ്മതിക്കാതിരിക്കില്ല."

പൊന്നുക്കയുടെ താഴെയുള്ള സഹോദരൻ ബി. എം. ഷറീഫാണ് കുഞ്ഞിമ്മോൻ. റേഡിയോ എഞ്ചിനിയറിംഗ് പാസായി മൂപ്പർ അക്കാലത്ത് ഗവർമെന്റ് ഉദ്യോഗസ്ഥനായതിൽ ഉമ്മ വളരെ സന്തുഷ്ടയായിരുന്നു. മൂപ്പർ ഉമ്മയുടെ അനിയത്തിയുടെ വീട്ടിലായിരുന്നു താമസം.

"ഓൻ വര്വോ? ഓനിക്കാടെ സ്വർഗ്ഗല്ലേ." പൊന്നുക്കയുടെ സ്വരത്തിൽ അതൃപ്തി.

"ഓനോടും ഞാനിക്കാര്യം പറഞ്ഞതാ. താമസിച്ചാലും ഇല്ലെങ്കിലും ഓന്റെ പങ്ക് തരുമെന്ന് പറഞ്ഞിട്ടുണ്ട്. ഒഫൂറിന് വര പഠിക്കാൻ പോണോന്നാ പറേന്നത്. അതൊന്നും മാണ്ട കോളേജിൽ ചേർന്നാ മതീന്ന് ഞാൻ പറഞ്ഞിട്ടുണ്ട്. ഇക്കൊല്ലം അലിക്കുട്ടീം പത്തുപാസാകും. അസ്സു ഒമ്പതിലായി. സുറ അടുത്തകൊല്ലം ഏയിലാ. ആങ്കുട്ട്യേളെ സ്കൂളില് ഓളെ പഠിപ്പിക്കുന്നത് ഉപ്പാക്ക് തീരെ ഇഷ്ടല്ല. കോയിക്കോട്ട് പെങ്കുട്ട്യേക്ക് മാത്തരായിട്ട് സ്കൂളുണ്ടെന്നാ ഒഫൂറ് പറഞ്ഞത്. കോയിക്കോട്ടൊരു വീട് തല്ക്കാലം വാടകക്കെടുക്കാം. എന്നാ എല്ലാരിക്കും ഒന്നിച്ചു കയ്യാലോ."

അപ്പോഴാണ് വാതിൽ മറഞ്ഞു നില്ക്കുന്ന എന്നെ ഉമ്മ കണ്ടത്.

"എന്താടീ........" ഉമ്മ കണ്ണുരുട്ടി.

"ഊം....ഊം...." ഞാൻ തലകുനിച്ച് പേടിയോടെ മൂളി.

"ഇവളിപ്പളും ഇങ്ങളെ വാലായിട്ട് നടക്കലാ അല്ലേ." പൊന്നുക്ക തമാശമട്ടിൽ പറഞ്ഞപ്പോൾ ഞാൻ നാണിച്ച് പുറത്തിറങ്ങി.

അപ്പോൾ അവിടെയെത്തിയ അച്ചു താടി ഉയർത്തി ആക്ഷൻ കാണിച്ചു മൂളി. "ഊം..?" അതിനു മറുപടിയെന്നോണം ഞാൻ കൈകൊണ്ട് മാടിവിളിച്ചു. അച്ചു അരികിലെത്തിയപ്പോൾ ചെവിയിൽ പറഞ്ഞു. "കോയിക്കോട്ടേക്കു പോണ കാര്യാ പറേന്നത്."

അപ്പോൾ അച്ചുവും അവിടെത്തന്നെ നിന്നു.

"എന്നോട് ഉമ്മ പോകാൻ പറഞ്ഞു." ഞാൻ സ്വകാര്യം പറഞ്ഞു. അപ്പോൾ അച്ചു ട്രൗസറിന്റെ കീശയിൽനിന്ന് സിഗരറ്റുപെട്ടികൊണ്ടുണ്ടാക്കിയ കാറെടുത്ത് നടുത്തളത്തിലുള്ള മേശപ്പുറത്തുവെച്ച് ട്രൂം.. ട്രൂം...ട്രൂം എന്നു പതുക്കെ ശബ്ദമുണ്ടാക്കിക്കൊണ്ട് എന്റെ ചെവിയിൽ പറഞ്ഞു: "ഞമ്മളിവിടന്ന് കളിക്യല്ലേ?" അകത്തേക്ക് ചെവിയോർത്ത് ഞങ്ങളവിടെ നിന്നുകൊണ്ട് വീണ്ടും അവരുടെ സംഭാഷണത്തിനായി കാതോർത്തു.

"ഇങ്ങള് പറഞ്ഞതിലും കാര്യമുണ്ട്.കുട്ട്യേളെ ഹോസ്റ്റലിലയച്ച് പഠിപ്പിക്കുന്നതിലും നല്ലത് കോഴിക്കോട്ടേക്ക് താമസം മാറുകയാ. ഇങ്ങള് ശരീഫിനോട് വീട് നോക്കാൻ പറ. ഇക്കൊല്ലംതന്നെ ഞമ്മക്ക് മാറിക്കളയാം. ഇങ്ങക്കുംവേണ്ടി ഇതുവരെ ഒന്നും ചെയ്യാൻ സാധിച്ചിട്ടില്ല. എന്നെക്കൊണ്ടാവുന്നതുപോലെ ഞാൻ ചെയ്യാം."

പൊന്നുക്ക പറഞ്ഞതും അച്ചു നിന്നിടത്തുനിന്നൊരു ചാട്ടം. എന്തോ പറയാൻ ഭാവിച്ചതും ഞാൻ തടഞ്ഞു: "ഉമ്മ കേക്കണ്ട."

"നീ ഒന്നോണ്ടും ബേജാറാവണ്ടെടാ. വീട്ടുചെലവ് ഞാൻ നടത്തിക്കോളാം. അയിനുള്ള പൈശ തേങ്ങ പറിച്ചാ കിട്ടും. ചോറിനുള്ള നെല്ല് ഞാനിപ്പളുമുണ്ടാക്കുന്നുണ്ട്. ഇങ്ങള് മുതിർന്നോല് കൂടെ നിന്നാ മതി. ഉപ്പാക്കിനി ഒന്നും കയ്യൂലാ. മൂപ്പരെ മനസ്സ് നീ ബേജാറാക്കരുത്. മൂപ്പരെന്തെങ്കിലുമൊക്കെ പറേന്നത് നിന്റെ നല്ലതിനാണെന്ന് കരുതിയാ മതി." ഉമ്മ.

പൊന്നുക്ക മിണ്ടാതിരിക്കുന്നത് കണ്ട് ഉമ്മ പറഞ്ഞു: "ളൊഹറ് ബാങ്കുകൊടുത്ത്. ഞാൻ നിസ്ക്കരിക്കട്ടെ. നീയും കൊറച്ചു കെടന്നോ."

കേട്ടതും ഞാനും അച്ചുവും നടുത്തളത്തിൽനിന്ന് നാലാപ്പാട്ടിലേക്കൊരോട്ടം.

ഇരുപത്

നാലാപ്പാട്ടിലെ കുഴിമുറ്റത്തിനു ചുറ്റുമുള്ള അരമതിലിനു മുകളിലൂടെ കാറോടിച്ചുകൊണ്ട് അച്ചു കുഴിമുറ്റം വലംവെച്ചപ്പോൾ കോഴിക്കോടൻസ്വപ്നങ്ങൾ പങ്കുവെച്ചുകൊണ്ട് ഞാനും പിന്നാലെ കൂടി.

"ഇത്രേം വലിയ പൊരയായരിക്കോ കോയിക്കോട്ടും." ഞാൻ ചോദിച്ചു.

"ഇനിക്കെന്താ പെരാന്താ സൂറാ? കോയിക്കോട്ടൊന്നും ഇത്രേം വലിയ പൊരയൊന്നുമുണ്ടാകൂന്ന് നീ വിചാരിക്കണ്ട."

"അപ്പം എളാമാന്റെ പൊരെയോ. ഈനേക്കാളും വലുതല്ലേ."

"ഈനേക്കാളും വലുതല്ല. എന്നാലും വലുതാ. അയിറ്റാപ്പൊരെയൊന്നും വാടകക്ക് കിട്ടൂലാ. അത്തരവലിയ പൊരയൊന്നും വാടകക്കെടുക്കാൻ ഉമ്മക്കാവൂന്ന് എനക്ക് തോന്നുന്നില്ല."

അച്ചുവിന്റെ സ്വരത്തിലെ നിരാശ എന്നെയും പൊതിഞ്ഞു.

"ഉമ്മിത്താന്റെ പൊരന്റത്രേങ്കിലും വലിപ്പമുണ്ടായാ മതിയേനും അല്ലേ?"

എന്റെ സഹോദരി ഉമ്മി അബ്ദുള്ളയുടെ ചേവായൂരുള്ള ബാങ്കോക്ക് ഹൗസ് എന്ന വീട് കാണുന്നതുപോലെയായിരുന്നു എന്റെ സംസാരം. നടക്കാവിലെ വീട്ടിലായിരുന്നു അവർ ആദ്യം താമസിച്ചിരുന്നത്. പിന്നീട് അബ്ദുള്ള സാഹിബിന്റെ സഹോദരിയായ ബീവിഅമ്മായിയും അവരുടെ ഭർത്താവും ഉമ്മയുടെ സഹോദരനുമായ ബി. എം. മുഹമ്മദും മദിരാശി

യിൽനിന്ന് കോഴിക്കോട്ട് താമസത്തിനെത്തിയപ്പോൾ എല്ലാവരുംകൂടി ഒന്നിച്ചു താമസിക്കാൻ ആവൂട്ടിക്ക തീരുമാനിക്കുകയും വലിയ വീട്ടിലേക്കു താമസം മാറ്റുകയുമാണുണ്ടായത്.

"പൊര ചെറുതായാലും വേണ്ടില്ല. കോയിക്കോട്ടെത്തിയാ മതി." അച്ചു.

"എന്താ രണ്ടാക്കും പണി?" എന്നു ചോദിച്ചുകൊണ്ട് ആറ്റി കോണിയിറങ്ങി. ആറ്റി അക്കാല്ലം പത്താംക്ളാസിലായതു കാരണം എപ്പോഴും പഠിത്തമായിരുന്നു. ഞാൻ കുറച്ചുമുമ്പേ ചെന്നുനോക്കിയപ്പോൾ ബക്കറ്റിലെ വെള്ളത്തിൽ കാലിട്ട് ആറ്റി പഠിക്കുന്നുണ്ടായിരുന്നു. നാലാപ്പാട്ടിൽ സ്ത്രീകൾക്കായി പ്രത്യേകം കോണിയുണ്ട്. മുൻവശത്തെയത്ര പകിട്ടില്ല. കൈപ്പിടിക്ക് ആയിടെയായി കുറച്ച് ഇളക്കവുമുണ്ട്. ആറ്റി താഴെയെത്തിയതും പാവാട വിടർത്തിപ്പിടിച്ച് ഡാൻസ്പോസിൽ നിന്നുകൊണ്ട് ഞാൻ പറഞ്ഞു:

"ഞമ്മള് കോയിക്കോട്ടേക്ക് താമസം മാറാൻ പോവ്വാണാല്ലോ."

"ആര് പറഞ്ഞ്...?" ആറ്റി ആകാംക്ഷയോടെ ചോദിച്ചു.

"ഉമ്മ പൊന്നുക്കാനോട് പറയുന്നത് ഞമ്മള് കേട്ടു." കളി നിർത്തിയെത്തിയ അച്ചുവാണ് മറുപടി പറഞ്ഞത്.

നമസ്ക്കാരത്തിനായി അംഗശുദ്ധി വരുത്തി നനഞ്ഞ കൈയുംമുഖവും തട്ടംകൊണ്ടു തുടച്ച് കിഴക്കെ പെരിയകത്തുനിന്ന് ഉമ്മയും അപ്പോൾ നലാപ്പാട്ടിലെത്തി.

"തന്നേമ്മാ, ഞമ്മള് കോയിക്കോട്ടേക്ക് മാറാൻ തീരുമാനിച്ചോ...?" ഉമ്മയെ കണ്ടതും ആറ്റി ചോദിച്ചു.

"ഇന്നോടാരാ പറഞ്ഞത്?" ഉമ്മ ഈർഷ്യയോടെയാണ് ചോദിച്ചത്.

"സോറ."

"ഇപ്പെണ്ണിനെക്കൊണ്ട് ഞാൻ തോറ്റു. മേണ്ടതും മേണ്ടാത്തതും കേക്കും. ഇങ്ങളിത് കിണ്ണംമുട്ടിനടക്കണ്ട. എളാമാന്റെ ചെവിയിലെത്തിയാൽ കുലുമാലാ. ഉമ്മാന്റെ ആശപോലെ ആയിത്തീരാൻ അള്ളാനോട് എല്ലാരും തേട്."

എന്നിട്ട് ഉമ്മ കൈമോലോട്ടുയർത്തി ഏതോ ദുആ ചൊല്ലി ആമീൻ വിളിച്ചു. കൂടെ ഞങ്ങളും. ഉമ്മ കോഴിക്കോട്ടേക്ക് താമസം മാറുന്നത് ഉമ്മാമയ്ക്കും ഉമ്മയുടെ സഹോദരങ്ങൾക്കും ഇഷ്ടമില്ലെന്നും അതുകൊണ്ടാണ് അക്കാര്യം രഹസ്യമാക്കിവയ്ക്കുന്നതെന്നും ആറ്റി എന്നെയും അച്ചുവിനെയും പിന്നീട് പറഞ്ഞു മനസ്സിലാക്കിത്തന്നു. വാടകവീട് ശരിയാക്കി മാറാൻ നേരത്ത് എല്ലാരെയും അറിയിച്ചാമതിയെന്ന് പൊന്നുക്കയും പറഞ്ഞിട്ടുണ്ടത്രെ. ഉമ്മയും കുട്ടികളും പോയാൽ മാളിയേക്കൽവീട് അനാഥമാവും. ഉമ്മാമ ആ വീട് വിട്ട് ഉമ്മയുടെകൂടെ പോകാൻ ഒരുക്കമല്ല. നാട്ടുകാരണവത്തിയായി വാണരുളിയ വീട്ടിൽനിന്നുതന്നെ സ്വന്തം മയ്യത്തുകട്ടിലും ഇറങ്ങണമെന്നാണ് ഉമ്മാമയുടെ മോഹം. എന്നാൽ "ഒരു

വിലകെട്ടി ആ വീട് എനിക്കെഴുതിത്താ" എന്ന ഉമ്മയുടെ അപേക്ഷ അവരാരും വകവെച്ചതുമില്ല. ഉമ്മയുടെ കുടുംബത്തിൽ ഉമ്മയ്ക്ക് മാത്രമാണ് സ്വന്തമായി വീടില്ലാത്തത്. ഉപ്പയും വല്ലിപ്പയും തമ്മിലുള്ള വടംവലികാരണമാണ് ഉമ്മയ്ക്ക വീടില്ലാതെ പോയതെന്ന് എല്ലാവർക്കും അറിയാമെങ്കിലും ഉമ്മാമ നിർബ്ബന്ധിച്ചിട്ടും മാളിയക്കൽവീട് ഉമ്മയുടെ പേരിലെഴുതിക്കൊടുക്കാൻ ഉമ്മയുടെ സഹോദരങ്ങൾ കൂട്ടാക്കിയില്ല. ഉമ്മാമയേയും ആങ്ങളമാരെയും മുഷിപ്പിക്കാതെ എങ്ങനെ സംഗതി അവതരിപ്പിക്കുമെന്ന ചിന്ത ഉമ്മയെ വല്ലാതെ അലട്ടി.

ഭൂതം നിധി കാക്കുന്നതുപോലെ ഇനിയും ഇപ്പൊരക്ക് കാവലിരുന്നാ നാളെപ്പിറ്റേന്ന് എന്റെ മക്കളോട് എനക്ക് ഉത്തരം പറയേണ്ടിവരും. ഞമ്മക്ക് സ്വന്തമായൊരു പൊരയില്ലാതായത് ഉമ്മ ഈ വീടും കെട്ടിപ്പിടിച്ചിട്ടാ എന്ന് ആസി എന്നോ പരാതി പറയുന്നുണ്ട്. ആൺമക്കള് പഠിച്ച് കണ്ണുതെളിഞ്ഞാലെ നാലാളെ മുന്നില് തല ഉയർത്തി നടക്കാൻ മേലാക്കം സാധിക്കൂ" എന്ന് അവസാനം ഉമ്മയ്ക്ക് പറയേണ്ടിവന്നു.

പൊന്നുക്കയെപ്പോലെതന്നെ കുഞ്ഞീക്കയും അവധിദിവസങ്ങളിലാണ് തിക്കോടിയിലെത്താറുള്ളത്. പൊന്നുക്ക ഉമ്മക്കുട്ടിയാണെങ്കിൽ കുഞ്ഞീക്ക ഉപ്പക്കുട്ടിയാണ്. കുഞ്ഞീക്ക എത്തുന്നതിനു തലേന്ന് എത്ര വയ്യെങ്കിലും ഉപ്പതന്നെ അങ്ങാടിയിൽച്ചെന്ന് സാധനങ്ങൾ വാങ്ങിച്ചുകൊണ്ടുവരും. അച്ചുവിനെ കൂടെ കൂട്ടും. ഞാൻ വാശിപിടിച്ചു കരയുമ്പോൾ ഉപ്പയുടെ മനസ്സലിയുമെങ്കിലും ഉമ്മ സമ്മതിക്കില്ല.

"പെങ്കുട്ട്യേള് അങ്ങാടീപ്പോണ പതിവ് ഞമ്മക്കില്ല."

അറുത്തുമുറിച്ച മട്ടിലാണ് ഉമ്മയുയെ മറുപടി. വരുമ്പോൾ എനിക്ക് ഒയിലിച്ച മുട്ടായിയോ കടലമിഠായിയയോ കൊണ്ടുവരാൻ ഉപ്പ മറക്കാറില്ല. ശർക്കര ഉരുക്കി ചൂടായിട്ടുതന്നെ കൈകൊണ്ടുരുട്ടി പലകയിലിട്ട് റോളാക്കി മുറിച്ചെടുക്കുന്നതാണ് ഒയിലിച്ച മുട്ടായി. മിനക്കെട്ട പണിയായയതുകൊണ്ടുതന്നെയാണ് ഒയിലിച്ച മുട്ടായി എന്ന് പേരുവന്നത്. ചൂടുള്ള ശർക്കരപ്പാവ് ഉരുട്ടിയും നീട്ടിയും പാകപ്പെടുത്തുമ്പോൾ കൈവെള്ള ചുവന്ന് ഒരു പരുവത്തിലാവും. നാട്ടിലെ ഒയിലച്ചമുട്ടായി എകസ്പർട്ട് താനാണെന്ന് മണ്ണട്ടമറിയം അവകാശപ്പെടാറുണ്ട്. വീട്ടിൽ വരുമ്പോൾ മറീത്തയെക്കൊണ്ട് ഞങ്ങൾ ഒയിലിച്ച മിഠായി ഉണ്ടാക്കിക്കാറുണ്ട്. ശർക്കരപ്പാവ് ചൂടോടെ ഉരുട്ടിയെടുത്ത് ചുമരിലെ ആണിയിലിട്ട് വലിച്ചുനീട്ടിയാണ് മറീത്ത ഒയിലിച്ച മിഠായി ഉണ്ടാക്കുന്നത്. നാലാപ്പാട്ടിലെ ചുമരിൽ ഒയിലിച്ച മിഠായി ഉണ്ടാക്കാനായി മറീത്ത വലിയൊരാണി തറച്ചിട്ടുണ്ട്.

അങ്ങാടിയിൽ പോകുന്ന വഴിക്ക് മീശക്കാരൻ കുട്ട്യാലിയാക്കയെ മീനിന് ഏല്പിക്കാനും ഉപ്പ മറക്കാറില്ല. കുട്ട്യാലിയാക്ക വലിയ വലയും തോളിലിട്ട് എന്നും രാവിലെ തിക്കോടിക്കടപ്പുറത്തെത്തും. വേലിയിറക്കം നോക്കിയാണ് കടലിൽ വലവീശുന്നത്. ഉപ്പ ഏല്പിച്ചാൽ കിട്ടുന്നതിൽവെച്ച് ഏറ്റവും മുന്തിയമീൻ കുട്ട്യാലിയാക്ക വീട്ടിലെത്തിക്കും.

"കുഞ്ഞിമ്മോന് മോരു കാച്ചിയതും കായിതാളിച്ചതും പെരുത്തിഷ്ടാ. നാളെ ഉച്ചയ്ക്ക് അതുമതി. മീനും പൊരിച്ചോ. പപ്പടം മറക്കല്ലേ." സാധനങ്ങൾ ഉമ്മയെ ഏല്പിച്ചിട്ട് ഉപ്പ പറയും.

കുഞ്ഞീക്കയും പൊതുവേ ഗൗരവക്കാരനാണെങ്കിലും വീട്ടിലെത്തിയാൽ പൊന്നുക്കയെപ്പോലെ മുറിയടച്ചിരുന്ന് ഉമ്മയോട് മാത്രം സംസാരിക്കുന്ന സ്വഭാവക്കാരനല്ല. കുഞ്ഞീക്കയുടെ മുറിയിലെ മേശപ്പുറത്ത് എമ്പാടും പഴയ ഇലക്ട്രിക്ക് സാധനങ്ങളുണ്ടാകും. വീട്ടിൽ ഇസ്തിരിപ്പെട്ടി, റേഡിയോ തുടങ്ങിയവ ചീത്തയായാൽ, "കുഞ്ഞിമ്മോന്റെ മുറീല് കൊണ്ടേക്ക്. അടുത്തായ്ച വരുമ്പോൾ നന്നാക്കിക്കാം." എന്ന് അഭിമാനത്തോടെയാണ് ഉമ്മയും ഉപ്പയും പറയാറുള്ളത്.

ഇലക്ട്രിക്കൽ എഞ്ചിനിയറിംഗിൽ മദ്രാസിൽച്ചെന്ന് പഠിച്ച് ഡിപ്ളമോ എടുത്തയാളാണ് കുഞ്ഞീക്ക. കുഞ്ഞീക്കയുടെ അഭിരുചി മനസ്സിലാക്കിയാണ് മദ്രാസിൽ ഇലക്ട്രിക്കൽ എഞ്ചിനിയറിംഗ് പഠിക്കാനയച്ചതെന്ന് ഉപ്പ പലരോടും പറയുന്നത് കേട്ടിട്ടുണ്ട്. ഞാറാഴ്ചകളിൽ വീട്ടിലുള്ളപ്പോൾ ചില ട്രിക്കുകളൊക്കെ മൂപ്പരുടെ വകയായി ഉണ്ടാവാറുണ്ട്. വെള്ളത്തിൽ കറന്റ് പാസ്ചെയ്ത് അതിനകത്ത് നാണയങ്ങളിടും. ഷോക്കടിക്കാതെ അതെടുക്കുന്നവർക്ക് സമ്മാനമുണ്ടാകും. വെള്ളത്തിൽ നേരിയതോതിലേ കറന്റുണ്ടാവുകയുള്ളുവെങ്കിലും ഉമ്മയ്ക്ക് പേടിയാണ്.

"കുഞ്ഞിമ്മോനേ കരന്റോണ്ട് കളിച്ച് ഓരോ മുസീബത്തുണ്ടാക്കല്ലേ?"

ഉമ്മ ഇടയ്ക്കിടെ ഓർമ്മിപ്പിക്കും. ഉപ്പ എല്ലാം കണ്ടുംകേട്ടും ചാരുകസേരയിലിരിക്കുന്നുണ്ടാവും. ചെരുപ്പഴിച്ചിട്ടിട്ടുവേണം വെള്ളത്തിൽ കൈയിടാൻ. വിരല് വെള്ളത്തിൽ മുട്ടുമ്പോഴേക്ക് അള്ളോ എന്നു പഞ്ഞുകൊണ്ട് ഓരോരുത്തരായി പിന്മാറും. അവസാനത്തതായിരിക്കും എപ്പോഴും എന്റെ ഊഴം.

"ഓക്കെത്തൂലാ, ബെഞ്ചിലിരുന്നോട്ടെ"

എന്നു പറഞ്ഞ് കുഞ്ഞീക്കതന്നെ എന്നെ ബെഞ്ചിലിരുത്തും. കാലിലെ ചെരുപ്പ് അച്ചു തട്ടിത്തെറിപ്പിക്കും. ബെഞ്ചിലിരുന്ന് ഞാൻ ഷോക്കടിക്കാതെ നാണയത്തുട്ടുകൾ പുറത്തെടുക്കുമ്പോൾ ബാക്കിയുള്ളവരുടെ മുഖത്ത് അതിശയം.

"ശൊണങ്ങമ്മാര്......ആങ്കുട്ട്യേളായ ധൈര്യം വേണം. സൂറാനെക്കണ്ട് പഠിക്ക്." കുഞ്ഞീക്ക എരി കേറ്റുമ്പോൾ ആൺകുട്ടികളുടെ മുഖം കടന്നൽകുത്തിയതുപോലെ. ഇതിലെന്തോ ട്രിക്കുണ്ട്. ഞാനൊന്നു നോക്കട്ടെ എന്നു പറഞ്ഞുകൊണ്ട് ആറ്റി വീണ്ടും ഭാഗ്യം പരീക്ഷിക്കുന്നു. വീണ്ടും ഷോക്കടി. മറ്റുള്ളവരുടെ കൂട്ടച്ചിരി. ആറ്റി വിട്ടുകൊടുക്കില്ല. ഞാനും ബെഞ്ചിലിരിക്കട്ടെ എന്ന് ചോദിച്ചുകൊണ്ട് കുഞ്ഞീക്കയ്ക്ക് തടയാനാവും മുമ്പ് ആറ്റി ബെഞ്ചിലിരുന്ന് വെള്ളത്തിൽ കൈയിടുന്നു. ഷോക്കടിക്കാതെ നാണയത്തുട്ടുകളെടുക്കുന്നു.

"ഇപ്പോളെങ്കിലും സംഗതി മനസ്സിലായോ മണ്ടൂസാ?" കുഞ്ഞീക്ക ചോദിക്കുന്നു. ആറ്റി പരുങ്ങിക്കൊണ്ട് പറയുന്നു: "മരത്തിൽ തൊട്ടാൽ..." "അതെന്നെ...... മരത്തിൽ കറന്റ് പാസ് ചെയ്യില്ല." എന്നിട്ട് അതിനെക്കുറിച്ചൊരു ക്ളാസും ആറ്റിക്കു കൊടുക്കുന്നു.

എപ്പോൾ വന്നാലും എന്നെ അടുത്തുവിളിച്ച് ലോഹ്യം പറയാനും പഠിത്തക്കാര്യങ്ങളന്വേഷിക്കാനും കുഞ്ഞീക്ക ശ്രദ്ധിക്കാറുണ്ട്. കണക്കിന് ഞാൻ മഹാമോശമാണ്. ബാക്കിയെല്ലാറ്റിലും ഒരുവിധം നല്ല മാർക്കുകിട്ടാറുമുണ്ട്. മലയാളത്തിലും സോഷ്യൽസ്റ്റഡീസിലും എന്നും മോശമില്ലാത്ത മാർക്കായിരിക്കും. അതൊന്നും പക്ഷേ കുഞ്ഞീക്ക കാണില്ല.

കണക്കിനെന്താ ഇത്ര മോശം? അടുത്തപ്രാവശ്യം നല്ലമാർക്കുവാങ്ങണം എന്നു കുഞ്ഞീക്ക പറയുമ്പോൾ എന്റെ മുഖം വല്ലാതെ മങ്ങും. കാരണം, കണക്കിന് ഒരിക്കലും നല്ല മാർക്കു വാങ്ങാൻ സാധിക്കില്ലെന്ന് എനിക്കറിയാം. എന്നെ കണക്കു പഠിപ്പിക്കാനിരുന്നാൽ പഠിച്ച കണക്കും മറക്കുമെന്നാണ് ആറ്റി പറയാറുള്ളത്. ആറിലെത്തിയിട്ടും ഹരിക്കാനും ഗുണിക്കാനുമറിയാതെ കുറച്ചൊന്നുമല്ല ഞാൻ കുഴങ്ങിയത്.

"ഇക്കണക്കിന് കോയിക്കോട്ടെ മുന്തിയ സ്കൂളിലൊക്കെ ചേർന്നാ നീ തോറ്റുതൊപ്പിയിടും സോറാ."

എന്നെ പഠിപ്പിച്ച് മടുത്തമട്ടിൽ ആറ്റി പറയുമ്പോൾ എനിക്ക് കരച്ചിൽ വരും. എന്റെ സഹോദരി ഉമ്മിത്തയുടെ മകൾ സിത്താരയും അമ്മാവൻ മാമുക്കാക്കയുടെ മകൾ ആശയും കോഴിക്കോട്ട് എന്നെ ചേർക്കാനുദ്ദേശിക്കുന്ന പ്രോവിഡൻസ് സ്ക്കൂളിലാണ് പഠിക്കുന്നത്. രണ്ടുപേരും എന്നെക്കാൾ ഇളയതാണ്. തോറ്റുപോവുകയാണെങ്കിൽ അവരുടെ ക്ളാസിൽ പഠിക്കേണ്ടിവരുമല്ലോ എന്ന ചിന്ത എന്നെ വല്ലാതെ അലട്ടി. സിത്താര എന്നെ പേരാണ് വിളിക്കുന്നതെങ്കിലും ആശ സോറത്താത്തയെന്നാണ് വിളിക്കുന്നത്. അവളോടൊപ്പം ഒരേക്ളാസിൽ പഠിക്കുന്നത് വലിയ അപമാനമായി ഞാൻ കരുതി. പെരുക്കപ്പട്ടിക കാണാതെ പഠിച്ചും ആറ്റി ബുക്കിലെഴുതിത്തരുന്ന കണക്കുകൾ നിരന്തരം ചെയ്തും കണക്കിൽ മാർക്കു കൂടുതൽ കിട്ടാൻ ഞാൻ എന്നാലാവുന്നതുപോലെ ശ്രമിച്ചു. അത്തരം കഠിനശ്രമം കൊണ്ടും മുട്ടിപ്പായി പ്രാർത്ഥനകൊണ്ടും എല്ലാ പരീക്ഷയിലും കഷ്ടിച്ചു ജയിച്ചുപോന്നു. കണക്കിൽ ജയിക്കാനുള്ള മാർക്കു കിട്ടാൻ ഞാൻ പെടുന്ന പാട് കുഞ്ഞീക്ക അറിയുന്നില്ലല്ലോ എന്നായിരുന്നു എന്റെ സങ്കടം. അച്ചു മാർക്കു കുറയുന്ന വിഷയത്തിൽ പേപ്പറിൽ ആരുമറിയാതെ തിരുത്തലുകൾ വരുത്തി പഠിത്തക്കാരനായി വിലസയിപ്പോൾ ഞാൻ മണ്ടിയായി മൂലയിൽ പതുങ്ങി.

മാർച്ചിൽ ആറാംക്ളാസ് പരീക്ഷ കഴിഞ്ഞ് വേനലവധി തുടങ്ങി. ഞാനും അച്ചുവും കോഴിക്കോട്ടു പോകുമെന്നുറപ്പായ മട്ടിൽ കൂട്ടുകാരോടൊക്കെ യാത്ര പറഞ്ഞിരുന്നു. നന്തിയിലെ സ്കൂൾ ഹൈസ്കൂളാക്കിയപ്പോൾ പൂത്തയുടെ മകൾ നസീമിനെ അക്കൊല്ലം അങ്ങോട്ടു മാറ്റാൻ

നേരത്തേ തീരുമാനിച്ചിരുന്നു. എന്റെ ബന്ധുവും കൂട്ടുകാരിയുമായ റസിയയുടെ കല്യാണമുറപ്പിച്ചതുകൊണ്ട് അവളും കൂട്ടിനുണ്ടാകില്ല. റസിയ കല്യാണം കഴിക്കാൻപോകുന്നു എന്നത് എനിക്കും നസീമിനും അതിശയവിഷയമായിരുന്നു. ഞങ്ങളേക്കാൾ ഒന്നോ രണ്ടോ വയസ്സിനേ അവൾക്കു മൂപ്പുള്ളൂ. അഞ്ചിൽ തോറ്റതുകൊണ്ടാണ് എന്റെ കള്ാസ്സിലായത്. അവൾക്ക് പക്ഷേ, വലിയ അങ്കലാപ്പൊന്നുമുണ്ടായിരുന്നില്ല. അവളുടെ ഏട്ടത്തിയും ഇപ്രായത്തിലാ കല്യാണം കഴിച്ചത് എന്നായിരുന്നു അവളുടെ പക്ഷം.

പുതിയവർഷത്തിൽ ഞാൻ ഒറ്റയ്ക്ക് സ്കൂളിലേക്കു പോകേണ്ടതാലോചിച്ച് എനിക്കാകെ പരവേശമായിരുന്നു. റബ്ബേ, കോയിക്കോട്ട് വേഗം വീടുകിട്ടണേ, അവിടത്തെ സ്കൂളിൽ പഠിക്കാൻ സാധിക്കണേ, എന്ന് അഞ്ചുനേരത്തെ നിസ്ക്കാരത്തിനുശേഷവും മുട്ടിപ്പായി തേടാറുണ്ട്. മനസ്സറിഞ്ഞ് തേടുന്ന തേട്ടങ്ങൾ അള്ളാഹു സ്വീകരിക്കുകതന്നെ ചെയ്യുമെന്ന ഉമ്മയുടെ വാക്കുകളായിരുന്നു ഏക ആശ്വാസം. സാധാരണ വേനലവധി തുടങ്ങിയാൽ ആദ്യം ആശയും സിത്താരയും തിക്കോടിയിലെത്തും. അവർ തിരിച്ചുപോകുമ്പോൾ ഞാനും കൂടെപോവുകയാണ് പതിവ്. പിന്നീട് സ്കൂള് തുറക്കാറാകുമ്പോഴേ മടക്കമുള്ളൂ. അവിടെയായാലും ഇവിടെയായാലും എല്ലാവരും കൂടിയാൽ മേളമാണ്. ഒപ്പന, നാടകം, ചിത്രരചന. പകലിനു നീളം കുറയുന്നു. വൈകുന്നേരം മുറ്റത്ത് പന്തുകളി, ഒളിച്ചുകളി, ഓട്ടപ്പന്തയം. ഉമ്മയുടെ സഹോദരന്റെ മകളാണ് ആശ. അവളുടെ ഉമ്മ ബീവിയമ്മായി ഉമ്മയുടെ കാരണവർ ബി. പോക്കർ സാഹിബിന്റെ മകളാണ്. എന്റെ സോഹദരി ഉമ്മി അബ്ദുള്ളയുടെ ഭർത്താവ് വി. അബ്ദുള്ളയുടെ സഹോദരി. അവരുടെ തറവാട് കടപ്പുറത്താണ്. വല്ലിപ്പയുടെ ഉമ്മയുടെ തറവാട്. വല്ലിപ്പ മരിക്കുന്നതുവരെ മൂപ്പരായിരുന്നു തറവാട്ട്കാരണവർ. അവിടത്തെ ഏതു മുറിയിൽനിന്നുനോക്കിയാലും കടൽ കാണാം. ആശയും സിത്താരയും നാട്ടിലെത്തിയാൽ ആദ്യം അവിടെച്ചെന്ന് താമസിക്കണമെന്ന് ബീവി അമ്മായിയുടെ എളാമ ഉപ്പാത്തു അമ്മായിക്കു നിർബ്ബന്ധമാണ്. അവരുടെകൂടെ ഞാനും ബീവിഅമ്മായിയുടെ തറവാടായ പാണ്ടികശാല വീട്ടിലെത്തും. ബീവി അമ്മായിയുടെ ബാപ്പ ബി. പോക്കർസാഹിബിന്റെ അനിയന്റെ ഭാര്യയും അവരുടെ ഉമ്മയുടെ അനിയത്തിയുടെ മകളുമാണ് ഉപ്പാത്തു അമ്മായി. അവർക്ക് മക്കളില്ല. തറവാട്ടിൽ അവരുടെ കൂടെയാണ് ഞങ്ങൾ താമസിക്കുന്നത്. അവിടെ വേറെയും താവഴിക്കാർ താമസമുണ്ട്. എല്ലാവരും വല്ലിപ്പയുടെ മരുമക്കളും അവരുടെ മക്കളുമൊക്കെയാണെങ്കിലും വെപ്പും തീനും വെവ്വേറെയായിരുന്നു. ഇടയ്ക്ക് തമ്മിൽ വഴക്ക് പതിവാണെങ്കിലും എല്ലാവരും പരസ്പരം വലിയ ലോഹ്യത്തിലാണ്. ഞങ്ങളെ സല്ക്കരിക്കുന്നതിൽ എല്ലാവരും മത്സരമായിരുന്നു. ഉപ്പാത്തു അമ്മായിയുണ്ടാക്കിയ തരിയുണ്ടയും ചായയും കഴിച്ച് കളിക്കാനിറങ്ങുമ്പോഴായിരിക്കും വല്ലിപ്പയുടെ

മറ്റൊരു അനന്തിരവളായ ബീവീച്ച കടുക്ക നിറച്ചതുമായി എത്തുന്നത്. മറ്റൊരാളുടെ പഴം പൊരി. അങ്ങനെ കുശാൽ. മഗരിബ് കഴിഞ്ഞാൽ ഉപ്പാത്തുഅമ്മായിയുടെ നേതൃത്വത്തിൽ കടപ്പുറത്തെത്തുന്നു. ഉപ്പാത്തു അമ്മായി ഉമ്മയെപ്പോലെ ബേജാറുകാരിയല്ല. കുട്ടികളോടൊപ്പം കടലി ലിറങ്ങാനും കക്ക പെറുക്കാനും കൂടും. ഇശാഅ് ബാങ്കുകൊടുക്കുന്നതു വരെ കടപ്പുറത്ത് തിമർത്ത കളിയായിരിക്കും. വീട്ടിലെത്തു മ്പോൾ ആകെ നനഞ്ഞുകുളിച്ചിരിക്കും. നല്ല ക്ഷീണവും കാണും. കിണറ്റിൽ നിന്ന് കോരിവെച്ച തണുത്ത വെള്ളത്തിൽ കുളിച്ച് ഉപ്പാത്തു അമ്മായി യുടെ തേങ്ങാപ്പാലും നെയ്യും പുരട്ടിയ അരിപ്പത്തിരിയും മുട്ട കക്കത്തി ലാക്കിയതും കഴിച്ച് അമ്മായിയുടെ മുറിയിലെ വലിയ കട്ടിലിൽ ഞാനും ആശയും സിത്താരയും ഒന്നിച്ചാണ് കിടപ്പ്. കടപ്പുറത്തേക്കു തുറന്നുവെച്ച ജനലിലൂടെയുള്ള കാറ്റുംകൊണ്ട് കഥകളും പറഞ്ഞ് ഞങ്ങൾ ഉറങ്ങാതെ കിടക്കും. ഉപ്പാത്തു അമ്മായിവന്ന് വഴക്കു പറയുന്നതുവരെ. ആശയാണ് കഥ പറച്ചിലുകാരി.

എന്റെ വീട്ടിലാകുമ്പോൾ ഒപ്പന, നാടകം. ചിത്രരചനാമത്സരം തുട ങ്ങിയവയാണ് പകൽക്കളികൾ. ഒപ്പനയും നാടകവും കാണാൻ ഉമ്മയും ഉമ്മാമയും ഉപ്പയും സ്റ്റേജിനു മുന്നിലുണ്ടാവും. കിഴക്കേ വരാന്തയിലെ ഉയർത്തിക്കെട്ടിയ തിണ്ണയാണ് സ്റ്റേജ്. എന്റെ സഹോദരൻ ബി.എം.ഗ ഫൂറാണ് നാടക സംവിധായകൻ. ബച്ചാക്കയുടേതായിരിക്കും രചന. മുതിർന്നവരാണ് കാര്യമായ അഭിനേതാക്കളെങ്കിലും ഞങ്ങൾക്ക് ചെറിയ റോളുകളുണ്ടാവും. ഒപ്പന പെൺകുട്ടികളുടെ കുത്തകയാണ്. ദിവസങ്ങൾ നീങ്ങുന്നതറിയില്ല. ആശയും സിത്താരയും തിരച്ചുപോകുമ്പോൾ ഞാനും ഒപ്പം പോകും. ഉപ്പാത്തു അമ്മായിയുടെകൂടെ തീവണ്ടിയിലാണ് യാത്ര. ഉമ്മ ജനലിലനടുത്ത് നിന്ന് പുറത്തേക്കു നോക്കാൻ സമ്മതിക്കില്ല. ഷട്ടർ കൈയിൽ വീഴുമോ, കണ്ണിൽ പൊടിവീഴുമോ- ഉമ്മയുടെ ഭീതികൾക്ക് അന്ത്യമില്ല. ഉപ്പാത്തു അമ്മായി അത്തരം വിലക്കുകളൊന്നും ഏർപ്പെടു ത്താറില്ല.

“സൂറാ, ഇന്റെ തർക്കം ആട മാണ്ട. ആശനോടും സിത്താരനോടും പിണങ്ങരുത്. നിസ്ക്കാരം ഒയിവാക്കരുത്.” അങ്ങനെ പോകും ഉമ്മയുടെ താക്കീതുകൾ.

തീവണ്ടിയാത്രയിൽ ഉമ്മയുടെ താക്കീതുകൾ മറന്ന് ഞാൻ സിത്താ രയോട് വഴക്കിട്ട് ജനലരികിൽ സ്ഥാനംപിടിച്ച് പുറംകാഴ്ചകൾ കണ്ടാ സ്വദിച്ചു.

ഇരുപത്തിയൊന്ന്

വലിയ ആവേശത്തോടെയാണ് കോഴിക്കോട്ടേക്കു പുറപ്പെടാറുള്ള തെങ്കിലും അവിടെയെത്തിയാൽ എനിക്കാകെ പരുങ്ങലാണ്. ഉമ്മിത്ത യുടെ വീട്ടിൽ സായിപ്പിന്റെ ചിട്ടകളാണ്. ഊണുമുറിയിൽ മേശപ്പുറത്തി

രുന്ന് ടേബിൾ മാനേഴ്സുകൾ പാലിച്ചുവേണം ഭക്ഷണം കഴിക്കാൻ. തിക്കോടിയിൽ അടുക്കളയിലെ പെട്ടിപ്പുറത്തിരുന്നോ ഉമ്മയോടൊപ്പം താഴെ പലകയിട്ടിരുന്നോ ഭക്ഷണം കഴിക്കാം. കദീസ്തയോ കുഞ്ഞാമിനയോ വിളമ്പിത്തരുന്നത് ഞങ്ങൾ കഴിക്കും. ആവശ്യമില്ലാത്തത് വിളമ്പുമ്പോൾ ബഹളമുണ്ടാക്കാം. അവനവന്റെ സൗകര്യത്തിനനുസരിച്ച് കഴിക്കാം. ഇവിടെ മേശപ്പുറത്ത് പാത്രങ്ങളിൽ ഭക്ഷണസാധനങ്ങൾ വിളമ്പി വയ്ക്കും. അവനവന് ആവശ്യമുള്ളത് വിളമ്പിക്കഴിക്കണം. കറിപ്പാത്രങ്ങളിൽ സ്റ്റീൽക്കരണ്ടിയിട്ടിരിക്കും. ഇടതുകൈകൊണ്ടുവേണം സ്പൂൺപിടിക്കാൻ. ശീലമില്ലാത്തതുകൊണ്ട് കറിവിളമ്പുമ്പോൾ പലപ്പോഴും കൈവിറയ്ക്കും; മേശപ്പുറത്ത് തുളുമ്പും. ആവൂട്ടിക്ക ഉണ്ടെങ്കിൽ മൂപ്പരുടെ കണ്ണിൽപ്പെടും. അതോടെ നീട്ടിയൊരു വിളിയാണ്. "ഉമ്മീ......"

ഉമ്മിത്ത ഉടനെയെത്തും. ആദരവോടെ ചോദിക്കും.

"എന്തേ....?"

"സോറാക്ക് വിളമ്പിക്കൊട്ക്ക്. ഇപ്രാവശ്യം പോണേന്റെ മുമ്പ് ടേബിൾ മാനേഴ്സൊക്കെ പഠിപ്പിച്ച് കൊടുക്ക്."

അതുകേൾക്കുമ്പോൾ എന്റെ വിശപ്പ് കെടും. പാത്രത്തിൽ വിളമ്പിയത് തലയും താഴ്ത്തിയിരുന്ന് തിന്നിട്ട് പേടിയോടെ പതുക്കെ തലയുയർത്തും. ആവൂട്ടിക്ക എഴുന്നേറ്റെന്നു കണ്ടാൽ ആശ്വാസത്തോടെ നെടുവീർപ്പിടും. തിക്കോടിയിൽ നാലാപ്പാട്ടിലെ കുഴിമിറ്റത്തിന്റെ ചുറ്റുമതിലിലാണ് കൈകഴുകാനുള്ള വെള്ളം വയ്ക്കുന്നത്. വട്ടച്ചെമ്പിൽ. അലൂമിനിയം മക്ഷുകൊണ്ടുമുക്കിയൊഴിച്ച് കൈകഴുകാം. വായിലെ വെള്ളം കുഴിമുറ്റത്തേക്ക് നീട്ടിത്തുപ്പാം. ആരേയും പേടിക്കാനില്ല. കോഴിക്കോട്ട് വാഷ്ബേസിനും പൈപ്പുമുണ്ട്. തറയിൽ വെള്ളമാകാതെ സൂക്ഷിച്ചുവേണം കൈ കഴുകാൻ. എന്തിനും പേടിയാണ്. അവിടത്തേക്കാൾ എനിക്കിഷ്ടം ഉമ്മയുടെ അനിയത്തിയുടെ വീടായിരുന്നു. വീട് വലുതാണെങ്കിലും അവിടെ സായിപ്പിന്റെ രീതികളൊന്നുമില്ലായിരുന്നു. കുട്ടികൾക്ക് അടുക്കളയോട് ചേർന്നുള്ള തളത്തിലെ തിണ്ണയിലാണ് ഭക്ഷണം വിളമ്പുന്നത്.

"സൂറാക്ക് എറച്ചി പൊരിച്ചത് കൊടുക്ക്. ഓളെ നാട്ടില് എറച്ചി കിട്ടാത്തതാ.

പൊടിപ്പത്തിരിയും ഓക്ക് കിട്ടൂലാ. ഗോതമ്പ് പൊറോട്ടയും ഓക്ക് പെരുത്തിഷ്ടാ" എന്നൊക്കെ പറഞ്ഞുകൊണ്ട് എളാമ കൂടെയുണ്ടാകും. കടപ്പുറത്തിനടുത്തായതുകൊണ്ട് ഞങ്ങൾക്ക് മൂന്നുനേരവും മീൻകറിയാണ്. കടലിൽനിന്ന് പിടിച്ചുകൊണ്ടുവരുന്ന പിടയ്ക്കുന്ന മീനിനു നല്ല രുചിയാണെങ്കിലും എന്നും കഴിക്കുമ്പോൾ മടുക്കും. തിക്കോടിയിൽ പുഴുങ്ങലരി വെള്ളത്തിൽ കുതിർത്ത് അരച്ച് ചുട്ടെടുക്കുന്ന കട്ടിയുള്ള അരിപ്പത്തിരിയാണുണ്ടാവുക. എളാമയുടെ വീട്ടിലെ വറുത്തപച്ചരിപ്പൊടി തിളച്ചവെള്ളത്തിൽ വേവിച്ച് കുഴച്ചുമയപ്പെടുത്തി പരത്തി ചുട്ടെടുക്കുന്ന കനംകുറഞ്ഞ പൊടിപ്പത്തിരിയും ഗോതമ്പുപൊറോട്ടയും എന്റെ ഇഷ്ട

വിഭവങ്ങളാണ്. എല്ലാ വെക്കേഷനും അവിടെയെത്തുമ്പോൾ, എളാമ ഇഷ്ടപ്പെട്ട വിഭവങ്ങളുണ്ടാക്കിത്തരുന്നതുപോലെതന്നെ പുതിയ പാവാടയും ബ്ളൗസും തുന്നിച്ചുതരുന്നതും പതിവാണ്. അവരുടെ മക്കളായ മാളുത്താത്തയോടും ജമ്പൂത്താത്തയോടും അവരുടുക്കാത്ത പട്ടുസാരികൾ ചോദിച്ചുവാങ്ങി പാവാടയും ബ്ളൗസും തുന്നിക്കും. രണ്ടോ മൂന്നോ പാവാടയുമായി കോഴിക്കോട്ടെത്തുന്ന ഞാൻ വലിയൊരു സഞ്ചിനിറയെ പാവാടകളുമായിട്ടായിരിക്കും തിക്കോടിയിൽ തിരിച്ചെത്തുക. അതൊക്കെ ധരിച്ച് സ്കൂളിൽ ചെത്തിനടക്കും.

"സോറാനെ എന്തിനേനും അമ്മായീ കൊണ്ടേന്നത്....?"

അത്തവണ ചേവായൂരിലെത്തിയതും ഉമ്മിത്ത ചോദിച്ചത് കേട്ട് എന്റെ മുഖം മങ്ങി. തൊട്ടാൽപെട്ടിയെന്നാണ് എന്നെ എല്ലാവരും വിളിക്കുന്നത്. തൊട്ടാപ്പെട്ടീ, തീപ്പെട്ടി തൊടുമ്മം പെട്ടീ താപ്പട്ടി" എന്ന് പാടിക്കൊണ്ടാണ് അച്ചുവിന്റെ എരികയറ്റൽ. ചെറിയകാര്യം മതി എനിക്കു പിണങ്ങാൻ. എന്റെ കണ്ണുനിറഞ്ഞത് കണ്ട് ഉമ്മിത്ത പറഞ്ഞു:

"മിണ്ടിപ്പോയാ പെണ്ണ് കണ്ണു നിറക്കും. നാളെ രാവിലെ ഞമ്മളെല്ലാം ഊട്ടിക്ക് പോവ്വാ. അപ്പം നീയിവിടെ ഒറ്റക്കായിപ്പോവും. അതോണ്ടാ ചോദിച്ചത്."

"അയിനെന്താ ഇങ്ങക്ക് ഓളേം കൂടെ കൊണ്ടോയിക്കൂടെ. ഓളും ചെറിയ കുട്ട്യല്ലേ. ഓക്കുണ്ടാവൂലെ ആശേം പൂതീം."

ഉപ്പാത്തു അമ്മായി ചോദിച്ചു.

"കാറില് സ്ഥലമുണ്ടാവില്ല. മാത്രല്ല ഓളടുത്ത് നല്ല ഡ്രസ്സൊന്നുമുണ്ടാകൂലാ. ഇനിയിപ്പം പോയി തുണി വാങ്ങാനും തുന്നിക്കാനുമൊന്നും നേരവുമില്ല. മറ്റുള്ള കുട്ട്യേളെല്ലാം മുന്തിയ ഡ്രസ്സിടുമ്പം ഓളെ നാടൻ കോലത്തിൽ കണ്ടാൽ ആവൂട്ടിക്ക എന്നെ ചീത്ത പറയും. ഓളെ കാര്യം ഞാൻ ശ്രദ്ധിക്കുന്നില്ലെന്ന് മൂപ്പെരെപ്പളും പറേന്നതാ." ഉമ്മിത്ത.

"എന്നാ ഓളെ കുഞ്ഞാമി അമ്മായിന്റാട അയച്ചേക്ക്. ഇങ്ങള് മടങ്ങിയെത്തുമ്പം ഇങ്ങോട്ട് പോന്നോട്ടെ."

"മാളൂം ജമ്പൂട്ടീം കുട്ട്യേളും ഊട്ടിക്ക് വരുന്നുണ്ട്. ആടേം ഇബളൊറ്റക്കാവൂലേ. നീ എളാമാന്റാട നിക്കോ?"

ഉമ്മിത്ത എന്നോടായി ചോദിച്ചു.

"ഇല്ല. എനക്കിപ്പം ഉമ്മാന്റടുത്ത് പോണം." ആകെ ശ്വാസംമുട്ടിയതുപോലെ ഞാൻ ഇടറിക്കൊണ്ടു പറഞ്ഞു.

"വെറുതേ, തർക്കംപിടിക്കല്ലേ സോറാ. നാളെ രാവിലത്തെ വണ്ടിക്ക് പോകാം."

എന്നു പറഞ്ഞുകൊണ്ട് ഉമ്മിത്ത അകത്തേക്കു പോയപ്പോൾ ഞാൻ കരച്ചിലടക്കാനാവാതെ ജനാലപിടിച്ച് തോട്ടത്തിലേക്കുനോക്കിക്കൊണ്ട് അവിടത്തന്നെ നിന്നു.

"നീ ഇബിടത്തന്നെ നിന്നോ. എനക്കൊരാളാവുമല്ലോ. എബല്

ഊട്ടീന്ന് ബന്നിട്ട് ഞമ്മക്ക് ഒപ്പരം തിക്കോടിക്ക് മടങ്ങാം." എന്ന് എന്നെ ആശ്വസിപ്പിച്ചുകൊണ്ട് ഉപ്പാത്തു അമ്മായിയും അകത്തേക്കു പോയി.

"ഹായ്.....നാളെ ഊട്ടിക്കു പോകും......അവിടെ എന്തു തണുപ്പായിരിക്കുമെന്നോ...."

എന്നു പറഞ്ഞു തുള്ളിച്ചാടി എന്നെ മറന്ന് ആശയും സിത്താരയും അകത്തേക്കോടിയപ്പോൾ ഞാൻ മുറ്റത്തിറങ്ങി തോട്ടത്തിലെ സിമന്റ് ബെഞ്ചിൽ ചെന്നിരുന്നു. കൈയിലുണ്ടായിരുന്ന സഞ്ചി മടിയിൽവെച്ച് ബെഞ്ചിലിരുന്ന് തേങ്ങി.

"ഇതെന്താ ഈ വെയിലത്ത് ഇവിടെ വന്നിരിക്കുന്നത്? ഇങ്ങളെ ഉമ്മിത്ത അന്നശിച്ച് നടക്കാത്ത സ്ഥലല്ല."

ഉമ്മിത്തയുടെ കാര്യസ്ഥൻ അവുള്ളക്ക ചോദിക്കുന്നത് കേട്ട് ഞാൻ കണ്ണു തുടച്ച് എഴുന്നേറ്റിട്ട് ചോദിച്ചു:

"അവുള്ളക്ക എന്നെ ഇന്നന്നെ തിക്കോടിയില് കൊണ്ടോക്കിത്തരോ."

"പിന്നെന്താ? ഞമ്മക്കിന്ന് വൈന്നേരംതന്നെ പോവാലോ. ഊട്ടിനേക്കാളും എത്തര നല്ലസ്ഥലാ തിക്കോടി. ആടത്തെ പത്രാസൊന്നും ഊട്ടീക്കിട്ടൂലാ."

അവുള്ളക്ക എന്റെ കൈയിൽനിന്ന് സഞ്ചിവാങ്ങി എന്നെയും കൂട്ടി അകത്തേക്കു നടന്നു. നിറയെ കണ്ണാടിജ്ജനലുകളുള്ള പൂമുഖത്തുനിന്നിറങ്ങുന്നത് വലിയൊരു തളത്തിലാണ്. തളത്തിനിരുവശത്തും നീണ്ടവരാന്ത. അതിനും കണ്ണാടി ജനാലകളാണ്. അഴിയില്ലാത്തത്. ഇരുവശത്തുമുള്ള വരാന്തയിൽ ഓരോ കിടപ്പുമുറി.ബാത്ത് അറ്റാച്ചഡ്. തളത്തിൽ നടുവിലായി വലിയ ഊണുമേശയും ചുറ്റും കസേരകളും. അത് അതിഥികൾക്കുള്ളതാണ്. തളത്തിൽ ചുമരോട് ചേർത്തിട്ട് ചില്ലലമാരകളിൽ നിറയെ മലയാളം പുസ്തകങ്ങളാണ്. അലമാരയുടെ മുന്നിൽച്ചെന്നു നിന്ന് അകത്തെ പുസ്തകങ്ങളുടെ പേരുകൾ വായിക്കുക എന്റെ ഇഷ്ട വിനോദമാണ്. ഉമ്മിത്തയുടെ മൂത്തമകൾ റാവിത്താത്തയെ സോപ്പിട്ടാൽ ചിലപ്പോൾ പുസ്തകങ്ങൾ വായിക്കാൻ കിട്ടും. റാവിത്താത്തയും ആവൂട്ടിക്കയും മാത്രമാണ് പുസ്തക അലമാര തുറക്കാറുള്ളത്. അലമാരകളിൽനിന്ന് പുസ്തകമെടുത്താൽ തൊട്ടടുത്ത മേശപ്പുറത്തിരിക്കുന്നു നോട്ടു പുസ്തകത്തിൽ പേരുകൾ കുറിച്ചിടണം. തിരിച്ച് അലമാരയിൽ വയ്ക്കുമ്പോൾ പേരുകൾ വെട്ടും. ആവൂട്ടിക്ക നോട്ടുപുസ്തകവും അലമാരയിലെ പുസ്തകങ്ങളും ഇടയ്ക്കിടെ പരിശോധിച്ച് ഒത്തുനോക്കും.

പുസ്തകം കേടുവരുത്താതെ തിരിച്ചുതരണം എന്ന മുന്നറിയിപ്പോടെയാണ് റാവിത്താത്ത പുസ്തകം തരുന്നത്. അവുള്ളക്ക എന്റെ സഞ്ചിയുമായി അകത്തേക്കു പോയെങ്കിലും ഞാൻ പുസ്തക അലമാരയുടെ മുന്നിൽനിന്നതേയുള്ളൂ.

"സോറാ...." സിത്താരയുടെ വിളി കേട്ടിട്ടും കേൾക്കാത്തപോലെ

ഞാൻ അലമാരയുടെ മുന്നിൽത്തന്നെ നിന്നു. പണിപ്പെട്ടാണ് കണ്ണീരടക്കിയത്.

"സോറാ.... ഉമ്മ വിളിക്കുന്നു. ജ്യൂസ് കുടിക്കാൻ."

സിത്താര പറഞ്ഞിട്ടും കേൾക്കാത്ത മട്ടിൽ ഞാൻ അവിടത്തന്നെ നിന്നു.

"സോറാക്ക് വായിക്കാൻ ഞാൻ ആനവാരിയും പൊൻകുരിശ് തോമയും തരാം. മുച്ചീട്ടു കളിക്കാരന്റെ മകളുമുണ്ട്. ബഷീർക്ക ഇന്നാള് ഇവിടെ വന്നപ്പം തന്നതാ. മരംകൊണ്ടുള്ള ഒരാനയും തന്നു. തുമ്പിക്കൈയുള്ളത്. കണ്ടാൽ ശരിക്കുള്ള ആനയെപ്പോലെയുണ്ട്."

"ഏത് ബഷീർക്ക?" അരിശം മറന്ന് ഞാൻ ചോദിച്ചു.

"വൈക്കം മുഹമ്മദ് ബഷീർക്ക."

കേട്ടതും എന്റെ കണ്ണുതള്ളി. തിക്കോടിയിൽ മാതൃഭൂമി ആഴ്ചപ്പതിപ്പ് പതിവായി വാങ്ങുന്നുണ്ട്. ചെറിയ മനുഷ്യരും വലിയ ലോകവുമാണ് ആഴ്ചപ്പതിപ്പു കിട്ടിയാൽ അക്കാലത്ത് ഞാൻ ആദ്യം വായിക്കാറുള്ളത്. കഥകളും വായിക്കും. കുട്ടികൾ നോവൽ വായിക്കരുതെന്ന് ചിട്ടയുണ്ടെങ്കിലും ഞാൻ തിക്കുംപൊക്കുംനോക്കി ആരും അടുത്തില്ലെന്നുറപ്പുവരുത്തി നോവലും വായിക്കും. ബഷീറിന്റെ കഥകൾ വായിച്ച് ത്രില്ലടിച്ചു നില്ക്കുന്ന സമയത്താണ് സിത്താര ബഷീറിനെ നേരിട്ടുകണ്ടകാര്യം പറയുന്നത്. സിത്താര എന്നെയും കൂട്ടി പൂമുഖത്തെത്തി. അവിടത്തെ കണ്ണാടിയലമാരപ്പുറത്ത് വച്ച മരംകൊണ്ടുള്ള കൊമ്പനാനയെ കാണിച്ചിട്ട് അവളുടെ പഠനമുറിയിലെത്തി. അവളുടെ പുസ്തകങ്ങൾ സൂക്ഷിക്കുന്ന കൊച്ചലമാര തുറന്ന് പുതിയ പുസ്തകങ്ങൾ കാണിച്ചുതന്നതോടെ ഞാൻ തിക്കോടിയിൽ പോകേണ്ട കാര്യം മറന്നു. പുസ്തകങ്ങളുമായി കുട്ടികളുടെ മുറിയിലെ ജനലരികിലുള്ള കട്ടിലിൽച്ചെന്ന് പുസ്തകം നിവർത്തി.

"സോറത്താത്താ, ചോറുതിന്നാൻ വിളിക്കുന്ന്."

എന്ന് ആശ വിളിച്ചപ്പോഴാണ് പരിസരബോധമുണ്ടായത്. ആനവാരി രാമൻനായർ ആനയാണെന്നു കരുതി ചാണകം വാരുന്നത് വായിച്ചു ചിരിക്കുമ്പോഴായിരുന്നു ആശയുടെ വിളി. ഞാൻ എഴുന്നേറ്റിട്ടു ചോദിച്ചു.

"ആവൂട്ടിക്ക ചോറ് തിന്നിട്ട് പോയോ?"

"ആവൂട്ടിക്ക ചോറു തിന്നാനില്ല."

അമ്മാവനായ ആവൂട്ടിക്കയെ ആശ ഇക്കാക്കയെന്നാണ് വിളിക്കുന്നത്. സഹോദരീഭർത്താവിനെ സാധാരണ കുഞ്ഞളിയാ എന്നാണ് വിളിക്കാറുള്ളത്. ആവൂട്ടിക്ക അമ്മാവന്റെ മകൻകൂടി ആയതുകൊണ്ട് ഞങ്ങളെല്ലാം ആവൂട്ടിക്ക എന്നു വിളിച്ചുതുടങ്ങി എന്നാണ് ഉമ്മ പറയുന്നത്.

"ഓൻ സായിബല്ലേ, കുഞ്ഞളിയാന്നുള്ള വിളിയൊന്നും ഓന് പിടിക്കൂലാ" എന്നാണ് ഉപ്പയുടെ പക്ഷം.

ആശ പറഞ്ഞത്കേട്ട് ഞാൻ ഊണു മുറിയിലേക്കു നടന്നു.

"ഏടേനും പെണ്ണേ നീ?" എന്ന ഉമ്മിത്തയുടെ സ്നേഹാന്വേഷണം കേൾക്കാത്ത ഭാവത്തിൽ ഞാൻ ഊണു കഴിക്കാനിരുന്നു. ഊണുമുറിയിൽനിന്ന് പുറത്തേക്കിറങ്ങുന്നത് അരമതിലുകെട്ടിയ നീണ്ട വരാന്തയിലേക്കാണ്. വരാന്തയുടെ തെക്കേ അറ്റത്താണ് അടുക്കള. വടക്കേ അറ്റത്ത് കുട്ടികളുടെ കിടപ്പുമുറി. വരാന്തയിൽനിന്നിറങ്ങുന്നത് വിശാലമായ മുറ്റത്തേക്കാണ്. മുറ്റത്തുകൂടെ കിഴക്കോട്ടു ചെന്നാൽ കാർഷെഡും അവുള്ളക്കയുടെ മുറിയും. ഞാൻ മുറ്റത്തിറങ്ങി വെറുതേ നടന്നു. അതുകണ്ട് ആശയും സിത്താരയും എന്നെ പിന്തുടർന്നു.

"വെയിലുകൊള്ളാണ്ട് എല്ലാരും അകത്തേക്ക് കേറിപ്പോയാ. സിത്താരാ വെയിലുകൊണ്ടാ ഇനിക്ക് ചെവി വേദനവരും. നാളെ ഊട്ടിക്ക് പോകാനുള്ളതാ. മറക്കണ്ട."

ഉമ്മിത്ത അരിശപ്പെട്ടപ്പോൾ ആശയും സിത്താരയും വന്ന അതേ വേഗത്തിൽ അകത്തേക്കു മടങ്ങി. ഊട്ടി എന്നെ വീണ്ടും സങ്കടത്തിലാക്കി. ഞാൻ ഊട്ടിയിൽ പോകുന്നില്ലല്ലോ. അതുകൊണ്ട് വെയിലുകൊണ്ടാലും ആർക്കും ചേതമില്ലെന്ന മട്ടിൽ ഞാൻ അവിടത്തന്നെ നിന്നു.

"സോറാ, ഇന്നോടുംകൂടിയാ പറഞ്ഞത്."

ഇത്താത്ത ശാസിച്ചപ്പോൾ ഞാനും അരിശം പ്രകടമാക്കിക്കൊണ്ടുതന്നെ അകത്തേക്കു നടന്നു. ആശയും സിത്താരയും മറ്റുള്ളവരും ഊട്ടിയാത്രയ്ക്കുള്ള ഒരുക്കങ്ങൾ തുടങ്ങിയപ്പോൾ ഞാൻ ബഷീറിന്റെ പുസ്തകങ്ങളുമായി വരാന്തയിലെ അരമതിലിലിരുന്നു.

"സോറ എപ്പളാ വന്നത്?"

എന്ന് ഉമ്മിത്തയുടെ മൂത്ത മകൾ റാവിത്താത്ത ചോദിക്കുന്നത് കേട്ട് തല ഉയർത്തിയപ്പോൾ നേരം സന്ധ്യമയങ്ങിയിരുന്നു. റാവിത്താത്ത കൂട്ടുകാരിയുടെ വീട്ടിൽ ഊണുകഴിക്കാൻ പോയതാണെന്ന് ഊണുകഴിക്കുമ്പോൾ ഉമ്മിത്ത പറഞ്ഞത് ഞാൻ മറന്നിരുന്നു. എന്റെ മുഖത്തെ തെളിച്ചമില്ലായ്മയുടെ കാരണം മനസ്സിലാക്കിയിട്ടെന്നപോലെ റാവിത്താത്ത പറഞ്ഞു:

"ഉറൂബിന്റെ ഉമ്മാച്ചു ഞാൻ വായിക്കാനെടുത്തിട്ടുണ്ട്. ഞാൻ മടങ്ങിവന്നിട്ട് വായിച്ചോളാം. നീ വായിച്ചോ."

"ഞാൻ നാളെ തിക്കോടിക്ക് പോവുമ്പം കൊണ്ടോയിക്കോട്ടെ."

പിണക്കം മറന്ന് ഞാൻ ചോദിച്ചു.

"കേടു വരുത്തരുത്. അലി അടുത്താഴ്ച വരുമെന്നു പറഞ്ഞിട്ടുണ്ട്. അപ്പോൾ മറക്കാതെ കൊടുത്തയക്കണം."

ഞാൻ തലയാട്ടി.

കുട്ടികളുടെ മുറിയിൽ ആശയോടും സിത്താരയോടുമൊപ്പമാണ് ഞാനും കിടക്കാറുള്ളത്. മൂന്നുപേരുകൂടിയാൽ കഥ പറച്ചിലും സംസാരവും പതിവാണ്. അന്നു പക്ഷേ ഞാൻ മിണ്ടാട്ടം മുട്ടിയമട്ടിലായിരുന്നു. അതുകൊണ്ട് ഭക്ഷണം കഴിച്ചതും ചെന്നു കിടന്നു. ഉറങ്ങിപ്പോയതറി

ഞ്ഞില്ല. എന്തോ അനക്കംകേട്ട് കണ്ണു തുറന്നപ്പോൾ ആശയും സിത്താരയും കുളികഴിഞ്ഞ് മുടിചീകുന്നു. ലൈറ്റു കത്തുന്നത് കണ്ട് നേരം വെളുത്തിട്ടില്ലെന്നു മനസ്സിലായി. സോറാനെ ഒണത്തണ്ട. ഓക്ക് സങ്കടമാവും. എന്നു പറഞ്ഞുകൊണ്ട് റാവിത്താത്ത രണ്ടുപേരേയും കൂട്ടി ലൈറ്റണച്ച് മുറിക്കു പുറത്തേക്കിറങ്ങിയപ്പോൾ ഞാൻ ഏങ്ങലടക്കി ഉറക്കംഭാവിച്ച് കട്ടിലിൽ കമഴ്ന്നുകിടന്നു.

ഇരുപത്തിരണ്ട്

അവുള്ളക്കയോടൊപ്പം ബാങ്കോക്ക്ഹൗസിനുമുന്നിൽ റെയിൽവേ സ്റ്റേഷനിലേക്കുള്ള ബസ് കാത്തുനില്ക്കുമ്പോൾ മനസ്സ് വല്ലാതെ വിങ്ങുന്നുണ്ടായിരുന്നു. ഞാനന്ന് ആറിൽ പഠിക്കുന്നു. എന്റെ സമപ്രായക്കാരയ ആശയും സിത്താരയും വേനലവധി ആഘോഷിക്കാൻ ഊട്ടിയിലേക്കു പോയതിനേക്കാൾ എന്നെ സങ്കടപ്പെടുത്തിയത് ഉമ്മിത്തയുടെ അവഗണനയായിരുന്നു. ഉമ്മിത്ത നിർബന്ധിച്ചിരുന്നെങ്കിൽ ആവൂട്ടിക്ക എതിർപ്പൊന്നും പറയില്ലെന്ന് എനിക്കുറപ്പായിരുന്നു. പൊതുവേ ഗൗരവക്കാരനാണെങ്കിലും എപ്പോൾ കണ്ടാലും എന്നോട് സ്നേഹത്തോടും വാത്സല്യത്തോടുമാണ് ആവൂട്ടിക്ക പെരുമാറാറുള്ളത്. മദിരാശിയിൽനിന്ന് വരുമ്പോൾ എനിക്ക് സിൽക്കിന്റെ പാവാടത്തുണിയും വാങ്ങിക്കൊണ്ടു വരാറുണ്ട്. അങ്ങനെ ഓരോന്നാലോചിച്ച് മനസ്സുവിങ്ങി നില്ക്കുമ്പോൾ ദൂരെനിന്നും ബസ്സിന്റെ ഇരമ്പം കേട്ടു.

"ഇങ്ങളിങ്ങനെ നനഞ്ഞ കോയീനെപ്പോലെ നിക്കാതെ ഉഷാറാവ് സൂറ്ത്താ."

എന്നെക്കാൾ രണ്ടിരട്ടി പ്രായമുള്ള അവുള്ളക്ക സൂറത്താ എന്നു വിളിക്കുമ്പോൾ എനിക്ക് വല്ലാത്ത പരുങ്ങലാണ്.

"ഇങ്ങക്ക് പേരു വിളിച്ചാപ്പോരെ?" എന്നും ചോദിക്കാറുണ്ട്.

"ഇങ്ങള് എന്റെ മൊലാളിച്ചന്റെ അനിയത്തിയല്ലേ. ഞാനെങ്ങനാ പേരു വിളിക്കുന്നത്?"

എന്നാണ് അവുള്ളക്കയുടെ മറുചോദ്യം. അന്നു ഞാനൊന്നും മിണ്ടിയില്ല. അക്കാലത്ത് ചേവായൂരിൽനിന്ന് കോഴിക്കോട് ടൗണിലേക്ക് മൂന്നു ബസ്സാണുള്ളത്. ഇരുപത്തിയാറ്, ഇരുപത്തിയേഴ്, മുപ്പത്തഞ്ച്. ഇരുപത്തിയേഴിൽ കയറിയാൽ ക്രിസ്ത്യൻ കോളേജിനടുത്ത് ബസ്സിറങ്ങി പ്രോവിഡൻസ് സ്ക്കൂളിന്റെ മുന്നിലൂടെ വെള്ളയിൽ റെയിൽവേസ്റ്റേഷനിലെത്താം. സാധാരണ കാറിലാണ് റെയിൽവേസ്റ്റേഷനിലേക്കു പോകാറുള്ളത്. കാറ് ഊട്ടിയിലേക്കു പോയതുകൊണ്ടാണ് ബസ്സിൽ കയറാനൊത്തത്. അവുള്ളക്കയോടൊപ്പം ബസ്സിന്റെ വിന്റോ സീറ്റിലിരുന്നു നഗരം കാണുമ്പോഴും മനസ്സു വിങ്ങുന്നുണ്ടായിരുന്നു. അതു മനസ്സിലാക്കിയിട്ടെന്നോണം അവുള്ളക്ക ഓരോ സ്റ്റോപ്പിലും ബസ്സു നിർത്തുമ്പോൾ ആ സ്ഥലത്തെക്കുറിച്ച് വിവരണം തരുന്നുണ്ടായിരുന്നു.

“ഇത് എരഞ്ഞിപ്പാലം. റോഡിന്റെ അപ്പറത്തുള്ള ഓടിട്ട വീട് കണ്ടില്ലേ. അതാ ഇങ്ങക്ക് താമസിക്കാൻ ഷെരീഫ്ക്ക കണ്ടുവെച്ചത്. അടുത്തായ്ച താക്കോല് കിട്ടും. ഇങ്ങളെ സിത്താരമോള് പഠിക്കുന്ന സ്ക്കൂളിലാ ചേർക്കാൻ പോണത്. മുന്തിയ സ്കൂളാ. എന്താ വലിപ്പം.”

അവുള്ളക്ക പറഞ്ഞത് കേട്ട് ഞാൻ ജനലിലൂടെ പാളി നോക്കി. അപ്പോഴേക്കും ബസ്സ് നീങ്ങിയിരുന്നു. അവുള്ളക്ക ചൂണ്ടിക്കാട്ടിയ വീട് നന്നേ ചെറുതായിരുന്നു. അതായിരിക്കില്ല. ഞാൻ സ്വയം സമാധാനിച്ചു. ബസ്സിറങ്ങി വെള്ളയിൽ റെയിൽവേസ്റ്റേഷനിലേക്കു നടക്കുമ്പോൾ അവുള്ളക്ക പ്രോവിഡൻസ് സ്കൂൾ കാണിച്ചു തന്നു. അവധിയായതിനാലാകാം ഗേറ്റ് അടച്ചിരുന്നു. അതിനിടയിലൂടെ നിറയെ മരങ്ങളുള്ള സ്കൂൾ മുറ്റവും കണ്ണാടി ജനലുകളും വാതിലുകളുമുള്ള പച്ചച്ചായമടിച്ച വലിയ കെട്ടിടങ്ങളും കണ്ടപ്പോൾ മനസ്സു തണുത്തു.

“ഇങ്ങനെ അന്തംവിട്ടുനടന്നാ പത്തരവണ്ടി കിട്ടൂലാ” എന്നു പറഞ്ഞുകൊണ്ട് അവുള്ള എന്റെ കൈയുംപിടിച്ച് തിരക്കിട്ട് നടന്നു.

തിക്കോടിയിലെത്തുമ്പോൾ നേരം ഉച്ചയായിരുന്നു. ഞാൻ ചെല്ലുമ്പോൾ ഉമ്മറക്കോലായിൽ ആരുമുണ്ടായിരുന്നില്ല. പൂമുഖത്തെത്തിയപ്പോൾ ഉമ്മാമ ആരെയോ വഴക്കുപറയുന്ന ശബ്ദം കേൾക്കാമായിരുന്നു. ഞാൻ തിരക്കിട്ട് അകത്തേക്കു നടന്നു.

“വല്യമ്മായീ....” എന്ന് അവുള്ളക്ക വിളിച്ചപ്പോൾ “ആരാദ്?” എന്നു ചോദിച്ചുകൊണ്ട് ഉമ്മാമ മുന്നിലെത്തി.

“ഞാനാ അവുള്ള. സൂറ്ത്താനെ കൊണ്ടാക്കാൻ വന്നതാ.”

“ഓള് ഇന്നലെയല്ലേ അങ്ങോട്ട് പോന്നത്. ഉമ്മാനെ കാണണമെന്നു പറഞ്ഞ് നെലോളിച്ചോ?” ഉമ്മാമയ്ക്ക് സംശയം.

“ഏയ്. മൂപ്പത്തി വലുതായില്ലേ. അയിറ്റാ വാശിയൊക്കെ പണ്ടല്ലേ.” അവുള്ളക്ക ചെറുചിരിയോടെ പറഞ്ഞു.

“പിന്നെന്തേ ഇന്നുതന്നെ പോന്നത്?” ഉമ്മാമ.

“ഉമ്മിത്തയും ആവൂട്ടിക്കയും കുട്ട്യേളും ഇന്നു പൊലച്ചക്ക് ഊട്ടിക്കുപോയി. സൂറത്ത ആടെ ഒറ്റക്ക് നിക്കണ്ടാന്നും പറഞ്ഞ് ഉമ്മിത്ത ഇങ്ങോട്ടയച്ചതാ.”

“അക്കുട്ട്യേളൊപ്പരം ഇപ്പൈതലിനേംകൂടി ഉമ്മിക്ക് ഊട്ടിക്ക് കൊണ്ടേയ്ക്കൂടേനോ...? വല്ലാത്തൊരു പഹച്ചി.” ഉമ്മാമയുടെ സ്വരം കടുത്തു.

“അതിപ്പം...” അവുള്ളക്ക പരുങ്ങി.

“സായബിന്റൊപ്പരംകൂടി ഓളും മദാമ്മയായി. തലയിൽ തട്ടംകൂടി ഇടാണ്ടല്ലേ റബ്ബേ നടപ്പ്. ഓളെക്കണ്ടാ കുഞ്ഞാമിന്റെ മക്കളും തുള്ളുന്നത്. കുഞ്ഞാമി മറിയൂട്ടിനെപ്പോലെ കണ്ടാലും കേട്ടാലും മിണ്ടാണ്ടിരിക്കൂലാ.”

“ആരോടാ ഇങ്ങളിങ്ങനെ തൊള്ളേം ബിളീം കൂട്ടണത്” എന്നു ചോദിച്ചുകൊണ്ട് ഉമ്മ കിഴക്കേ വരാന്തയിലെ പെരിയകത്തെത്തി. അവുള്ള

ക്കയെ കണ്ടപ്പോൾ ഒളുവെടുക്കുമ്പോൾ തെറുത്തുവെച്ച കുപ്പായക്കൈയും മടക്കിക്കുത്തിയ കാച്ചിത്തുമ്പും പെട്ടെന്നഴിച്ചിട്ടു. അപ്പോഴാണ് കണ്ണും നിറച്ച് നില്ക്കുന്ന എന്നെ കണ്ടത്. ഉമ്മ എന്തെങ്കിലും ചോദിക്കുംമുമ്പ് ഞാൻ ഓടിച്ചെന്ന് ഉമ്മയെ കെട്ടിപ്പിടിച്ച് തേങ്ങി.

"എന്താടീ...? ഇന്നലെ പോയ നീ എന്താ ഇന്നെന്നെ മടങ്ങിയത്. സുഖമില്ലേ...?"

ഉമ്മ എന്റെ നെറ്റിയിലും കഴുത്തിലും തടവിക്കൊണ്ട് ചോദിച്ചു.

"ഇന്റെ പൊന്നാരമോള് പറഞ്ഞയച്ചതാ." ഉമ്മാമ.

"ആര്.....ഉമ്മിയോ.....എന്താ അവുള്ളേ കാര്യം?"

ഉമ്മ വേവലാതിയോടെ ചോദിച്ചു.

"അത്....ഉമ്മിത്തേം ആവൂട്ടിക്കേം കുട്ട്യേളും ഊട്ടിക്കുപോയതാ. അപ്പം..." അവുള്ളക്ക.

"അക്കൂട്ടത്തില് പോകാൻ സൂറാക്ക് പത്രാസ് പോരാന്ന് ഉമ്മിക്ക് തോന്നീട്ടുണ്ടാകും." ഉമ്മാമാക്ക് അരിശമടങ്ങുന്നില്ല.

"ഇങ്ങള് ബെറുതേ ഓരോന്നു പറഞ്ഞുണ്ടാക്കണ്ട. കാറില് സ്ഥലമുണ്ടാവില്ല." ഉമ്മ.

"പിന്നേ....കൊതൂനെപ്പോലത്തെ ഇപ്പൈതലിന് കേറാനാ ഓളെ കാറില് സ്ഥലമില്ലാത്തത്. ഊട്ടീപ്പോകുന്ന കാര്യം അറിയായിരുന്നെങ്കില് ഉപ്പാത്തൂന് എവളെ കൊണ്ടോവേണ്ട കാര്യണ്ടേനോ? ഓളല്ലേ ഇപ്പം ആടത്തെ കാര്യക്കാരത്തി. ഓളിങ്ങ് വരട്ടെ. കൊടുക്കുന്നുണ്ട് ഞാൻ." ഉമ്മാമ അപ്പോഴും അരിശത്തിൽത്തന്നെ.

"മതിയാക്കെളൊമാ. അവുള്ളേ നീയിന്നുതന്നെ മടങ്ങുന്നുണ്ടോ?" ഉമ്മ ചോദിച്ചു.

"ഓ. ആടെ ഉപ്പാത്തു അമ്മായി ഒറ്റക്കല്ലേ."

"ചോറ് തിന്നിട്ട് പോയാ മതി." എന്ന് അവുള്ളക്കയോട് പറഞ്ഞിട്ട് എന്നോടായി പറഞ്ഞു.

"കിണുങ്ങാതെ ചെന്ന് പാവാടേം കുപ്പായോം മാറ്റി ചോറ് തിന്നാൻ നോക്ക്. നാള ഞാൻ നന്തീല് ആസിനെ കാണാൻ പോവുന്നുണ്ട്. ആടെ ഇനിക്ക് രണ്ടീസം നിക്കാം."

ആസി എന്റെ ഏറ്റവും മൂത്തസഹോദരിയാണ്. അവരുടെ വീട് നന്തിയിലാണ്. തിക്കോടിയിൽനിന്ന് നടന്നാണ് നന്തിയിലേക്കു പോകുന്നത്. റെയിലോരത്തുകൂടിയാണ് നടത്തം. മുക്കാൽ മണിക്കൂർ നടക്കണം. ഉമ്മയുടെ തുണയ്ക്കായി പണിക്കാരികളാരെങ്കിലുംകൂടെ കാണും. ഒന്നുകിൽ അതിരാവിലെ ഇറങ്ങും. അല്ലെങ്കിൽ വൈകുന്നേരം അസറ് നിസ്കരിച്ച് ചായകുടിച്ച് വെയിൽ ചായുമ്പോൾ. എങ്കിൽ സന്ധ്യമയങ്ങുംമുമ്പേ പൂത്തയുടെ വീട്ടിലെത്തും. ആസിയെ ഞങ്ങളെല്ലാരും പൂത്ത എന്നാണ് വിളിക്കുന്നത്. നാട്ടുകാർക്കും അവർ പൂത്തയാണ്. പകുതിദൂരം ചെല്ലുമ്പോൾ റെയിലോരത്തെ മണലിൽ അല്പനേരം വിശ്രമിക്കുക പതിവാ

ണ്. കൂടെ വരുന്ന പണിക്കാരികളുടെ കൈയിൽ വലിയൊരു തുണിസ്സഞ്ചി യുണ്ടാകും. ഉമ്മയുടെയും ഞങ്ങളുടെയും ഡ്രസ്സിനുപുറമേ പൂത്ത യ്ക്കായി ഉമ്മയുണ്ടാക്കിയ പലഹാരങ്ങളും ലൊട്ടുലൊടുക്കുസാധന ങ്ങളും. വഴിയിൽ കഴിക്കാനുള്ള പഴംപൊരിയോ സമൂസയോ സഞ്ചിയിൽ പ്രത്യേകം കരുതിയിരിക്കും. പകുതിദൂരം ചെല്ലുമ്പോഴുള്ള ഒരു വീട്ടി ന്റെ മുന്നിലാണ് എപ്പോഴും വിശ്രമം. ആ വീടിന്റെ തായ്പ്പുര ഓടും ചുറ്റും ഓലയുമാണ്. ചെറ്റപ്പുരയ്ക്കോടിട്ട വീട് എന്നാണ് ഞങ്ങൾ ആ വീട്ടിനു പേരിട്ടിരിക്കുന്നത്. ഞങ്ങൾ പലഹാരം കഴിക്കുമ്പോൾ കൂടെയുള്ള ഉമ്മമ്പി ഉമ്മയോ കുഞ്ഞാമിനയോ ആ വീട്ടിലെത്തി കിണറ്റിൽനിന്ന് വെള്ളം കോരിക്കൊണ്ടുവരും. അലൂമിനിയം പാത്രത്തിൽ ഉമ്മമ്പിയുമ്മ വെള്ളവുമായി എത്തുമ്പോൾ രണ്ടുഗ്ലാസുമായി വീട്ടുകാരിയും മക്കളും അനുഗമിക്കും.

"അമ്മായിക്ക് ഞാളാടത്തെ കോലായിലിരുന്ന് വെത്തിലടക്ക തിന്നൂടെ? പെരിയമ്മലിരിക്കണോ." അവർ ആദരവോടെ ചോദിക്കും.

മഗരിബ് ഇരുട് കുത്തണേന്റെ മുന്ന് ആടെ എത്തണ്ടേ കുഞ്ഞയിശാ. അതോണ്ടാ. ഇന്റെ മാപ്ളക്കെങ്ങനെയുണ്ട്?" ഉമ്മ ലോഹ്യം ചോദിക്കും.

"കൊറവുണ്ട്. പക്കേങ്കില് പണിക്കൊന്നും പോയിക്കൂടാ. അപ്പം ശ്വാസംമുട്ടും." കുഞ്ഞയിശയുടെ സ്വരം പതറും.

"ഇന്റെ മോൻ നയിക്കാനായോ?"

"നയിക്കാനൊന്നും ആയിക്കില്ല. എന്നാലും എന്റെ മോൻ ചുമടെടുക്കാൻ പോന്നുണ്ട്. ഞാൻ ചേരിതക്കാനും പോകും. അതോണ്ട് രണ്ടു നേരം കഞ്ഞികുടിക്കാം. മൂപ്പരിക്ക് മരുന്നും മാങ്ങണ്ടേ?"

കുഞ്ഞയിശയുടെ സ്വരത്തിലെ നിസ്സഹായത ഉമ്മയുടെ മുഖത്തും പടരും. ഉമ്മ അരയിൽതൂക്കിയിട്ട പൊൻമണിയുള്ള ചെറിയ മുത്തുസഞ്ചിയിൽനിന്ന് ചുരുട്ടിയ നോട്ടെടുത്ത് കുഞ്ഞയിശയ്ക്ക് കൊടുക്കും. ചരടിൽ മുത്തുകോർത്തുണ്ടാക്കുന്ന ചെറിയ പണസ്സഞ്ചി അരഞ്ഞാണത്തിൽ കൊരുത്തിടും. ഇരുവശത്തും പൊന്നിന്റെ മണിതൂക്കിയ ചരടുവലിച്ചാൽ സഞ്ചി തുറക്കാം. അതിനെ ചീലയെന്നാണ് ഉമ്മ പറയുന്നത്. അത്യാവശ്യത്തിനുള്ള ചില്ലറയാണ് ചീലയിലിടുന്നത്. ഉമ്മ വെള്ളംകുടിച്ച് വെറ്റില മുറുക്കി കുഞ്ഞയിശയോട് യാത്ര പറഞ്ഞ് നടത്തം തുടരും. അപ്പോൾ അഞ്ചരവണ്ടി മുകളിലുള്ള റയിൽപ്പാളത്തിലൂടെ ചീറിപ്പായും. തീവണ്ടിയുടെ സമയം കൃത്യമായി അറിയുന്നതുകൊണ്ട് ആ സമയത്ത് പാളത്തിൽനിന്നിറങ്ങി താഴത്തുകൂടെ നടക്കുകയാണ് പതിവ്. ഒരിക്കൽ പക്ഷേ പതിവ് തെറ്റി. അഞ്ചരവണ്ടി പോയെന്നു കരുതി ഉമ്മയും ഞാനും പൂത്തയുടെ മകളായ നസീമും കുഞ്ഞാമിനയും പാളത്തിനോട് ചേർന്നുള്ള വീതികുറഞ്ഞ നടവഴിയിലൂടെ നടക്കുമ്പോഴാണ് പെട്ടെന്ന് തീവണ്ടിയുടെ ഇരമ്പൽ കേട്ടത്. റെയിൽപ്പാളം നല്ല ഉയരത്തിലാണ്.

താഴേക്കിറങ്ങാൻ വഴിയുമില്ല. ചില സ്ഥലങ്ങളിലേ താഴേക്കിറങ്ങാൻ വഴിയുള്ളൂ. റയിൽപാളത്തിലൂടെ നടന്നാൽ പെട്ടെന്നെത്താമെന്നുള്ളതുകൊണ്ട് അതിലെയാണ് നടപ്പ്. അന്ന് സമയം തെറ്റിവന്ന ഏതോ ഗുഡ്സ്വണ്ടി പെട്ടെന്നാണ് ഇരമ്പിയെത്തിയത്. കഷ്ടിച്ച് ഒരാൾക്ക് റെയിലോരത്തുകൂടി നടക്കാനാവൂ. താഴെ നാലടിയെങ്കിലും താഴ്ചകാണും. ഞാനും നസീമും കഥയും പറഞ്ഞ് നടന്നതുകാരണം തീവണ്ടിയുടെ ശബ്ദം കേട്ടതേയില്ല. ഉമ്മയും കുഞ്ഞാമിനയും സംസാരത്തിലായിരുന്നു.

"പൊന്നാരമ്മായീ, വണ്ടി....." ആർപ്പിട്ടുകൊണ്ട് കുഞ്ഞാമിന താഴേക്കൊരു ചാട്ടം.

"യാ ഹഫീള്........റബ്ബേ നിന്റെ കാവൽ" എന്നു പറഞ്ഞുകൊണ്ട് ഉമ്മ എന്നെയും നസീമിനെയും അടുക്കിപ്പിടിച്ച് റയിലോരത്ത് ഒതുങ്ങിനിന്നു. ഒച്ചയും അനക്കവും നിലച്ചപ്പോൾ ഞാൻ പതുക്കെ കണ്ണുതുറന്നു. ഉമ്മ ഞങ്ങളെയും അടുക്കിപ്പിടിച്ച് കണ്ണുമടച്ച് അതേനില്പ്പ്.

"ഉമ്മാ...വണ്ടിപോയി" നസീം പറഞ്ഞതുകേട്ട് ഉമ്മ കണ്ണുതുറന്നു.

"യാ ഇലാഹീ......നിന്റെ കൃപ" എന്നു പറഞ്ഞ് ചുറ്റും കണ്ണോടിച്ചിട്ട് ഉമ്മ വേവാലതിയോടെ വിളിച്ചു. "കുഞ്ഞാമിനാ...."

"ഞാനിബിടെയുണ്ടമ്മായീ..." കുഞ്ഞാമിന താഴത്തുനിന്നു വിളികേട്ട്:

"പഹച്ചീ, നീയല്ലാതെ ഈ കൊള്ളുമ്മന്ന് തായത്തേക്ക് ചാടോ? കൈയോ കാലോ ഒടിഞ്ഞീനെങ്കിലോ."

"അന്നേരം അങ്ങനാ തോന്ന്യത്. കൈയും കാലും ഒടിഞ്ഞില്ലെങ്കിലും വള്ളിമ്മല് കുടുങ്ങി നല്ലോണം മുറിഞ്ഞു." കുഞ്ഞാമിന ചമ്മലോടെ പറഞ്ഞു.

കുറച്ചുദൂരം നടന്നപ്പോൾ പാളത്തിൽനിന്ന് താഴേക്കിറങ്ങാനുള്ള ഇരുമ്പു ഗോവണി കണ്ട് ഉമ്മ ഞങ്ങളെയുംകൂട്ടി താഴത്തേക്കിറങ്ങി. എന്നിട്ട് എല്ലാവരോടുമായിട്ടെന്നപോലെ പറഞ്ഞു: "മേലാല് ഒരുത്തരും റെയിലുമ്മക്കൂടെ നടക്കരുത്. കേട്ടല്ലോ. ദൂരം ഏറിയാലും മേണ്ടൂലാ തായത്തൂടി നടന്നാ മതീ. നസീമേ ഇഞ്ഞികേട്ടല്ലോ. ബച്ചന്റോപ്പരം പോവുമ്പം ഇഞ്ഞിവേണം ഓനെ ഓർമ്മിപ്പിക്കാൻ. ഓൻ റയിലുമ്മക്കൂടെയല്ലാണ്ട് നടക്കൂലാ. കൊരങ്ങനെപ്പോലെ ചാടിച്ചാടിയാ നടത്തം."

"ട്ടോ...." പിന്നിൽനിന്ന് പെട്ടെന്നുള്ള ഒച്ചകേട്ട് ഞാൻ ഉറക്കെ വിളിച്ചു. "ഉമ്മോ..." തിരിഞ്ഞുനോക്കുമ്പോൾ അച്ചു പിന്നിൽ.

"എന്താണേ....." എന്റെ വിളികേട്ട് നിസ്കാരം കഴിഞ്ഞ് ദുആ ചെയ്യുകയായിരുന്ന ഉമ്മ വേവലാതിയോടെ ചോദിച്ചു.

"അച്ചു...." ഞാൻ പരുങ്ങി.

"ഇപ്പെണ്ണിന്റെ കാര്യം. ഇല അനങ്ങിയാ നെലവിളിക്കും. പുതിയ പാവാടമാറ്റാൻ പറഞ്ഞിട്ട് നീ ഇപ്പളും ഇബടെ അന്തംവിട്ടുനിക്ക്ന്നാ സൂറാ.

പോയി കുപ്പായം മാറ്റ്."

"കോയിക്കോട്ട് പോയോല് എന്തേ ഇത്തരവേഗം മടങ്ങി... ഉമ്മക്കുട്ടി ഉമ്മാനെ കാണാതെ കരഞ്ഞോ."

"അസ്സൻകുട്ടീ, ഇഞ്ഞി വെറുതേ, ഓളെ കരയിക്കണ്ട. ഉമ്മി ആടെയില്ലാത്തതോണ്ട് ഓളെ ഞാൻ ഇങ്ങോട്ട് വിളിപ്പിച്ചതാ."

" ചോറെടുത്ത് ബെച്ചിക്ക്......അസ്സൂനെ ചെറിയമൂപ്പര് അന്നശിക്കുന്ന്" എന്നു പറഞ്ഞ് പണിക്കാരൻ അസ്സനെത്തിയപ്പോൾ അച്ചു ഉമ്മറത്തളത്തിലേക്കുപോയി. ഞാൻ ഉമ്മ നിസ്ക്കരിച്ചുതീരുന്നതും കാത്ത് കട്ടിലിലിരുന്നു. ഉമ്മയോടൊപ്പമാണ് എന്റെ ഊണ്.

ഇരുപത്തിമൂന്ന്

"**ആ**സിന്റാട ഇന്നുവൈന്നേരംതന്നെ പോവാന്ന് വിചാരിക്ക്യാ. ഉമ്മമ്പിയുമ്മാ ഇങ്ങളൊന്ന് വേലിക്കച്ചെന്ന് മണ്ണട്ടമറിയത്തിനെ വിളിക്കാൻ പക്രൂമാന്റെ കുഞ്ഞാമിനാനാട് പറ." ഊണ് കഴിക്കാനിരുന്നപ്പോൾ ഉമ്മ പറഞ്ഞു.

"ഇഞ്ഞി നാളെ പൊലച്ചക്ക് പോണോന്നല്ലേ പറഞ്ഞത്?" ഉമ്മാമ ചോദിച്ചു.

"അങ്ങനാ ആദ്യം വിചാരിച്ചത്. സൂറാന്റെ ഉപ്പാനെ രാത്രി ഒറ്റക്കാക്കിപ്പോയാൽ സമാധാനമുണ്ടാവില്ല. എപ്പളാ വലിവുകൂടുകാന്ന് പറയാമ്പറ്റൂലാ. അലിക്കുട്ടിയുള്ളേനെക്കൊണ്ട് ഒരു രാത്രി ആടെ നിക്കാന്ന് വിചാരിച്ച്. ഓനാകുമ്പം ഒരനക്കം കേട്ടാ രാത്രി ഒണരും. ഒരീസം നിന്നിട്ട് പോവാന്ന് ആസിയും കൊറേക്കാലായി തക്കരിക്കുന്നു. ഇനി ഇപ്പളത്തപ്പോലെ എപ്പളും അങ്ങോട്ട് പാഞ്ഞുപോവാനും പറ്റൂലാലോ." ഉമ്മ.

"അതും നേരാ. പിയ്യാപ്ളക്കിപ്പം കൊറവുണ്ടല്ലോ. നീ ബേജാറാവാണ്ട പോയിട്ടുവാ. സൂറാന്റെ മുശിപ്പും മാറിക്കോട്ടെ." ഉമ്മാമയും അനുകൂലിച്ചു.

"എന്തേക്കും വരാമ്പറഞ്ഞത്?" എന്നു ചോദിച്ചുകൊണ്ട് ഉമ്മയുടെ ഊണു കഴിയുന്നതിനുമുമ്പ് മണ്ണട്ടമറിയമെത്തി.

"ആസിനെ കാണാൻ പോണം വൈന്നേരം. നേന്ത്രപ്പയം മുക്കിപ്പൊരിച്ചതും രണ്ടു തരിപ്പോളയും ഉണ്ടാക്കിക്കോ. ചോറ് ബെയിച്ചപാട് കിന്നാരത്തിന് നിക്കാണ്ട് പണി തൊടങ്ങിക്കോ. മേണ്ട സാധനങ്ങള് സാമാനമുറീന്റെ മുന്നിലുള്ള പത്തായപ്പുറത്ത് എടുത്ത് വെച്ചിട്ടുണ്ട്."

"ഞാനൂണ്ടമ്മായി നന്തിക്ക്. പൂത്താനെക്കണ്ടകാലം മറന്ന്." മറിയം.

"ആയിക്കോട്ടെ. അസറ് കയിഞ്ഞപാടെ എറങ്ങാം. നീ പണി തുടങ്ങ് ഞാനൊന്ന് കെടന്നിട്ട് വരാം."

പൂത്തയുടെ വീട്ടിലേക്കു കൊണ്ടുപോകാനുള്ള പലഹാരങ്ങളുണ്ടാക്കാൻ മറിയത്തെ ഏർപ്പാടാക്കി ഉമ്മ അകത്തേക്ക് നടന്നപ്പോൾ വൈകുന്നേരത്തെ യാത്രയെക്കുറിച്ച് അച്ചുവിനോട് പറയാനായി ഞാൻ മുകളി

ലെത്തി. ഉപ്പയുടെ മുറിയിലേക്ക് എത്തിനോക്കി. ഉപ്പ ഉച്ച മയക്കത്തിലായിരുന്നു. ഈയിടെയായി വലിവുകാരണം ഉപ്പയ്ക്ക് രാത്രിയിൽ ഉറക്കം കുറവാണ്. ഇനിയെന്ത് എന്ന മട്ടിൽ നില്ക്കുമ്പോഴാണ് പൂമുഖത്തുനിന്ന് അച്ചുവിന്റെ സംസാരം കേട്ടത്. അങ്ങോട്ടു ചെന്നു. കാർഡ്സ് കളിയിൽ തോറ്റ അച്ചു ആറ്റിയുമായി വഴക്കിലാണ്. "ശൂ...ഉപ്പ ഒറങ്ങുന്നു. മിണ്ടാണ്ടിരിക്ക്" ഞാൻ പറഞ്ഞത് കേട്ട് അച്ചു എന്നെ കണ്ണുരുട്ടി പേടിപ്പിച്ചിട്ട് വഴക്ക് നിർത്തി.

"ഇന്റെ സങ്കടം മാറ്റാൻ ഉമ്മ ഇന്നുതന്നെ നന്തിക്കുപോവ്വാന്ന് പറഞ്ഞല്ലോ. സന്തോശായില്ലേ. ആട്ടേ, എന്താ കോയിക്കോട്ട് വർത്താനം? പുതിയപുസ്തകം വല്ലതും കിട്ടിയോ വായിക്കാൻ." ആറ്റി ചോദിച്ചപ്പോളാണ് സിത്താര തന്ന ബഷീറിന്റെ പുസ്തകങ്ങളെക്കുറിച്ച് ഞാനോർത്തത്.

"അള്ളാ അക്കാര്യം ഞാൻ മറന്നോയി. വൈക്കം മുഹമ്മദ് ബഷീറിന്റെ ആനവാരിയും പൊൻകുരുശുതോമയും, മുച്ചീട്ട് കളിക്കാരന്റെ മകളും കിട്ടി. സിത്താര തന്നതാ. ഓക്ക് ബഷീർക്ക നേരിട്ട് കൊടുത്തതാത്രെ. അതു മാത്രമല്ല മരംകൊണ്ടുള്ള ഒരാനയേയും ബഷീർക്ക ഓക്ക് കൊടുത്തു. അതിന്റെ കൊമ്പ് ശരിക്കുള്ള ആനക്കൊമ്പാത്രെ. എന്താ ഓളെ പത്രാസ്. ഓലെല്ലാം ഊട്ടിക്ക് പോയി. എന്നെ കൂട്ടീലാ." പറഞ്ഞപ്പോഴേക്കും എന്റെ സ്വരമിടറി.

"സാരല്ലട്ടോ. ഞാൻ പഠിച്ച് വലിയ ഉദ്യോഗസ്ഥനായാൽ നിന്നെ നാടായ നാടെല്ലാം കാണിച്ചുതരാട്ടോ." ആറ്റി എന്നെ സമാധാനിപ്പിച്ചു.

ഞാൻ കണ്ണുതുടച്ച് തലയാട്ടി.

"ഞമ്മളെ ഉപ്പാന്റേലും പൈശ ഉണ്ടായിരുന്നെങ്കില് ഞമ്മക്കും ചൂടുകാലത്ത് ഊട്ടിയിൽ ബംഗ്ലാവെടുത്ത് താമസിക്കായിരുന്നു അല്ലേ.." അച്ചുവിന്റെ സ്വരത്തിലും നിരാശ.

"ഞമ്മക്ക് കോയിക്കോട്ട് വീട് വാടകക്ക് കിട്ടിയത് നീ അറിഞ്ഞില്ലേ സോറാ?"

ആറ്റി സംസാരം മാറ്റാനെന്നപോലെ എന്നോടു ചോദിച്ചു. ആറ്റി അക്കൊല്ലം പത്താംക്ളാസ് പരീക്ഷയെഴുതിയിരുന്നു. പ്രിഡിഗ്രിക്ക് കോഴിക്കോട്ടെ ഫറൂഖ് കോളേജിൽ ചേർന്ന് സയൻസെടുത്ത് പഠിച്ച് ഡോക്ടരാകണമെന്ന് മോഹമുണ്ടെന്ന് ആറ്റി പറയാറുണ്ട്.

"വീടിന്റെ താക്കോല് കിട്ടിയോ" അച്ചു.

"ഈ ഞാറാഴ്ച കുഞ്ഞീക്ക താക്കോലുമായി എത്തും."

"ആ പൊര ഇന്നു പോരുമ്പം അവുള്ളാക്ക എനക്ക് കാണിച്ചുതന്നു. ചെറിയൊരു പൊര. അവുള്ളാക്കാക്ക് തെറ്റിയതായിരിക്യോ?" എന്റെ സംശയം ഞാൻ ആറ്റിയുമായി പങ്കുവെച്ചു..

"പൊര ചെറുതാന്ന് കുഞ്ഞീക്കേം പറഞ്ഞു. പക്ഷേ നല്ല സെന്ററാത്രെ. എരഞ്ഞിപ്പാലത്ത്. എളാമാന്റെ പൊര അതിനടുത്താ. മലാപ്പറമ്പിൽ.

ഉമ്മിത്താന്റെ പൊരയിലേക്കും വലിയ ദൂരമില്ല. ഇനിക്ക് സിത്താരന്റൊപ്പരം കാറില് സ്കൂളിലും പോകാം." കേട്ടിട്ടും എന്റെയും അച്ചുവിന്റെയും മുഖം തെളിഞ്ഞില്ല.

"കോയിക്കോട്ട് പോണോന്നും പറഞ്ഞ് ഇത്ര നാളും തുള്ളീട്ട് ഇപ്പളെന്താ രണ്ടാക്കും ഒരു തെളിച്ചമില്ലാത്തത്." ആറ്റി ചോദിച്ചു.

"ഞമ്മളെ കുടുംബക്കാരെല്ലാം വല്യ പൊരകളില് താമസിക്കുമ്പം ഞമ്മള് മാത്രം ചെറിയോരു പൊരേല് താമസിക്കുന്നത് കൊറവല്ലേ." അച്ചു.

"എന്ത് കൊറവ്? ഞമ്മക്കിവിടെ ഇത്രേം വലിയ പൊരയില്ലേ. പഠിക്കാൻവേണ്ടി തല്ക്കാലം ചെറിയൊരു പൊരേലേക്ക് താമസം മാറുന്നു. എപ്പളും ഞമ്മള് വാടകക്ക് താമസിക്കൂലാലോ. നല്ലപൊര ഒത്തുകിട്യാ വാങ്ങണോന്നു ഉമ്മാക്ക് പൂതീണ്ട്." ആറ്റി സമാധാനിപ്പിച്ചു.

അവർ വീണ്ടും കാർഡ്സ്കളി തുടങ്ങിയപ്പോൾ ഞാൻ ഉപ്പയുടെ ചാരുകസേരയിൽ കയറി കിടന്നിട്ട് പറഞ്ഞു:

"ആ വീട്ടിന്റെ താക്കോലിന് അച്ചു പറഞ്ഞത്രേം വലിപ്പമുണ്ടാകൂന്ന് എനക്ക് തോന്നുന്നില്ലാട്ടോ."

കേട്ടതും ആറ്റി ചിരിയോ ചിരി.

"നീയല്ലാതെ അസ്സൂന്റെ ബടായി വിശ്വസിക്വോ ബടുക്കൂസേ. പൊര ചെറുതായാലും വലുതായാലും താക്കോല് ഒരേ വലിപ്പായിരിക്കും." ആറ്റി.

"അങ്ങനൊന്നുമല്ല, ചിലത് വലുതാകും, ചിലത് ചെറുതാകും. ഉമ്മാമാന്റെ മണിമൂളും പെട്ടീനന്റത്ര ണ്ടോ ഉമ്മാന്റെ കബേറ്റിന്റെ താക്കോല്?" അച്ചു വിട്ടുകൊടുക്കാനുള്ള മട്ടില്ല.

"താക്കോല് ഷട്ടില് ബാറ്റിന്റത്രേം ഉണ്ടാകൂന്ന് പറഞ്ഞ് എന്നെ പറ്റിച്ചതാ അല്ലേ. ഉമ്മാന്റെ മുറീലെ ചുമരലമാരീന്ന് കോയിമുട്ട കട്ടെടുത്ത് പൊട്ടിച്ച് വായിലൊയിച്ചത് ഞാൻ ഇപ്പത്തന്നെ ഉമ്മാനോട് പറഞ്ഞുകൊടുക്കുമല്ലോ."

അരിശത്തോടെ പറഞ്ഞുകൊണ്ട് ഞാൻ കസേരയിൽനിന്ന് ചാടിയെണീറ്റു.

"ബേം ചെല്ല്. ഉറക്കമൊണത്തിയതിന് ഉമ്മാന്റേന്ന് നല്ലോണം കിട്ടും." അച്ചു.

"നീയിപ്പം അങ്ങോട്ട് പോവാത്തതാ നല്ലത്. അടുക്കളേച്ചെന്ന് മറീത്താന്റെ പലഹാരപ്പണി കയിഞ്ഞോന്ന് നോക്ക്."

ആറ്റി പറഞ്ഞതും അച്ചു "ടർ....ടർ..." എന്ന് കാറ് സ്റ്റാർട്ടാക്കുന്നതുപോലെ ശബ്ദമുണ്ടാക്കിക്കൊണ്ട് ചടപടേന്ന് താഴേക്കുള്ള ഗോവണി ചാടിയിറങ്ങി. പിന്നാലെ ഞാനും.

"ആരാടാ ഏണി ചവിട്ടിപ്പൊളിക്കുന്നത്" എന്നു ചോദിച്ചുകൊണ്ട് ഉപ്പ ഉറക്കത്തിൽനിന്നെഴുന്നേറ്റ് വാതില്ക്കൽനിന്ന് എത്തിനോക്കിയപ്പോൾ ആറ്റിയായിരുന്നു ഏണിപ്പടിയിലുണ്ടായിരുന്നത്. ഉപ്പയുടെ വഴക്കുമുഴു

വൻ ആറ്റിക്ക് കിട്ടി. ആറ്റി എതിർത്തൊന്നും പറയാതെ പരുങ്ങിക്കൊണ്ട് ഗോവണിയിറങ്ങുന്നത് കണ്ട് എനിക്ക് സങ്കടമായി.

''അച്ചുവാ ഒച്ചയുണ്ടാക്കിയച്ചെന്ന് ആറ്റിക്ക് പറഞ്ഞൂടെ?'' താഴെ കാത്തുനില്ക്കുകയായിരുന്ന ഞാൻ ചോദിച്ചു.

"സാരല്ല സോറാ. നീ ബഷീറിന്റെ പുസ്തകമെടുത്തു താ. നീ നന്തീന്ന് വരുമ്പളത്തിന് ഞാൻ വായിച്ചു തീർക്കാം." ആറ്റി.

"ഉമ്മാച്ചുവുമുണ്ട്."

ഉമ്മയുടെ താഴത്തുള്ള പകൽമുറിയിലെ കട്ടിലിൽ വച്ചിരുന്ന എന്റെ സഞ്ചിയിൽനിന്ന് പുസ്തകം പരതിയെടുത്തു കൊടുക്കുമ്പോൾ ഞാൻ ശബ്ദമുണ്ടാക്കാതെ പറഞ്ഞു. ഉമ്മ അടുത്ത കട്ടിലിലിൽ കിടന്ന് മയങ്ങുന്നുണ്ടായിരുന്നു.

ഞാൻ അടുക്കളയിലെത്തുമ്പോഴേക്ക് അച്ചു അടുക്കളയിൽ അടുപ്പിനടുത്ത് മറീത്തയുടെ അടുത്ത് പലക്കയിട്ടിരുന്ന് പഴംപൊരി തിന്നുന്നുണ്ടായിരുന്നു.

"ഉപ്പാന്റെ ചീത്തമുയുമനും ആറ്റിനെ കേപ്പിച്ചിട്ട് ഇവിടിരുന്ന് പയം തിന്നുന്നു അല്ലേ?" ഞാൻ അരിശത്തോടെ ചോദിച്ചു.

"അലിക്കുട്ടിയല്ലെങ്കിലും പാവാ. ഇമ്മൂപ്പരാ ജഗല്." അച്ചുവിന്റെ തലമുടുയിൽ വിരലോടിച്ചുകൊണ്ട് മറീത്ത പറഞ്ഞു.

"ദുനിയാവില് ജീവിക്കാൻ നല്ല വെളവ്വേണം മറീത്താ." വലിയ ആളെപ്പോലെ അച്ചു പറയുന്നത് കേട്ട് അടുക്കളക്കാരികൾക്ക് ചിരി.

"എന്റെ മോനിക്ക് വെളവ് കൊറച്ചു ജാസ്തിയാ." അടുക്കളയിലെ കുളിമുറിയിലിരുന്ന് പാത്രം കഴുകുകയായിരുന്ന കുഞ്ഞാമിനയും സംസാരത്തിൽ ചേർന്നു.

"അലിക്കുട്ടി വായില് വെരലിട്ടാ കടിക്കാത്തോനാ. ഓനെ അടിച്ചിട്ട് അസ്സൻകുട്ടി ഉപ്പാന്റടുത്തേക്കൊരു പാച്ചിലാ. നെലേംവിളിച്ചോണ്ട്. മൂപ്പര് വിചാരിക്കും അലിക്കുട്ടി എവനെ അടിച്ചൂന്ന്. മൂപ്പരെ വകയും അടി അലിക്കുട്ടിക്ക്."

അടുക്കള അടിച്ചുവാരുകയായിരുന്ന ഉമ്മമ്പിയുമ്മ പറഞ്ഞു.

"മൂപ്പരിക്ക് രാത്രി വലിവേറുമ്പം അലിക്കുട്ടിയാ ഒറക്കൊയിഞ്ഞിരുന്ന് പുറം തടവുന്നത്. എന്നാലും മൂപ്പരിക്ക് പിരിശം അസ്സൂനോടാ." കുഞ്ഞാമിന.

"മതിയാക്ക് മോനേ.... ഇനിത്തിന്നാൽ നന്തീക്കൊണ്ടാവാൻ പയംപൊരി കാണൂലാ." എന്നു പറഞ്ഞുകൊണ്ട് മറീത്ത പഴംപൊരിച്ചത് അച്ചുവിന്റെ മുന്നിൽനിന്ന് മാറ്റി വച്ചു.

"നന്തീല് അന്തിക്ക് ജിന്നിന്റെ പെരുമാറ്റമുണ്ടെന്ന് പറേന്നത് നേരാ മറീത്താ....?" എന്നെ പേടിപ്പിക്കാനെന്നോണം അച്ചു ചോദിച്ചു.

"അങ്ങനെ പറേന്നത് കേട്ടിക്ക്. രാത്രിയാവുമ്പം മച്ചുമ്മന്ന് ഒച്ചയും അനക്കവും കേക്കലുണ്ടെന്ന് ആടെ പണിക്കു വരുന്ന പാത്തുമ്മയാ എന്നോട് പറഞ്ഞത്." കുഞ്ഞാമിന.

“അത് നീർനായിക്കള് മണ്ടണതാ. ജിന്നങ്ങനെ ദുനിയാവില് എറങ്ങി നടക്കല്ലേ?”

പുരോഗമനവാദിയായ മറീത്ത എതിർത്തു. ഓത്തുപള്ളിയിൽച്ചെന്ന് ഖുറ്ആൻ മുപ്പതും ഓതിത്തികയ്ക്കുകയും നാലാംക്ളാസുവരെ പഠിക്കുകയും ചെയ്ത മറീത്ത സ്ത്രീകളുടെ ഇടയിൽ പ്രമാണിയാണ്. കുഞ്ഞാമിനയും ഉമ്മമ്പിഉമ്മയും കദീസ്തയും സ്ക്കൂളും ഓത്തുപള്ളിയും കണ്ടിട്ടില്ല.

“അയിറ്റാ വലിയ വർത്താനമൊന്നും ഇഞ്ഞി പറയണ്ട മറിയേ. ജിന്നിനേയും ഇൻസിനേയും അള്ള പടച്ചതാണെന്ന് മറിയൂട്ടിയമ്മായി പറഞ്ഞിക്കല്ലോ. മൂപ്പത്തിക്കെന്താ വിവരല്ലേ?” ഉമ്മമ്പിയുമ്മ.

“ജിന്നിനെ അള്ള പടച്ചിക്കില്ലാന്ന് ഞാൻ പറഞ്ഞിക്കില്ലാലോ. പക്കേങ്കില് തീയാലെ പടച്ച് ജിന്ന് മണ്ണാലെ പടച്ച മനിശമ്മാരെ എടയില് എറങ്ങി നടക്കൂലാന്ന് മറിയൂട്ടി അമ്മായിതന്നാ എന്നോട് പറഞ്ഞത്.” മറീത്ത വിടാനുള്ള മട്ടില്ല.

“ഇങ്ങളാരന്തു പറഞ്ഞാലും ഞാൻ ബിശ്വസിക്കൂലാ. നന്തീലെ മച്ചുമ്മല് ജിന്നുണ്ടോന്ന് എനക്കറിയൂലാ. എന്നാ ഇവിടത്തെ മച്ചുമ്മല് ജിന്നുകള് വാസമുണ്ടെന്ന് എനക്കുറപ്പാ. ഇന്നാളൊരുദെവസം അന്തിനേരത്ത് അമ്മായി പറഞ്ഞിട്ട് കുന്തിരിക്കം പൊകയിപ്പിക്കാൻ ഞാൻ മോളിലെ പൂമോത്തു ചെന്നപ്പം നിസ്ക്കാരക്കുപ്പായമിട്ട ഒരുരൂപം എന്റെ തലന്റെ മോളിക്കൂടെ കാറ്റുപോലെ ജനലിക്കൂടെ പുറത്തേക്കൊരു പാച്ചില്. നെലവിളിക്കാൻപോലും കയിഞ്ഞില്ല മറീത്താ..... അന്നുമുതല് മഗരിബാകുമ്പം എനക്കൊരു തലേക്കുത്താ. അമ്മായി മന്തിരിച്ച വെള്ളം കുടിക്കാൻ തന്നേന്റേശാ ഒന്നു കൊറഞ്ഞത്.” ജിന്നിനെ നേരിട്ടു കാണുന്നതുപോലെ കുഞ്ഞാമിന പറയുന്നതുകേട്ട് ഞാൻ മറീത്തയെ ഒട്ടിനിന്നു.

“ബെറുതേ കുഞ്ഞനെ പേടിപ്പിക്കണ്ട പെരാന്തത്തീ. മഗരിബാകുമ്പം മച്ചുമ്പുറത്തുള്ള കടവാതിലുകള് പുറത്തേക്കു പറന്നതാ ഇഞ്ഞി കണ്ടത്.” മറീത്ത.

“അങ്ങനെ നീ കളിയാക്കണ്ട മറിയേ. മോന്തിയാകുമ്പം പടിഞ്ഞാറെ കളത്തില് ചെല രൂപങ്ങളെ ഞാനും കണ്ടിക്ക്.” ഉമ്മമ്പിയുമ്മ.

നാലാപ്പാട്ടിൽ ഉമ്മയുടെ മെതിയടി ശബ്ദംകേട്ട് മറിയം പറഞ്ഞു.

“അമ്മായി വരുന്നുണ്ട്. കുട്ട്യേളോട് ഈറ്റാ വർത്താനം പറഞ്ഞാ അമ്മായിനോട് നല്ലോണ് കിട്ടും.”

മറീത്ത അടക്കം പറഞ്ഞിട്ട് എണ്ണയിൽകിടന്ന് തിളയ്ക്കുന്ന പഴംപൊരി അരിപ്പക്കയിലുകൊണ്ട് കോരി പാത്രത്തിലിട്ടു.

“കയിഞ്ഞില്ലേ മറിയേ?” എന്നു ചോദിച്ചുകൊണ്ട് അപ്പോഴേക്കും ഉമ്മയെത്തി.

“ഇബനിവിടെ ഉണ്ടോ? നന്നായിപ്പോയി. ആസിന്റാട കൊണ്ടോവാൻ ഇബനെന്തെങ്കിലും ബാക്കിവെച്ചിക്കോ മറിയേ?” കൈയിലെ എണ്ണമയം ട്രൗസറിൽ തുടയ്ക്കുന്ന അച്ചുവിനെ നോക്കി ഉമ്മ ചോദിച്ചു.

മറിയം ചിരിച്ചുകൊണ്ട് എഴുന്നേറ്റ് പലഹാരങ്ങൾ വാട്ടിയ വാഴയില യിൽ പൊതിഞ്ഞു.

"ഉമ്മാ ഞാനൂണ്ടട്ടോ നന്തിക്ക്." അച്ചു.

"വരുന്നത് നേര്, ബയിമ്മന്ന് അടിയുണ്ടാക്കിയാ വന്നകാലുമ്മല് ഞാൻ മടക്കി അയക്കും." ഉമ്മ താക്കീതു ചെയ്തു.

"തുണീംകുപ്പായോം മാറ്റി ഞാനിതാ എത്തിപ്പോയി." എന്നു പറ ഞ്ഞുകൊണ്ട് മറീത്ത അടുക്കളയുടെ പടിയിറങ്ങി മണ്ടിയപ്പോൾ ഞാനും അച്ചുവും ഉമ്മയെ പിന്തുടർന്ന് അകത്തേക്കു നടന്നു.

ഇരുപത്തിനാല്

കാത്തിരുന്ന നാളെത്തി. കുഞ്ഞീക്ക കോഴിക്കോട്ടെ വീടിന്റെ താ ക്കോലുമായി തിക്കോടിയിലെത്തുമ്പോൾ ഞങ്ങൾ ഉമ്മറമുറ്റത്ത് ഫുട് ബോൾ കളിക്കുകയായിരുന്നു. പാവാട വിടർത്തിപ്പിടിച്ച് ഗോളിയായി ഗോൾവലയം സംരക്ഷിക്കുന്നതിനിടയിലാണ് ഗേറ്റുകടന്നു വരുന്ന കു ഞ്ഞീക്കയെ ഞാൻ കണ്ടത്. ഗോളിയാണെന്ന കാര്യം മറന്ന് ഞാൻ ഉറ ക്കെ വിളിച്ചു പറഞ്ഞു: "കുഞ്ഞീക്ക." എനിക്കു തടയാനാവുംമുമ്പ് ആരോ ആഞ്ഞടിച്ച ബോൾ ഗോളാവുകയും ചെയ്തു.

"ബട്ക്കൂസേ....ഇനി മേലിൽ നിന്നെ ഗോളിയാക്കുന്ന പ്രശ്നമില്ല."

ആക്കാക്കയുടെ വർത്താനം എന്നെ കുറച്ചു സമയത്തേക്ക് അങ്ക ലാപ്പിലാക്കിയെങ്കിലും കളിയവസാനിച്ചതായി ഇക്കാക്ക പ്രഖ്യാപിച്ചതു കൊണ്ട് ഞാൻ തല്ക്കാലം രക്ഷപ്പെട്ടു.

"നീയെന്താ കുഞ്ഞിമ്മോനേ, ഇന്നു നേരത്തേ?" ചാരു കസേരയി ലിരുന്നു കളികാണുകയായിരുന്ന ഉപ്പ ചോദിച്ചു.

"ഇന്നു രണ്ടാംശനിയാഴ്ചയായതുകൊണ്ട് ഉച്ചയ്ക്കേ പോന്നു. വീ ടിന്റെ താക്കോല് കിട്ടി. കുട്ടികൾക്ക് സ്ക്കൂളും കോളേജും തുറക്കാനാ യതല്ലേ. ഉടനെ മാറാനുള്ള ഏർപ്പാടുണ്ടാക്കണമെന്ന് ഉമ്മ പറയുകയും ചെയ്തു."

അപ്പോഴേക്കും ഞങ്ങളെല്ലാവരും ഉമ്മറത്തെത്തിയിരുന്നു.

"അന്നു കാണിച്ചുതന്ന വീടുതന്നെ, അല്ലേ...?" ഉപ്പ.

"ആ....." കുഞ്ഞീക്ക.

"അത് നന്നേ ചെറുതല്ലേടാ. ഇവിടെ ജനിച്ചുവളർന്ന ഇന്റെ ഉമ്മാ ക്ക്...." ഉപ്പ മുഴുവനാക്കുന്നതിനുമുമ്പ് ഉമ്മയെത്തി.

"കാലത്തിനൊത്ത് കോലം മാറ്റിയാ എല്ലാരിക്കും നല്ലത്. പൊരന്റെ വലുപ്പോം പറഞ്ഞ് ഇവിടിരുന്നാ എന്റെ മക്കള് പെരുവയിമ്മലാവും. ഇപ്പൊര ഞമ്മക്ക് സ്വന്തായിക്കിട്ടൂന്ന് ഇങ്ങള് വിചാരിക്കണ്ട."

"അങ്ങനെ വിചാരിക്കാൻ എനക്ക് പെരാന്തില്ല. ഇന്റെ ആങ്ങള കാദൂനെ ഞാൻ ഇന്നും ഇന്നലെയുമല്ല കാണുന്നത്." ഉപ്പ കിതച്ചുകൊണ്ട് പറഞ്ഞു.

“അതും പറഞ്ഞ് ഇങ്ങളിനി ശ്വാസംമുട്ട് ഏറ്റണ്ട. അള്ള വിധിച്ചതു പോലൊക്കെ വരും.” ഉമ്മ.

“അള്ള മാത്രം വിചാരിച്ചാപ്പോരാ. അടിയാനും വിചാരിക്കണം. എന്റെ തറവാട് എന്റെ പെങ്ങക്കെഴുതിക്കൊടുക്കാൻ ഞാൻ രണ്ടാമതൊന്നാലോചിച്ചില്ല. ഇന്റെ ആങ്ങളമാര് പെങ്ങളെ കാണുമ്പം ഒലിപ്പിക്കുന്നതു കണ്ടാൽത്തോന്നും.....”

“പടയിച്ചത്തതും പന്തളത്ത് കയിഞ്ഞതും ഇനിപ്പറഞ്ഞിട്ട് കാര്യല്ല. ഒരായ്ച്ചക്കകം കോയിക്കോട്ടേക്ക് മാറണം. അയിനുള്ള ഏർപ്പാടുണ്ടാക്കാം ഞമ്മക്ക്.” ഉമ്മ.

“ഇപ്പം നീയല്ലേ ഭരണം. എല്ലാ ഏർപ്പാടും നീ തന്നെ ഉണ്ടാക്കിക്കോ.” ഉപ്പ അരിശത്തിൽത്തന്നെയായിരുന്നു.

“കോഴിക്കോട്ട് എരഞ്ഞിപ്പാലത്തുതന്നെ വാടകവീട് കിട്ടിയത് ചെറിയ കാര്യല്ല. ഉമ്മിത്താന്റെ കുട്ടികളോടൊപ്പം കാറില് സൂറാക്കും സ്കൂളില് പോകാം. മുന്നിൽത്തന്നെ ബസ് സ്റ്റോപ്പാ. അലിക്ക് ഫറൂഖ് കോളേജിലേക്ക് അവിടന്ന് നേരിട്ട് ബസ്സ് കിട്ടും. അസ്സൂനെ ക്യസ്ത്യൻകോളേജ് സ്കൂളിൽ ചേർക്കാന്നാ വിചാരിക്കുന്നത്. അവിടത്തേക്കും നേരിട്ട് ബസ്സ് കിട്ടും. ഇനി ഉപ്പാക്ക് ഇഷ്ടല്ലാന്നുവെച്ചാ ഞമ്മക്ക് പോണ്ടാന്നുവെച്ചാലോ ഉമ്മാ...” കുഞ്ഞീക്ക.

“അതാ നല്ലത്. പെറ്റുവളന്ന നാടും വീടുംവിട്ട് അന്യനാട്ടില് ചേക്കേറാൻ എനക്ക് പൂതിയുണ്ടായിട്ടല്ല. മക്കളെ ആലോയിച്ചപ്പം.......” ഉമ്മയുടെ സ്വരമിടറി.

അതോടെ ഉപ്പ തണുത്തു.

“ഇന്റെ കൂട്ടക്കാരെല്ലാം ബങ്കീശക്കാരായി കയ്യുമ്പോൾ നീ മാത്രം... എല്ലാത്തിനും ഞാനല്ലേ ഹേതു.”

“അഞ്ചുനേരവും മുടങ്ങാതെ നിസ്ക്കരിക്കുകയും അള്ളയും നബിയും പറഞ്ഞതുപോലെ ജീവിക്കുകയും ചെയ്യുന്ന ഇങ്ങളിങ്ങനെ പറഞ്ഞാലോ. അള്ളാന്റെ വിധി തടുക്കാൻ ഞമ്മളെക്കൊണ്ടാവ്വോ? പൊങ്ങച്ചം കാണിക്കുന്നോരെ അള്ളാക്ക് വെറുപ്പാന്ന് ഇങ്ങള്തന്നെയല്ലെ പറഞ്ഞുതന്നത്. പൊര ചെറുതോ വലുതോന്ന് നോക്കീട്ടല്ല ആളുകളുടെ നെലേം വെലേം കണക്കാക്കുന്നത്. പെരുമാറ്റംകൊണ്ടാ ഞമ്മള് വലുതാകുന്നത്. ഇതെല്ലാം പറഞ്ഞുതന്നത് ഇങ്ങളല്ലേ?” ഉമ്മ.

“അതല്ല മറിയൂട്ടീ.... ആൺമക്കളെ വിശ്വസിച്ച് നീ നാടുംകുടിയും വിട്ട് അന്യനാട്ടിൽ കുടിയേറിയിട്ട് എനക്കെന്തെങ്കിലും പറ്റിയാൽ നീയും പറക്കമുറ്റാത്ത ബാക്കി മക്കളും പെരുവയിയിലാവൂലേ....” ഉപ്പ.

“അധികം ആലോചിച്ച് തലപുണ്ണാക്കണ്ട. എന്റെ മക്കള് അങ്ങനെയൊന്നും ചെയ്യൂലാ. ഇങ്ങള് രണ്ടുകൈയുംനീട്ടി ആ താക്കോല് വാങ്ങ്. അള്ളാന്റെ വേണ്ടുകകൊണ്ട് എല്ലാം ശരിയാകും.”

ഉമ്മ താഴ്മയോടെ പറയുന്നത് കേട്ട് കുഞ്ഞീക്ക കുപ്പായക്കീശയിൽനിന്ന് ചെറിയൊരു താക്കോലെടുത്ത് ഉപ്പയുടെ കൈയിൽവെച്ചുകൊ

ടുത്തു. താക്കോലിന്റെ വലിപ്പംകണ്ട് എന്റെ കണ്ണുതള്ളി. ഉമ്മയുടെ ഇരുമ്പ്പെട്ടിക്കിടുന്ന ചെറിയപൂട്ടിന്റെ താക്കോലിന്റത്രയുമുള്ള ഒരു കുഞ്ഞു താക്കോലാണ് കുഞ്ഞീക്ക ഉപ്പയുടെ ഉള്ളംകൈയിൽവെച്ചുകൊടുത്തത്. തിക്കോടിയിലെ വീട് പൂട്ടുന്നതു അന്നേവരെ ഞാൻ കണ്ടിട്ടില്ല. വലിയ വീടായതുകൊണ്ട് താക്കോലും വലുതായിരിക്കുമെന്ന് ഞാൻ കരുതി. എന്റെ ഭാവനയിലെ തിക്കോടിവീടിന്റെ താക്കോലിന് ചുരുങ്ങിയത് ഒരുചട്ടുകത്തിന്റെയത്രയെങ്കിലും വലിപ്പമുണ്ട്. ഇതിപ്പോൾ......

"ഇവിടന്ന് അത്യാവശ്യം സാമാനങ്ങൾ കൊണ്ടുപോകുന്നതിനെപ്പറ്റി നീ അമ്മായിയോട് പറഞ്ഞോ?" ഉപ്പ ചോദിച്ചു.

"ഓക്കാവശ്യമുള്ളത് കൊണ്ടോയിക്കോളാൻ ഞാൻ പറഞ്ഞിക്ക്. ഓളും മക്കളും പോയാൽ പൊര കാലിയായില്ലേ. ഇങ്ങള് മോളില് പെരുമാറുന്ന സാമനങ്ങൾ എന്താന്നുവെച്ചാ എടുത്തോളിൻ." വാതിൽക്കൽനില്ക്കുന്ന ഉമ്മാമയായിരുന്നു അതിനു മറുപടി പറഞ്ഞത്.

"ഇങ്ങള് ഇബിടെ നിക്കാ. ഇങ്ങോട്ടിരി."

ഉപ്പ ക്ഷണിച്ചപ്പോൾ ഉമ്മാമ ഉമ്മറത്തെ ബെഞ്ചിലിരുന്നു. ഉമ്മാമ വല്ലാതെ ക്ഷീണിച്ചതുപോലെ തോന്നി.

"ഇങ്ങളെ ഒററക്കാക്കി പോകാൻ മനസ്സുണ്ടായിട്ടല്ല. കുട്ട്യേളെ പഠിത്തക്കാര്യമാലോയിച്ചിട്ടാ മറിയൂട്ടി ഇങ്ങനെയൊരു തീരുമാനമെടുത്തതെന്ന് ഇങ്ങക്കറിയാലോ. ഇങ്ങക്കൊരാവശ്യം വന്നാ ഞമ്മള് മണ്ടിയെത്തൂലേ. എടക്ക് ഇങ്ങക്ക് അങ്ങോട്ടും വരാലോ." ഉപ്പ.

"അയിനുള്ള ആബദ് ഇങ്ങക്ക് അള്ള തരട്ടെ. എന്റെ കാര്യമാലോചിച്ച് ഇങ്ങള് ബേജാറാവണ്ട. മായനാലി ലീവു കിട്ടുമ്പം വരാന്ന് പറഞ്ഞിട്ടുണ്ട്. സ്കൂളടപ്പിന് ഓന്റെ ഓളേം മക്കളേം അയക്കാന്നും ഏറ്റിക്ക്. എന്നാലും മറിയൂട്ടിയും മക്കളുമുള്ളതുപോലെയാവൂലാ."

മായനാലി ഉമ്മാമയുടെ ആദ്യഭർത്താവിലുള്ള മകനാണ്. വല്ലിപ്പ വിവാഹം കഴിച്ച് ഇങ്ങോട്ടേക്ക് പോന്നപ്പോൾ ഉമ്മാമ മകനേയും ഒപ്പം കൂട്ടി. തിക്കോടിയിൽത്തന്നെയായിരുന്നു വളർന്നത്. മായനാലീക്ക റെയിൽവേയിൽ ടിക്കറ്റ് ചെക്കിംഗ് ഉദ്യോഗസ്ഥനാണ്. ഞങ്ങൾ കോഴിക്കോട്ടേക്കും തലശ്ശേരിക്കും തീവണ്ടിയിൽ യാത്രചെയ്യുമ്പോൾ മായനാലീക്ക തീവണ്ടിയിലുണ്ടെങ്കിൽ ഞങ്ങളെ ഫസ്റ്റക്ളാസിൽ കൊണ്ടുപോയി ഇരുത്താറുണ്ട്. ഉമ്മയ്ക്ക് മറ്റു സഹോദരന്മാരെപ്പോലെതന്നെയാണ് മായനാലീക്കയും.

ഉമ്മാമയുടെ വാക്കുകളിലെ സങ്കടം അവിടെ നിൽക്കുകയായിരുന്ന ഞങ്ങളുടെ മുഖത്തും പടർന്നു.

"മഗരിബ് ബാങ്കുകൊടുക്കാനായി. എല്ലാരും അകത്തേക്ക് കേറിക്കോളിൻ." സഭ പിരിച്ചുവിടാനെന്നപോലെ ഉമ്മ പറഞ്ഞു.

"കുഞ്ഞിമ്മോനിക്ക് ചായ കൊടുക്ക്. ഓൻ ഉച്ചക്ക് ചോറുംബെയിച്ച് കേറിയതായിരിക്കും." ഉപ്പ പറഞ്ഞു.

ഞാനും അച്ചുവും കിഴക്കേവരാന്തയിലേക്കു നടന്നു. അവിടെയാണ്

കുളിമുറി. വൈകുന്നേരത്തെ കളികഴിഞ്ഞാൽ നേരെ കുളിമുറിയിലേക്കു ചെല്ലണമെന്നാണ് ഉമ്മയുടെ കർശനനിർദ്ദേശം. നാലാപ്പാട്ടിലെത്തിയതും ഞാനാദ്യമെന്നു പറഞ്ഞ് അച്ചു മരണയോട്ടം. ഞാനും മത്സരിച്ച് ഓടാൻ തുടങ്ങിയപ്പോൾ ഉമ്മയുടെ താക്കീത്.

"സൂറാ, ഇങ്ങനെ ഓന്റെ ബയ്യാലെ മണ്ടാൻ ഇഞ്ഞിയിപ്പം ചെറിയ കുട്ട്യല്ല."

ഞാൻ വലുതാവുന്നു എന്ന ഉമ്മയുടെ ഓർമ്മപ്പെടുത്തൽ എന്നെ വല്ലാതെ അലട്ടാറുണ്ട്. ഞാൻ ഓട്ടം നിർത്തി ഉമ്മയെ ദയനീയമായി നോക്കി. അതു കണ്ട് ഉമ്മയുടെ പിന്നിലുണ്ടായിരുന്ന ഇക്കാക്ക എന്നെ സഹതാപത്തോടെ നോക്കിയിട്ട് ഉമ്മയോട് പറഞ്ഞു:

"ഓള് ചെറിയ കുട്ട്യല്ലേ ഉമ്മാ. ഇപ്പളല്ലേ ഓടാനും ചാടാനും പറ്റൂ."

"ഇങ്ങക്ക് ലോകം തിരിഞ്ഞിക്കില്ല. പെമ്മക്കള് വലുതാകുന്തോറും ഉമ്മാമാരെ ഖൽബില് തീയാ. അതിപ്പം ഇങ്ങക്ക് പറഞ്ഞാ മനസ്സിലാവൂലാ. ഓക്കിപ്പം വയസ്സ് പന്ത്രണ്ടായി. പതിനഞ്ചിലെങ്കിലും മംഗലം കയിപ്പിക്കണമെന്നാ എന്റെ പൂതി." ഉമ്മ.

"ഇങ്ങക്കെന്താ പെരാന്താ? ഇപ്പളത്തെ കാലത്ത് ആരെങ്കിലും പതിനഞ്ചാം വയസ്സില് കല്യാണം കയിപ്പിക്കോ? ഓള് പഠിക്കട്ടെ." ഗഫൂർ.

"ആസിക്ക് പതിനാല് വയസ്സ് തികഞ്ഞിട്ടും പുതിയാപ്ള ഒറച്ചിക്കില്ലാന്നും പറഞ്ഞ് എന്റെ ഉപ്പാവാക്ക് ഒറക്കില്ലേനും. പണവും പദവിയുമൊത്ത പിയ്യാപ്ളനെ കിട്ടാത്തതോണ്ടാ ഓളെ മംഗലം താമസിച്ചുപോയത്. കല്യാണം കയിക്കുമ്പോ ഉമ്മിക്ക് പതിമൂന്നു കയിഞ്ഞിക്കേ ഉള്ളൂ. അതുപോലെ ഇബളേം നേരത്തിനും കാലത്തിനുമൊത്ത് നല്ല നിലയില് മംഗലം കയിപ്പിക്കണോന്നാ എന്റെ പൂതി. അന്ന് പണത്തിനും പദവിക്കും കൊറവില്ലായിരുന്നു. ഇന്റെ ഉപ്പയും എന്റെ ഉപ്പായവയും കത്തിനില്ക്കുന്ന കാലം. അതോണ്ട് പൊടിപൊടിച്ച് മംഗലവും കയിച്ചു. ഇബളെ കാലമായപ്പളേക്ക് ഞമ്മളെ അവസ്ഥ മാറീലേ. മറ്റോലിക്ക് കൊടുത്തപോലെ ആവൂലെങ്കിലും നാട്ടാരെക്കൊണ്ട് പറയിക്കാണ്ടെ എല്ലാം കയിച്ചുകൂട്ടിത്തരണേന്നാ എന്റെ ദുആ." ഉമ്മയുടെ വാക്കുകളിടറുന്നുണ്ടായിരുന്നു.

"ഇങ്ങളൊന്ന് സമാധാനപ്പെടുമ്മാ. ഇപ്പം ഓളെ കല്യാണക്കാര്യം ഇങ്ങള് മറന്നേക്ക്. ഓള് പഠിക്കട്ടെ. ഇപ്പം മുന്തിയ പിയ്യാപ്ളാരെ കിട്ടണമെങ്കില് പെങ്കുട്ട്യേക്ക് പഠിപ്പുവേണം. അതിങ്ങള് മറക്കണ്ട." ഗഫൂർ.

"റബ്ബേ... നേരം ഇരുട്ടുകുത്തി." എന്നു പറഞ്ഞുകൊണ്ട് ഉമ്മ തിരക്കിട്ട് കിഴക്കേ വരാന്തയിലേക്കു നടന്നപ്പോൾ ഗഫൂർക്കയെ ആദരവോടെ നോക്കിയിട്ട് ഞാനും പിന്നാലെ ചെന്നു.

"സോറാ കളി മതിയാക്കി ആറാംക്ളാസിലെ പുസ്തകങ്ങളെടുത്തുവെച്ച് നന്നായിട്ട് പഠിച്ചോ. പ്രോവിഡൻസ് സ്കൂളില് അഡ്മിഷൻ കിട്ടല് നിസ്സാര കാര്യല്ല. എഴുത്തുപരീക്ഷയില്ലെങ്കിലും ചോദ്യങ്ങള് ചോദിക്കാതിരിക്കില്ലാന്നാ റാവി പറഞ്ഞത്. ഇംഗ്ലീഷില് ചോദ്യം ചോദിച്ചാ പറയാൻ പറ്റോ ഇനിക്ക്?"

ഇക്കാക്ക പിറകിൽനിന്ന് വിളിച്ചു പറഞ്ഞപ്പോൾ "ന്റുമ്മോ...." എന്നു പറഞ്ഞുകൊണ്ട് ഞാൻ അന്തംവിട്ടു നിന്നു.

"പേടിപ്പിക്കാനല്ല പറഞ്ഞത്. പേരെന്താണെന്ന് ഇംഗ്ളീഷിൽ തന്യാവും ചോദിക്കുക. മഗരിബ് കഴിഞ്ഞാ മുകളിലേക്കു വാ. ഞാൻ പഠിപ്പിച്ചു തരാം."

എന്നു പറഞ്ഞുകൊണ്ട് ഇക്കാക്ക പുറത്തേക്കു നടന്നപ്പോൾ ഞാൻ ഭാരിച്ച മനസ്സുമായി കുളിമുറിയിലേക്കു നടന്നു. കുളികഴിഞ്ഞ് തോർത്തു മുണ്ടും അരയിൽച്ചുറ്റി അകത്തേക്കോടുകയായിരുന്ന അച്ചുവിന്റെ തോണ്ടൽ കണ്ടില്ലെന്നു നടിച്ചു.

ഇരുപത്തിയഞ്ച്

കോഴിക്കോട്ടെ വീട്ടിന്റെ താക്കോൽ കിട്ടിയതോടെ ഉമ്മയ്ക്ക് മിണ്ടാനും പറയാനും നേരമില്ലാത്ത തിരക്ക്. സ്കൂളുതുറക്കാറായി. എന്നെയും അച്ചുവിനെയും സക്കൂളിൽ ചേർക്കണം. ആറ്റി പത്താംക്ലാസ് പാസ്സായി. കോളേജിൽ അഡ്മിഷൻ കിട്ടണം. ഇക്കാക്ക പത്താംക്ളാസു പാസായപ്പോൾ കോളേജിൽ പഠിക്കാൻ താല്പര്യമില്ലെന്നു പറഞ്ഞ് മദ്രാസ് സ്കൂൾ ഓഫ് ആർട്സിൽ ചിത്രകല പഠിക്കാൻ ചേർന്നിരുന്നു. വെക്കേഷനു നാട്ടിലെത്തിയതാണ്.

"ആവൂട്ടിപ്പുതിയാപ്ള നിർബന്ധിച്ചതുകൊണ്ടു മാത്രാ ഓനെ ഞാൻ മദിരാശീല് പഠിക്കാൻ പറഞ്ഞയച്ചത്. കോയിക്കോട്ട് ദേവഗിരിക്കോളേജില് പ്രീക്ക് ചേർത്തു ഫീസുമടച്ചതാ. കോളേജ് തൊറന്നിട്ടും ചെക്കൻ പോകൂലാ. എനക്ക് മദിരാശീപ്പോയി വര പഠിക്കണോന്നും പറഞ്ഞ് ഒരേവാശി. മോളിലെ പൂമുഖത്തിരുന്ന് കടലാസിൽ കോലം വരക്കലാ ചെറുപ്പത്തിലേ ഓന്റെ കാര്യായ പണി. എന്നിട്ട് ആരും കാണാതിരിക്കാൻ അതെല്ലാം ചുരുട്ടിക്കൂട്ടി ഓട്ടുമ്പുറത്തിടും. മയ പെയ്താ ഓടിന്റെ പാത്തിയടഞ്ഞ് വെള്ളം കെട്ടുന്നത് ഇന്റെ മോൻ കടലാസിട്ടിട്ടാന്നു പറഞ്ഞ് ഉപ്പാവാന്റെ ചീത്ത ഞാൻ എമ്പാടും കേക്കേണ്ടിവന്നിട്ടുണ്ട്. മറ്റുള്ള കുട്ട്യേളെപ്പോലെ പായാനും കുത്തിമറിഞ്ഞ് കളിക്കാനുമൊന്നുമുള്ള ആരോഗ്യം ചെറുപ്പത്തില് ഒഫൂറിനില്ല. വെളുത്തുമെലിഞ്ഞ് വേളൂരിപോലേനും ചെക്കൻ. എന്നും സൂക്കേടാ. തടിപ്പിക്കാൻ ഞാൻ ഓനു കൊടുക്കാത്ത മരുന്നില്ല. അവസാനം ഗോയിന്ദൻ വൈച്ച്യേരുണ്ടാക്കിയ ലേഹ്യം കയിച്ചപ്പളാ ലേശമൊന്നു പുഷ്ടിപ്പെട്ടത്. മദിരാശീലൊക്കെ പഠിക്കാനയച്ചിട്ട് സൂക്കേട് വല്ലോം പിടിക്ക്യോന്നും എനക്ക് ആധിയായിരുന്നു. അതുമാത്രല്ല, നാലച്ചരം പഠിച്ച് കണ്ണുതെളിയേണ്ട സമയത്ത് വര പഠിച്ചിട്ട് പണി വല്ലതും കിട്ട്വോന്നുള്ള വേവലാതിയുമുണ്ടായിരുന്നു. വര പഠിക്കുന്നോല് ബീഡി വലിക്കും, കള്ളുകുടിക്കുമെന്നൊക്കെ കേക്കുന്നെന്ന് ആങ്ങളകാദു പറഞ്ഞപ്പോ ബേജാറ് ജാസ്തിയായി. ഓനെ ഞാൻ എങ്ങോട്ടുമയക്കുന്നില്ലെന്ന് തീരുമാനമെടുത്തതാ. അപ്പള ആവൂട്ടിപ്പുതിയാപ്ള കാറ

യച്ച് എന്നെ കോയിക്കോട്ടേക്ക് വിളിപ്പിച്ചത്. വര പഠിച്ചാലും മുന്തിയ പണി കിട്ടൂന്ന് മാത്രല്ല പേരും പ്രശസ്തിയുമുണ്ടാകുമെന്നൊക്കെ മൂപ്പര് പറഞ്ഞു മനസ്സിലാക്കിത്തന്നപ്പളാ സമാധാനമായത്. മൂപ്പര് എന്നോട് കളവു പറയൂലാന്ന് എനക്കൊറപ്പാ. എന്നാലും ഓന്റെ പഠിപ്പുകയിഞ്ഞ് മടങ്ങിയെത്തുന്നതുവരെ എന്റെ പള്ളേല് തീയാ."

പഠിപ്പും വിവരവുമുള്ളവരുടെ വാക്കുകൾ തള്ളിക്കളയരുത് എന്ന പക്ഷക്കാരിയായിരുന്നു ഉമ്മ. പുറംനാട്ടിലൊക്കെ പോയി പഠിച്ച ആവൂട്ടിക്കയെ ഉമ്മയ്ക്ക വലിയ കാര്യമായിരുന്നു. എന്നങ്ങന്റ്, ഉപ്പയ്ക്ക് മൂപ്പരെ അത്രവലിയ പിടുത്തമില്ലായിരുന്നു. ഓനൊരു സായ്‌വ് എന്നു പറഞ്ഞ് പരിഹസിക്കാറുണ്ടായിരുന്നു. ഉമ്മ അത് കാര്യമാക്കാറില്ല. ഞങ്ങളുടെ പഠിത്തക്കാര്യങ്ങളെക്കുറിച്ച് ആവൂട്ടിക്കയുമായി ആലോചിച്ചിട്ടേ ഉമ്മ തീരുമാനമെടുക്കുകയുള്ളൂ.

"സൂറാ.......ഒന്നിങ്ങോട്ടു വരുന്നുണ്ടോ നീ...."

കുഴിമുറ്റത്തിന്റെ അരമതിലിലിരുന്ന് കമ്പിവലയിലൂടെ അകത്തേക്കെത്തിനോക്കി ഒളിച്ചുകളിക്കുന്ന വെയിൽനാളങ്ങൾ നോക്കി കോഴിക്കോടൻകിനാവിൽ ലയിച്ചിരിക്കുകയായിരുന്ന ഞാൻ അച്ചുവിന്റെ വിളികേട്ട് നടുത്തളത്തിലെത്തി. അവിടെ എല്ലാവരുമുണ്ടായിരുന്നു. ഉമ്മാമയുടെ മണിമൂളുംപെട്ടി തുറന്നു മലർത്തി വെച്ചിരിക്കുന്നു. അതു തുറക്കുമ്പോഴുള്ള മണികിലുക്കം കേൾക്കാത്തതിൽ സങ്കടപ്പെട്ട് ഞാൻ തിരക്കിട്ട് അങ്ങോട്ടു ചെന്നു. ഉമ്മാമ തൊട്ടടുത്തുള്ള മറ്റൊരു പെട്ടിപ്പുറത്തിരിക്കുന്നു. ഉമ്മ തുറന്നുവെച്ച പെട്ടിയിൽനിന്ന് സാധനങ്ങളോരാന്നായി പുറത്തെടുക്കുന്നു. ഇക്കാക്കയും ആക്കാക്കയും ആറ്റിയും അച്ചുവും ചുറ്റിനും കൂടി നില്ക്കുന്നുണ്ട്.

"എന്താ ഇവിടെ എല്ലാരിക്കും പണി?" എന്നു ചോദിച്ചുകൊണ്ട് ഞാനും കൂട്ടത്തിൽ കൂടി.

"എത്തിയോ...... എവിടേനും. പെട്ടി തുറക്കുമ്പോൾ മണി കേക്കാൻ ഇന്നെ എത്ര വിളിച്ചതാ." അച്ചു.

ഉമ്മാമയുടെ മണിപ്പെട്ടി വല്ലപ്പോഴുമാണ് തുറക്കുന്നത്. അതിൽ നിറയെ പഴയ തുണിത്തരങ്ങളാണ്. ഉമ്മയുടെ പെൺമക്കളുടെയും കല്യാണത്തിനുടുത്ത ബനാറസ് പട്ടിന്റെ മാത്താവ് എന്നു പറയുന്ന കസവുമുണ്ട്, കസവുകുപ്പായങ്ങൾ, കസവുതട്ടങ്ങൾ തുടങ്ങിയവയാണ് പെട്ടിയിൽ. പുതിയാപ്ളമാരുടെ അറയിലെ കട്ടിലിന്റെ സിൽക്കുമേലാപ്പും കിന്നരികളും വയ്ക്കുന്നതും അതിലാണ്. പെട്ടി തുറക്കുമ്പോൾ കൈതപ്പൂവിന്റെയും പാറ്റഗുളികയുടെയും സമ്മിശ്രമണം നാലുപാടും പരക്കും. ഉമ്മ വല്ലപ്പോഴും പെട്ടി തുറന്ന് കസവുതുണിത്തരങ്ങൾ വെയിലത്തിട്ടുണക്കുന്ന പതിവുണ്ട്. മിന്നിത്തിളങ്ങുന്ന പട്ടിൽ കസവുനൂലിൽ പൂപ്പണി ചെയ്ത തുണിയും കുപ്പായവും വെയിലത്തുണക്കി തിരിച്ചുവയ്ക്കുമ്പോൾ ഉമ്മ ഓരോന്നായി കാണിച്ചിട്ട് പറയും:

"ഇത് എന്റെ മംഗലത്തലേന്ന് മൊയിലാഞ്ചിക്കുടുത്തത്. ഇത് പുതുക്കപ്പെട്ട്. ഇത് ആസിന്റെ കല്യാണത്തിന് ഓളെ ഉപ്പ ബോംബായീന്ന് വരുത്തിയത്. ഇതുതന്നെയാ ഉമ്മിയും കല്യാണത്തിനുടുത്തത്. ഇനിയൊരു പത്തുകൊല്ലം കയിഞ്ഞാലും ഇതുന്റെ പുതുമ മാറൂലാ. സൂറാന്റെ കല്യാണത്തിനും ഇതുതന്നെ ഉടുപ്പിക്കണോന്നാ എന്റെ പൂതി. ഇതുപോലത്തത് ഇപ്പം വാങ്ങണമെങ്കില് ഉറുപ്യ എത്തറ കൊടുക്കണോന്നോ?"

"ഇന്നാട്ടില് ബേറൊരു പൊരേലും ഇമ്മാതിരി പട്ടുതരങ്ങളൊന്നുമില്ല. എന്താ അയിന്റൊരു മൊഞ്ച്. എന്നാലും അമ്മായി സൂറമോളെ കല്യാണത്തിന് ഇതു മാണ്ട. ഇപ്പം പൊഞ്ചപ്പത്തിന്റെ ചേലയാ എല്ലാരുമുടുക്കുന്നത്."

പരിഷ്കരണവാദിയായ മണ്ണട്ടമറീത്ത അടുത്തുണ്ടെങ്കിൽ ഉടനെ എതിർക്കും. ഉമ്മമ്പിയുമ്മ അടുത്തുണ്ടെങ്കിൽ ചുട്ട മറുപടി ഉറപ്പായിരിക്കും.

"ഓളൊരു പരിശ്കാരി എറങ്ങീക്ക് അമ്മായിനെ പഠിപ്പിക്കാൻ. ഇത്തുണിയും കുപ്പയത്തിന്റെയും മൊഞ്ചൊന്നും ഇന്റെ പൊഞ്ചപ്പത്തിന്റെ ചേലക്കുണ്ടാവൂലാന്ന് എനക്കൊറപ്പാ."

"ഇനി ഇതും പറഞ്ഞ് രണ്ടാളും പടവെട്ടണ്ട." ഉമ്മയുടെ താക്കീതോടെ ചർച്ച അവിടെ തീരുന്നു.

"ഇതിപ്പെന്തിനാ കല്യാണത്തുണിത്തരങ്ങളെടുക്കുന്നത്?" ഭീതിയോടെ ഞാൻ ചോദിച്ചു. കോഴിക്കോട്ടേക്ക് താമസം മാറ്റുന്നതിനുമുമ്പേ എന്റെ കല്യാണം നടത്താൻ ഉമ്മ പരിപാടിയിട്ടോ എന്നായിരുന്നു എന്റെ ഭീതി.

"ഇന്റെ മംഗലം ഉടനെ കയിച്ചാലോന്ന് മറിയൂട്ടിക്കൊരു പൂതി."

ഉമ്മാമ പറഞ്ഞതും എന്റെ ഭീതി കരച്ചിലായി പുറത്തുചാടി.

"മിണ്ടാണ്ട് നിക്ക് പെണ്ണേ...." ഉമ്മ വിരട്ടി.

"കരച്ചപ്പെട്ടീന്റെ മംഗലത്തിന് പൂച്ചനറുത്തതും നെയ്ച്ചോറും." അച്ചു എന്റെ ചുറ്റും നടന്ന് കൈകൊട്ടിപ്പാടാൻ തുടങ്ങി.

"അസ്സൻകുട്ടീ, നീയൊന്നു മിണ്ടാണ്ടെ നിക്കുന്നുണ്ടോ. അല്ലെങ്കിലെ മനുശ്യന് നിന്നു തിരിയാൻ നേരല്ല. കോയിക്കോട്ടേ പൊരേലേക്ക് ജനാല വിരിയാക്കാൻ പറ്റിയ തുണിത്തരങ്ങളുണ്ടോന്ന് ഉമ്മ മണിപ്പെട്ടീലൊന്നു നോക്കണേന്ന് ഷെരീഫ് പറഞ്ഞേനെക്കൊണ്ടാ ഞാനിത് തുറന്നത്. ആവശ്യമുള്ളതെന്താന്ന്വെച്ചാ എടുത്തിട്ട് പെട്ടി പൂട്ടിയേക്ക്." എന്നു പറഞ്ഞ് ഉമ്മ സ്ഥലംവിട്ടു. ആക്കാക്കയും ഇക്കാക്കയും പെട്ടി പരതി കട്ടിലിന്റെ മേലാപ്പായി വിതാനിക്കുന്ന ഞൊറിവെച്ച പട്ടുവിരികളും കിന്നരികളും മാറ്റിവെച്ച് പെട്ടിപൂട്ടി.

"പൂമുഖത്തെ വാതിലിന് അലുക്കുള്ള കിന്നരി മാത്രം തൂക്കാം." എന്നു പറഞ്ഞുകൊണ്ട് ആക്കാക്ക പെട്ടിപൂട്ടി താക്കോൽ ഉമ്മാമയെ ഏല്പിച്ചു.

"ഉമ്മാമാന്റെ അറയിലെ അലമാരപ്പുറത്തുള്ള താക്കോല് വെക്കുന്ന

അളുക്കിലിട്ട് വെക്ക്. അല്ലെങ്കിപ്പിന്നെ എവിടാ വെച്ചതെന്ന് ഓർമ്മയുണ്ടാകൂലാ."

ആക്കാക്ക ഉമ്മാമയുടെ മുറിയിലേക്കും മറ്റുള്ളവർ ഉമ്മറത്തേക്കും പോയപ്പോൾ ആരെ അനുഗമിക്കണമെന്നാലോചിച്ച് ഞാനൊന്നു പരുങ്ങി.

"യാ ഇലാഹീ......നിന്റെ കൃപ" എന്നു പറഞ്ഞുകൊണ്ട് ഉമ്മാമ പെട്ടിപ്പുറത്തിരുന്ന് വെറ്റിലമുറുക്കാൻ തുടങ്ങുന്നത് കണ്ട് ഞാൻ ചോദിച്ചു.

"കോളാമ്പി മാണ്ടേ?"

"മാണം."

"ഞാനെടുത്തു കൊണ്ടത്തരാ"മെന്നു പറഞ്ഞ് ഞാൻ ഉമ്മാമ പകലിരിക്കുന്ന നാലാപ്പാട്ടെ പെരിയകത്തുചെന്ന് ഉമ്മാമയുടെ ഭാരിച്ച ഓട്ടുകോളാമ്പി താങ്ങിപ്പിടിച്ചുകൊണ്ടുവന്നത് കണ്ട് ഉമ്മാമയ്ക്ക് സന്തോഷമായി.

"ഇനി ഉമ്മാമാക്ക് ഇതെല്ലാം ചെയ്തുതരാൻ ആരാണുള്ളത്. ഈ വല്യോരു പൊരയില് ഞാനൊറ്റക്ക്. ഒറ്റക്കായാലും എരട്ടക്കായാലും അള്ള തന്ന ആയുസ്സ് തീരുന്നതുവരെ ഇദ്ദുനിയാവില് കയിഞ്ഞുകൂടാണ്ട് പറ്റ്വോ?" ഉമ്മാമയുടെ വാക്കുകളിടറി.

"ഉമ്മാമാക്ക് ഞമ്മളൊപ്പരം കോയിക്കോട്ടേക്ക് പോന്നൂടെ? ആടെ ഉമ്മാമാന്റെ കാര്യങ്ങള് ഞാൻ നോക്കിക്കോളാം."

"അതൊന്നും നടക്കുന്ന കാര്യല്ല കുഞ്ഞനേ. മായനാലീന്റെ ഉപ്പ മരിച്ച് എണയും തണിയുമില്ലാതെ തറവാട്ടിലെ അടുക്കളച്ചൂടിൽ വെന്തുപുകയുന്ന കാലത്താ ഇന്റെ വല്ലിപ്പാന്റെ കല്യാണാലോചന വന്നത്. വന്നതല്ല. എന്റെ ആങ്ങള മമ്മു ഒപ്പിച്ചെടുത്തതാ. ചെറിയ പ്രായത്തില് ഞാൻ മൂലക്കലായിപ്പോയതിൽ ഓന് പെരുത്ത് വെഷമണ്ടേനും."

ഉമ്മാമ പഴങ്കഥ തുടങ്ങിയപ്പോൾ എനിക്ക് സന്തോഷമായി.

"ഉമ്മാമാനെ ആരാ മൂലക്കലാക്കിയത്?"

കഥ തുടരാനായി ഞാനൊരു ചോദ്യമിട്ടു.

"അള്ളാന്റെ കല്പനാന്നെല്ലാണ്ട് എന്തു പറയാനാ കുഞ്ഞനെ. മംഗലം കയിഞ്ഞ് രണ്ടുകൊല്ലം കയിഞ്ഞപ്പളത്തിന് മായനാലിന്റെ ഉപ്പ മരിച്ചില്ലേ. അന്ന് മായനാലിക്ക് ഒരുവയസ്സ്. മൂപ്പരിക്ക് എന്തോ സൂക്കേടേനും. അക്കാലത്ത് കുടുംബവും പത്രാസും നോക്കൂന്നല്ലാതെ പുതിയാപ്ല മാരെക്കുറിച്ച് അന്നശിക്കണപതിവില്ലാലോ. തറവാട്ടിലുള്ളോരിക്ക് വെച്ചുകൊടുക്കലായി പിന്നെ എന്റെ പണി. അപ്പളാ മറിയൂട്ടിന്റെ ഉമ്മ ഉമ്മായ്ത്താത്ത പെട്ടെന്നൊരു ദിവസം മരണപ്പെട്ടത്. മൂപ്പത്തി എന്റെ ഉമ്മാന്റെ വകേലൊരനിയത്തിയാ. ഞമ്മളെല്ലാം ഒരേ തറവാട്ടിലാ താമസം. അക്കാലത്തങ്ങനാ. ഒരോ തറവാട്ടിലും എമ്പാടും ആളുകളുണ്ടാവും. അവരുതമ്മില് അകന്ന ബന്ധങ്ങളേ ഉണ്ടാകൂ. ഉമ്മാമാന്റെ ഉമ്മാമാന്റെ അനിയത്തിയുടെ മക്കളും മക്കളുടെ മക്കളുമൊക്കെ ഒന്നിച്ചായിരിക്കും താമസം. അക്കൂട്ടത്തിൽ ബങ്കീശക്കാരുണ്ടാവും. ഒരുനേരത്തെ അന്ന

ത്തിന് വകയില്ലാത്തോരുമുണ്ടാകും. ഞമ്മളെ തറവാട്ടില് പേരും പെരുമയും പണവും പദവിയും ഇന്റെ ഉമ്മാമ ഉമ്മായ്ത്താന്റെ താവഴിക്കായിരുന്നു. ഉമ്മായ്ത്താത്താന്റെ മൂത്തആങ്ങള അക്കാലത്ത് റജിസ്റ്റ്റാറായിരുന്നു. നടുവിലത്തെയാള് തലശ്ശേരിയിലെ പേരുകേട്ട തുണിക്കച്ചവടക്കാരൻ. മൂന്നാമത്തെ ആങ്ങള പോക്കർവക്കീലിനെക്കുറിച്ച് ഇഞ്ഞി കേട്ടിക്കില്ലെ? ബി പോക്കർ സായ്വ്."

"ഉമ്മ കുഞ്ഞിപ്പൂക്കാക്ക എന്നു വിളിക്കുന്ന ആവൂട്ടിക്കാന്റെ ബാപ്പയല്ലേ അത്?" എന്റെ സംശയം.

"അതെന്നെ. ആരേനും മൂപ്പര്! പേരുകേട്ട വക്കീല് മാത്രല്ല, പാർലിമെന്റില് വലിയ പദവികളിലൊക്കെയിരുന്ന ആളാ. മൂപ്പരന്നേ മദിരാശീലാ താമസം. കുടുംബത്തോടെ. മൂപ്പര് കല്യാണം കയിച്ചത് ഇന്റെ വല്ലിപ്പാന്റെ മരുമോളെയാ. റാബിയമ്മായി. തറവാട്ടിലുള്ളോരെ വലിയ കാര്യാ മൂപ്പരിക്ക്. ഉമ്മായ്ത്താത്ത മരിച്ചപ്പം കുട്ട്യേക്ക് ഒരു തുണയായിക്കോട്ടേയെന്നു പറഞ്ഞ് മൂപ്പരാ എന്നോട് കൊറച്ചുദെവസം ഇവിടെ നിക്കാൻ പറഞ്ഞത്. ഇന്റെ ഉമ്മാന്റെ മംഗലം കയിഞ്ഞിട്ട് നാല്പത് ദെവസേ ആയിക്കുള്ളൂ. ഓള് കരച്ചിലേ കരച്ചില്. കുഞ്ഞാമിയും നന്നേ ചെറുത്. ഓലിക്ക് എന്നെ അന്നേ വലിയ കാര്യാ. അതുകണ്ടിട്ടാ എന്റെ ആങ്ങള മമ്മു പോക്കർവക്കീലിനോട് തഞ്ചംനോക്കി എന്റെ കല്യാണക്കാര്യം പറഞ്ഞത്. ഇന്റെ വല്ലിപ്പാക്ക് വക്കീലിനോട് വലിയ ബഹുമാനാ. ആദ്യം മടിച്ചെങ്കിലും കുട്ട്യേളെകാര്യം പറഞ്ഞപ്പളാ മൂപ്പര് സമ്മതം മൂളിയത്. ഘോഷമ്പോമൊന്നുമില്ലാതെ നിക്കാഹ് കയിച്ചു കൂട്ടിക്കൊണ്ടേന്ന്. കൊല്ലമെത്തരയായി. അന്നുമുതല് ഇതാ ഉമ്മാമാന്റെ ദുനിയാവ്. ഇനി ഇവിടന്ന് നേരെ പള്ളിപ്പറമ്പിലേക്ക് പോണോന്നാ പൂതി." ഉമ്മാമ കണ്ണു തുടച്ചു.

"ഉമ്മാന്റെ ഉമ്മ വലിയ മൊഞ്ചത്തിയാന്ന് മറീത്ത പറേന്നത് നേരാ?" ഞാൻ ചോദിച്ചു.

"അയിനെന്താം തംശം? കേളികേട്ട മൊഞ്ചത്തി. റോജാപ്പൂവിന്റെ നെറം, മുല്ലപ്പൂപ്പല്ല്, കരിനീലക്കണ്ണ്, പനങ്കുലപോലത്തെ മുടി. അതുപോലൊരു മൊഞ്ചത്തി തലശേരി നാട്ടിലെന്നല്ല അന്യദേശത്തുമില്ലെന്ന് അക്കാലത്ത് പാട്ടായിരുന്നു. അങ്ങനെ കേട്ടറിഞ്ഞിട്ടല്ലേ, വൈദ്യേരകത്തെ തറവാട്ടുകാരണവരായ ഇന്റെ വല്ലിപ്പ കല്യാണാലോചനയുമായി എത്തിയത്. മൂപ്പരാരേനും അന്ന്. ഞമ്മള് തറവാട്ടുകാര് കച്ചോടക്കാരാ. ഭൂമീം സ്വൊത്തുമൊന്നും ഞമ്മക്കില്ല. പക്കേങ്കില് തിക്കോടി നാടുമുയുമനും ഇന്റെ വല്ലിപ്പാന്റതായിരുന്നു. ഉമ്മായ്ത്താത്ത ഭാഗ്യക്കാരത്തിയാന്ന് പറയാത്തോലില്ല. നാലാങ്ങളാരിക്ക് ഒറ്റപ്പെങ്ങളാ. അടി തൊട്ടു മുടിയോളെ പൊന്നും കൊടുത്ത് കെങ്കേമമായിട്ടുതന്നെയാ ആങ്ങളമാര് പെങ്ങളെ ഇങ്ങോട്ടേക്കയച്ചത്. ഇവിടെയാണെങ്കില് രാജപദവി. പക്കേങ്കില് അനുഭവിക്കാൻ യോഗമില്ലായിരുന്നു. അള്ളാന്റെ വിധി." ഉമ്മാമ നെടുവീർപ്പിട്ടു.

"എന്റെ ഉമ്മാനെക്കാളും മൊഞ്ചുണ്ടോ ആ ഉമ്മാമക്ക്?" ഞാൻ ചോദിച്ചു.

"ഇന്റെ ഉമ്മ കാണാൻ നന്ന്. പക്കേങ്കില് ഉമ്മായ്ത്താത്താന്റെ മൊഞ്ചൊന്നും ഇന്റെ ഉമ്മാക്ക് കിട്ടീക്കില്ല. മൂപ്പത്തിന്റെ മുഖത്ത് നോക്കിയാ പെണ്ണുങ്ങമ്മാരിക്കുപോലും കണ്ണെടുക്കാൻ തോന്നൂലാ. പിന്നെ ആണുങ്ങളെ കാര്യം പറയാനുണ്ടോ. കത്തിലെങ്കുന്ന മൊഞ്ചായിരുന്നു. അക്കാലത്ത് മാറ്റാനാണുങ്ങള് പൊരന്റകത്തുവരുന്ന പതിവില്ലാന്നും കൂട്ടിക്കോളി. ഞമ്മളെ ബടയക്കണ്ടിത്തറവാട്ടിന്റെ അടുക്കളയില് ആകെ കേറുന്നത് പണിക്കാരൻ അബ്ദു മാത്രമാ. ഓന്റെ ഉമ്മാനെ ഞമ്മളെ വലിയ കാരണോര് കുപ്പായമിടീച്ച് ഇസ്‌ലാമാക്കിയതാ. ഓളെ പൊരക്കാരെല്ലാം നടപ്ദീനത്തില് മരിച്ചപ്പം ആരോരുമില്ലാതെ ഓള് തറവാട്ടില് ഇടംതേടി കേറിവന്നതാ. അങ്ങനെ ഓളെ അവിടെ താമസിപ്പിച്ച് അബ്ദൂന്റെ ഉപ്പാനെക്കൊണ്ട് മംഗലം നടത്തിക്കൊടുത്തതും മൂപ്പരാ. അബ്ദു വളർന്നത് അവിടാ. എന്നാ ഓന്റെ മുന്നിലുംകൂടി തട്ടംകൊണ്ട് മുഖം മറക്കാണ്ട് ഉമ്മായ്ത്താത്ത നിക്കൂലാ. ഇന്റെ വല്ലിപ്പയല്ലാതെ പൊറത്തുന്ന് മറ്റൊരാണ് മൂപ്പത്തീനെ കണ്ടിക്കില്ലാന്നാ എല്ലാരും പറേന്നത്. അതൊരു കാലം. ഇന്നതാ ഇങ്ങള് തലയില് തട്ടംകൂടിയില്ലാണ്ടല്ലേ സ്കൂളില് പോണത്?"

"ആര്, ഞാനോ.... ഞാൻ തട്ടം തലയിലിട്ട് ബോപ്പിന്ന് കുത്തിയിട്ടല്ലേ സ്കൂളില് പോണത്?" ഞാനെതിർത്തു.

"അത് ഇബിടന്ന്. കോയിക്കോട്ടങ്ങാടീലെത്തിയാല് ഉമ്മിന്റെ മക്കളെമാതിരി നീയും മുട്ടും മറയാത്ത പാവാടയുമിട്ട് തലതുറന്നേ നടക്കൂന്ന് എനക്കൊറപ്പാ." ഉമ്മാമ തറപ്പിച്ചു പറഞ്ഞു.

"അതു പിന്നെ പെങ്കുട്ട്യേളെ സ്കൂളാവുമ്പം അങ്ങനെ മതീന്നാ ഉമ്മിത്ത പറഞ്ഞത്."

"ഇപ്പളോ....?"

ഉമ്മാമ ചൂടായി.

"ഓളാ എല്ലാരേം വയിതെറ്റിക്കുന്ന ഇബലീസ്. ഓളെപ്പറഞ്ഞിട്ടും കാര്യല്ല. മാപ്പളാരു പറയുന്നതുപോലല്ലേ പെണ്ണുങ്ങക്ക് നടക്കാൻ പറ്റൂ. മേണ്ടാത്ത പരിഷ്ക്കാരങ്ങളെല്ലാം പൊരക്കകത്ത് എത്തിക്കുന്നത് അവുള്ള പുതിയാപ്ളയാ. തലയിൽതട്ടമിടാതെ നടക്കുന്നോരെ തലയിൽ തീയാലുള്ള കിരീടം ചൂടിക്കുമെന്നാ പടച്ചോൻ പറഞ്ഞത്."

കേട്ടതും എനിക്കു പേടിയായി. തീയാലുള്ള കിരീടംചൂടി നിന്നു കത്തുന്ന എന്നെ കിനാക്കണ്ട് എന്റെ നെഞ്ചിടിച്ചു.

"സൂറാ.... ഇന്റെ പുസ്തകങ്ങള് എടുത്ത് വെക്കണമെങ്കില് വേഗം വന്നോ."

അച്ചു മുകളിലെ കോണിപ്പിടിയിൽനിന്ന് ഉറക്കെ വിളിക്കുന്നത് കേട്ട് ഞാൻ തീയിൽനിന്ന് രക്ഷപ്പെടാനെന്നപോലെ ഉമ്മറത്തളത്തിലേക്കോടി.

ഇരുപത്തിയാറ്

അഡ്മിഷനായി ഇക്കാക്കയോടൊപ്പം പ്രോവിഡൻസ് സ്കൂളിന്റെ ഗേറ്റു കടക്കുമ്പോൾ നെഞ്ച് പടപടാന്ന് മിടിക്കുന്നുണ്ടായിരുന്നു.

"ഇവിടെ സീറ്റ് കിട്ടീലെങ്കിലോ?" പേടി ചോദ്യമായി നാവിൻ തുമ്പിലെത്തി.

"എന്നാ ഉമ്മാമന്റൊപ്പരം താമസിച്ച് പയ്യോളി സ്കൂളിൽത്തന്നെ പഠിക്കാം."

ഇക്കാക്ക പറഞ്ഞത് കേട്ട് ഞാൻ അന്തംവിട്ട് നിന്നിടത്തുനിന്നു. കുറച്ചുദൂരം ചെന്നിട്ട് മൂപ്പർ തിരിഞ്ഞുനോക്കുമ്പോൾ ഞാൻ നിന്നിടത്ത് കുറ്റിയടിച്ചതുപോലെ നില്ക്കുന്നു. കണ്ണുനിറച്ചുകൊണ്ട്.

"എന്താ....?"

അദ്ദേഹം കൈയാംഗ്യം കാണിച്ചു. ഞാൻ ബ്ളൗസിന്റെ തുമ്പുകൊണ്ട് കണ്ണീരൊപ്പി അങ്ങോട്ടു ചെന്നു.

"നിന്നെക്കൊണ്ടു തോറ്റു. ഞാൻ തമാശ പറഞ്ഞതല്ലേ. ആവൂട്ടിക്ക വിളിച്ചു പറഞ്ഞിട്ടുണ്ട്. എന്നാലും സിസ്റ്റർ ചോദ്യങ്ങൾ ചോദിക്കുമ്പോൾ കണ്ണുനിറച്ചുനില്ക്കാതെ സ്മാർട്ടായിട്ട് കാര്യങ്ങൾ പറയണം. പഠിപ്പിച്ചു തന്നതൊക്കെ ഓർമ്മയുണ്ടല്ലോ."

പരീക്ഷിക്കാനെന്നോണം മൂപ്പർ ചോദിച്ചു.

"വാട്ട് ഈസ് യുവർ നെയിം."

"മൈ നെയിം ഈസ് സുഹറാ."

അറ്റൻഷൻപോസിൽ നിന്നുകൊണ്ടായിരുന്നു എന്റെ മറുപടി.

"ഗുഡ്. ഇതുപോലങ്ങ് പറഞ്ഞാ മതി. കേട്ടല്ലോ."

അപ്പോഴേക്കും ഞങ്ങൾ ഓഫീസ് മുറി എന്ന ബോർഡെഴുതിയ മുറിയുടെ മുന്നിലെത്തിയിരുന്നു. തുറന്നിട്ട വാതിൽപ്പൊളിക്കു പുറമേ നടുവിലായി ഇരുഭാഗത്തും തുറക്കാവുന്ന രണ്ടുകണ്ണാടിപ്പൊളികൾകൂടി കണ്ടത് എനിക്കു കൗതുകമായി. അപ്പോഴാണ് പാവാടയും ബ്ളൗസും ദാവണിയും ധരിച്ച മുതിർന്നൊരു സ്ത്രീ വാതിൽക്കൽ നില്ക്കുന്നത് കണ്ടത്. ചിരി വന്നെങ്കിലും ഞാൻ ചിരിയടക്കി. പയ്യോളി സ്കൂളിൽ മുതിർന്ന ക്ളാസിൽ പഠിക്കുന്ന പെൺകുട്ടികൾ ദാവണി ചുറ്റിയത് ഞാൻ കണ്ടിട്ടുണ്ട്. കുഞ്ഞാമിനയുടെ പ്രായമുള്ള സ്ത്രീയെ ആ വേഷത്തിൽ കണ്ട് പ്രയാസപ്പെട്ടാണ് ഞാൻ ചിരിയടക്കിയത്.

"വരാൻ പറഞ്ഞിരുന്നു." ഗഫൂർ അവരോടായി പറഞ്ഞു.

"പുതിയ അഡ്മിഷനാ?" എന്നെ അടിമുടി നോക്കിക്കൊണ്ടായിരുന്നു അവരുടെ ചോദ്യം.

അതോടെ എന്റെ ചിരി മാഞ്ഞു. മുഖത്ത് വീണ്ടും ഭീതി സ്ഥാനംപിടിച്ചു.

"അഡ്മിഷനൊക്കെ നേരത്തേ കഴിഞ്ഞതാണല്ലോ. ഏതു ക്ളാസിലേക്കാ?" അവർ വീണ്ടും ചോദിച്ചു.

“ഏഴില്.” അവരുടെ ചോദ്യത്തിന് ഞാനായിരുന്നു ഉത്തരം പറഞ്ഞത്.

അവർ എന്തോ പറയാൻ തുടങ്ങുമ്പോൾ അകത്ത് മണിയടി കേട്ടു. അവർ ഉടനെ തിരക്കിട്ട് അകത്തേക്കു നടന്നു.

അല്പം കഴിഞ്ഞ് പുറത്തേക്കുവന്നിട്ടു പറഞ്ഞു

“അകത്തേക്കു ചെല്ലാൻ പറഞ്ഞു.”

“മെ ഐ കമിൻ മദർ” എന്നു ചോദിച്ചുകൊണ്ട് ഇക്കാക്ക അകത്തേക്കു കടന്നപ്പോൾ നിഴൽപോലെ ഞാനും കൂടെച്ചെന്നു.

അകത്തു കയറുമ്പോൾ എന്റെ കാലു വിറയ്ക്കുന്നുണ്ടായിരുന്നു. വാതിലിനു നേരെയുള്ള ചുമരിന്റെ നടുവിലായി തൂക്കിയിട്ട യേശുവിന്റെ പടത്തിലാണ് ആദ്യം കണ്ണു തറച്ചത്. തിരുഹൃദയം തുറന്നുപിടിച്ചുകൊണ്ട് ചുണ്ടിൽ ചിരിയുമായി സൗമ്യനായി യേശു ചുമരിലിരുന്നു എന്നെ നോക്കുന്നു.

“ഇരിക്കൂ....”

എന്ന ശബ്ദം കേട്ടിടത്തേക്ക് അറിയാതെ എന്റെ കണ്ണു പാഞ്ഞു. അതിനുമുമ്പ് ഞാൻ സിസ്റ്റർമാരെ കണ്ടിരുന്നില്ല. നിസ്ക്കാരക്കുപ്പായം പോലുള്ള വെളുത്ത നീളക്കുപ്പായമാണ് സിസ്റ്റർമാരിടുക. കറുത്ത മക്കനപോലുള്ള സ്കാർഫുകൊണ്ട് തലയും മറച്ചിരിക്കും എന്ന് സിത്താര പറഞ്ഞുതന്നിരുന്നു. കറുപ്പ് ശിരോവസ്ത്രവും വെളുത്ത ഞെരിയാണി വരെയെത്തുന്ന ഗൗണുമായിരുന്നു ഞങ്ങളുടെ സ്ക്കൂളിലെ കന്യാസ്ത്രീകൾ അക്കാലത്ത് ധരിച്ചിരുന്നത്. നീളൻമേശയ്ക്കു പിന്നിലിരിക്കുന്ന സിസ്റ്ററുടെ മുഖം മാത്രമേ എനിക്കു കാണാൻ കഴിഞ്ഞുള്ളൂ. ഉമ്മ പുറത്തേക്കിറങ്ങുമ്പോൾ ധരിക്കാറുള്ള ബുർഖയുടെ മക്കനപോലെയാണെങ്കിലും ചെവി പുറത്തുകാണുന്നവിധം പിറകിലേക്കായിരുന്നു സിസ്റ്ററുടെ ശിരോവസ്ത്രം. പച്ചവിരിയിട്ട മേശപ്പുറത്ത് അതിനുമുമ്പ് കാണാത്ത പല സാധനങ്ങളുമുണ്ടായിരുന്നു. ഉണ്ണിയേശുവിനേയും കൈയിലേന്തി നില്ക്കുന്ന മദർ മേരിയുടെ കൊച്ചുപ്രതിമയും തൊട്ടുത്തുണ്ടായിരുന്ന വലിയ ഫ്ളവർവെയ്സിലെ നറുമണമുതിരുന്ന പൂക്കളുമായിരുന്നു എന്നെ ആകർഷിച്ചത്. വലിയ മുറിയായിരുന്നു. ചുമരിനോട് ചേർന്ന് നാലഞ്ച് കണ്ണാടിയലമാരകളുണ്ട്. ചുമരിൽ യേശുവിന്റെ പടത്തിനു പുറമേ ഗാന്ധിജിയുടെയും ചാച്ചാജിയുടെയു സുബാഷ് ചന്ദ്രബോസിന്റെയും പടങ്ങളുണ്ടായിരുന്നു. പക്ഷേ യേശുവിന്റെ പടത്തിനും ചുറ്റുമുണ്ടായിരുന്ന മിന്നിക്കൊണ്ടിരിക്കുന്ന പലനിറത്തിലുള്ള വിളക്കുകൾ മറ്റു പടങ്ങളിലില്ലായിരുന്നു. മുറിക്ക് നല്ല വൃത്തിയും വെടിപ്പും അടുക്കും ചിട്ടയുമുണ്ടായിരുന്നു. ചുമരുകളിൽ പടങ്ങൾക്കു പുറമേ ബൈബിൾ വചനങ്ങളും എഴുതി ഫ്രെയിംചെയ്ത് തൂക്കിയിട്ടിരുന്നു. ഞാൻ മുമ്പുപഠിച്ച സ്കൂളുകളിലെ ഓഫീസുമുറികളേക്കാൾ പകിട്ടുള്ള മുറി. മുന്തിയ സ്കൂളാ എന്ന അവുള്ളാക്കയുടെ വാക്കുകൾ ഞാൻ പെട്ടെന്നോർത്തു.

“എന്താ കുട്ടീടെ പേര്.”

ചോദ്യം കേട്ട് ആദ്യം ഞാനൊന്നു പകച്ചു. ഗഫൂർക്കയുടെ മുഖ

ത്തേക്കു നോക്കി. പേരു പറയൂ എന്ന മട്ടിൽ മൂപ്പർ കണ്ണുകൊണ്ട് ആംഗ്യം കാണിച്ചു.

ഞാൻ ധൈര്യം സംഭരിച്ചു പറഞ്ഞു. “മൈ നെയിം ഈസ് സുഹറാ.”

“അത്യാവശ്യം ഇംഗളീഷൊക്കെ അറിയാമല്ലോ. ഇംഗ്ലീഷ് മീഡിയത്തിൽ അഡ്മിഷൻ തരട്ടെ. മലയാളം മീഡിയത്തിൽ കുട്ടികൾ കൂടുതലാ. ഏഴാംക്ലാസ് അഞ്ചു ഡിവഷനുണ്ട്. ഓരോന്നിലും നാല്പതുകുട്ടികൾ വീതമാ ഉള്ളത്. ഇംഗ്ലീഷ് മീഡിയം പുതുതായി തുടങ്ങിയതുകാരണം കുട്ടികൾ കുറവാ. വി. അബ്ദുള്ള സാഹിബ് വിളിച്ചു പറഞ്ഞതുകൊണ്ട് തരാതിരിക്കാനും നിവൃത്തിയില്ല. ഇംഗ്ളീഷ് മീഡിയത്തിലായിക്കോട്ടെ. എന്താ സുഹറാ.....? സമ്മതിച്ചോ.”

ഗഫൂർക്കയുടെ മുഖത്തേക്കു നോക്കി മിണ്ടാതെ നില്ക്കാനേ എനിക്കു കഴിഞ്ഞുള്ളൂ. ഇംഗ്ളീഷിൽ കവിതകളും ചോദ്യോത്തരങ്ങളും കാണാതെ പഠിച്ച് എഴുപതുമാർക്കു നേടാൻ ഞാൻ പെടുന്നപാട് സിസ്റ്ററോട് എങ്ങനെ പറയും.

“ഇതുവരെ പഠിച്ചത് മലയാളം മീഡിയത്തിലാ. നാട്ടിലെ സ്കൂളിൽ. എല്ലാ സബ്ജക്റ്റ്സും ഇംഗ്ളീഷിൽ വേണ്ടേ പഠിക്കാൻ. ബുദ്ധിമുട്ടായിരിക്കും.” ഇക്കാക്ക ഭവ്യതയോടെ പറഞ്ഞു.

“ഒരുകൊല്ലം തോറ്റാലും വേണ്ടൂലാന്നേ. ഭാവിയിലുപകരിക്കും.” സിസ്റ്റർ.

“എനിക്കു തോക്കണ്ട.” ഞാൻ ഒന്നും ഓർക്കാതെ പെട്ടെന്നങ്ങു പറഞ്ഞുപോയി.

സിസ്റ്റർ ചെറുചിരിയോടെ എന്നെ നോക്കിയിട്ടു പറഞ്ഞു. “കൊള്ളാം ആ സ്പിരിറ്റെനിക്കിഷ്ടമായി. എവിടെയും തോല്ക്കരുത്.”

എന്നു പറഞ്ഞുകൊണ്ട് സിസ്റ്റർ കൈയെത്തുന്നിടത്തുണ്ടായിരുന്ന ബെല്ലിൽ വിരലമർത്തി. കേൾക്കാൻ കാത്തിരുന്നതുപോലെ നേരത്തേ വാതിൽക്കലുണ്ടായിരുന്ന ദാവണിക്കാരി അവിടെയെത്തി.

“മേരീ, ന്യൂ അഡ്മിഷനാ. ഓഫീസ് റൂമിൽ കൂട്ടിക്കൊണ്ടുപോയ്ക്കോളൂ.” എന്നിട്ട് ഇക്കാക്കയോട് ചോദിച്ചു:

“സർട്ടിഫിക്കറ്റുകളെല്ലാം കൊണ്ടുവന്നിട്ടില്ലേ. ഇന്നുതന്നെ ചേരുകയല്ലേ.”

“അതേ, എല്ലാം കൊണ്ടുവന്നിട്ടുണ്ട്.” ഇക്കാക്ക പറഞ്ഞു.

“എന്നാ ചെന്ന് ഫീസടച്ച് ജോയിൻ ചെയ്തോളൂ. പച്ചപ്പാവാടയും ക്രീം ബ്ളൗസുമാണ് യൂനിഫോം. മുട്ടുവരെയുള്ള പാവാട. കോളറുള്ള ബ്ലൗസ്. സ്കൂൾ തുറന്ന് ഒന്നോ രണ്ടോ ദിവസം കളർ ഡ്രസ്സിടാം. അതു കഴിഞ്ഞാൽ നിർബ്ബന്ധമായും എന്നും യൂനിഫോമിടണം. മുടി രണ്ടുഭാഗത്ത് പിന്നിയിട്ട് പച്ച റിബൺ കെട്ടണം. ഇവിടെ എല്ലാത്തിനും നിയമങ്ങളുണ്ട്. അത് അനുസരിച്ചുവേണം വരാൻ. അസംബ്ളി തുടങ്ങുന്നതിനുമുമ്പ് എന്നും സ്കൂളിലെത്തണം. ബാക്കി കാര്യങ്ങൾ മേരി പറഞ്ഞു

തരും. പ്രോവിഡൻസ് സ്കൂളിലെ കുട്ടിയാണെന്നു വേഷവും പെരുമാറ്റവും കണ്ടാൽ തിരിച്ചറിയണം. ശരി പോയ്ക്കോളൂ."

"താങ്കു യൂ മദർ. ഇക്കാക്ക പറഞ്ഞത് കേട്ടു ഞാനും ആവർത്തിച്ചു. താങ്ക് യൂ മദർ."

ഇക്കാക്കയുടെ മുഖം തെളിഞ്ഞു.

മദറിന്റെ മുറിക്കുതൊട്ടുള്ള മുറിയായിരുന്നു ഓഫീസ്. ആ മുറിയിൽനിന്ന് ഓഫീസിലേക്കു വാതിലുണ്ടായിരുന്നെങ്കിലും ഞങ്ങൾ പുറത്ത് വരാന്തയിലുള്ള വാതിലിലൂടെയായിരുന്നു അകത്തേക്ക് ചെന്നത്. നെഞ്ചോളം ഉയരത്തിൽ കൗണ്ടർ കെട്ടി മുറി രണ്ടായി വീതിച്ചിട്ടുണ്ട്. കൗണ്ടറിനു പിന്നിൽ നീണ്ട മേശയ്ക്കു പിന്നിൽ ഒരു സിസ്റ്ററും രണ്ടു സാരിക്കാരികളുമുണ്ടായിരുന്നു. കാണാൻ ഭംഗിയുള്ള സാരിയുടുത്ത സ്ത്രീയുടെ മുന്നിൽ ടൈപ്പ്റൈറ്റർ. അവർ തല ഉയർത്താതെ അരികിലുള്ള കടലാസിലെഴുതിയത് ടൈപ്പ് ചെയ്തുകൊണ്ടിരുന്നു. മേരിയെന്നു ഹെഡ്മിസ്ട്രസ് വിളിച്ച് ദാവണിക്കാരി അകത്തുകൂടി അപ്പോഴേക്ക് ഓഫീസിലെത്തിയിരുന്നു. അവർ കൗണ്ടറിനകത്തും ഞങ്ങൾ പുറത്തുമായിരുന്നു. അവർ എന്തോ പറഞ്ഞപ്പോൾ കൗണ്ടറിലുണ്ടായിരുന്ന സിസ്റ്റർ ഒരു പേപ്പർ ഇക്കാക്കയ്ക്ക് നീട്ടി. അദ്ദേഹം കൗണ്ടറിനു മുന്നിൽച്ചെന്ന് അതു പൂരിപ്പിച്ചുകൊണ്ടിരിക്കുന്നതിനിടയിൽ ഞാൻ വരാന്തയിലിറങ്ങി നിന്ന് ചുറ്റും നോക്കി. സാമാന്യം നീളവും വലിപ്പവുമുള്ള ഇരുനിലകെട്ടിടത്തിനു പുറമേ പിറകുവശത്തായി എൽഷെയിപ്പിൽ മറ്റു രണ്ടുകെട്ടിടങ്ങൾ കൂടിയുണ്ട്. പ്രധാനകെട്ടിടത്തിന്റെ മുകളിലെ വരാന്തയ്ക്ക് സിൽവർച്ചായംപൂശിയ ഗ്രിൽ. ജനലുകൾക്കും വാതിലുകൾക്കും പച്ചച്ചായം. കെട്ടിടത്തിനു മുൻവശത്തായി വിശാലമായ മുറ്റം. ഗേറ്റും അതിനു തൊട്ടടുത്തുള്ള പള്ളിയുടെ മുഖപ്പും അവിടെനിന്നാൽ കാണാം.

മുറ്റത്ത് വലിയൊരു തണൽമരം. വരാന്തയുടെ അരികുചേർന്ന് പല നിറങ്ങളുള്ള ഇലകളോടുകൂടിയ ബുഷുകൾ. ബുഷുകൾക്കിടയിൽ ചെത്തിയും തെച്ചിയും. നടുമുറ്റത്ത് ബാസ്ക്റ്റ്ബോൾ കോർട്ടും ബാറ്റമിന്റൻ കോർട്ടും. സ്കൂൾ ഗേറ്റിനിരുവശത്തും പൂത്തുലഞ്ഞു നില്ക്കുന്ന വെള്ളയും ചുവപ്പും ബോഗെയിൻ വില്ലപ്പൂക്കൾ. ഇനി ഇതെല്ലാം എന്റെ സ്വന്തം എന്ന മട്ടിൽ ഞാൻ ചുറ്റും അഭിമാനത്തോടെ നോക്കിക്കൊണ്ടിരിക്കുമ്പോൾ ഇക്കാക്ക തോളിൽതട്ടി വിളിച്ചു.

"അഡ്മിഷനായി. ബാ പോവാം."

എനിക്കു പോകാൻ തീരെ മനസ്സില്ലായിരുന്നു. അന്നുതന്നെ സ്കൂള് തുറന്നെങ്കിലെന്ന് ആശിച്ചുനില്ക്കുമ്പോൾ മേരിച്ചേച്ചി വന്നു പറഞ്ഞു.

"അടുത്താഴ്ച സ്ക്കൂൾ തുറക്കും. യൂനിഫോം ഇപ്പോഴേ തയ്പ്പിച്ചോളൂ. വരൂ, ക്ളാസുമുറി കാണിച്ചു തരാം. സ്കൂള് തുറക്കുന്ന അന്ന് ക്ളാസുമുറികാണാതെ ഉഴറണ്ടല്ലോ. ഏഴ് ബിയാണ് കുട്ടിയുടെ ക്ലാസ്."

"നീ പോയി കണ്ടിട്ട് വാ. ഞാൻ ഗേറ്റിനടുത്ത് നില്ക്കാം."

ഇക്കാക്ക പറഞ്ഞപ്പോൾ ഞാൻ ഉത്സാഹത്തോടെ മേരിച്ചേച്ചിയുടെ

പിറകേ നടന്നു. പിറകിലുള്ള കെട്ടിടത്തിലായിരുന്നു എന്റെ കളാസ്. പ്രധാന കെട്ടിടത്തിന്റത്രയും പകിട്ടില്ലായിരുന്നെങ്കിലും പയ്യോളിസ്ക്കൂളുമായി താരതമ്യപ്പെടുത്തുമ്പോൾ വളരെ ഭേദപ്പെട്ടതായിരുന്നു. ഓടുമേഞ്ഞ മേൽക്കൂരയ്ക്ക് നല്ല ഉയരം. രണ്ടുവശത്തും ജനലുകൾ. വരാന്തയിലൂടെയാണ് ഞങ്ങൾ നടന്നത്. കളാസ്മുറികൾ പൂട്ടിക്കിടക്കുകയായിരുന്നു. കണ്ണാടിജ്ജനലിലൂടെ ഞാൻ അകത്തേക്കു നോക്കി. നീണ്ട ബെഞ്ചുകൾക്കും ഡെസ്ക്കുകൾക്കും പകരം ഓരോരുത്തർക്കും കസേരയും അടപ്പുള്ള കൊച്ചുഡസ്ക്കുകളും കണ്ട് എന്റെ ഉത്സാഹം ഇരട്ടിച്ചു.

"അവനവന്റെ ഡസ്ക്കുകൾക്ക് നിങ്ങക്ക് പൂട്ടിടാം. എല്ലാ ബുക്കുകളും എന്നും വീട്ടിൽ കൊണ്ടുപോവേണ്ട കാര്യമൊന്നുമില്ല. ഹോംവർക്ക് ചെയ്യാനുള്ളതുമാത്രം കൊണ്ടുപോയാൽ മതി. വർക്കിട്ടീച്ചറായിരിക്കും നിങ്ങളുടെ ക്ളാസ്ടീച്ചർ. ഭയങ്കരദേഷ്യക്കാരിയാ. നിയമം തെറ്റിച്ചാ അടി ഉറപ്പാ."

വരാന്തയുടെ അറ്റത്തുചെന്നു നിന്നിട്ട് മേരിച്ചേച്ചി കിഴക്കോട്ട് കൈചൂണ്ടിക്കാണിച്ചിട്ടു പറഞ്ഞു: "ഗേറ്റു കടന്നാലുടൻ കാണുന്ന ആ വലിയ കെട്ടിടമാണ് ചാപ്പൽ. മിക്ക കുട്ടികളും രാവിലെ പള്ളിയിൽ കയറി പ്രാർത്ഥിച്ചിട്ടാ ക്ളാസിലെത്തുക."

"പെങ്കുട്ടികൾക്ക് അകത്ത് കയറാമോ....?" ഞാൻ സംശയത്തോടെ ചോദിച്ചു."

തിക്കോടിയിലുള്ള ഞങ്ങളുടെ കുടുംബവക പള്ളിയിൽ സ്ത്രീകൾക്ക് പ്രവേശനമുണ്ടായിരുന്നില്ല. പള്ളിമുക്രി കുഞ്ഞമ്മോട്ടി സീതി ഒരുദിവസം ആരുമില്ലാത്ത സമയത്ത് ഉമ്മയുടെ അഭ്യർത്ഥനമാനിച്ച് ഞങ്ങളെ എല്ലാവരേയും അകത്തു കയറ്റി പള്ളി കാണിച്ചിരുന്നു. ഇമാം ഖുതുബ നടത്തുന്ന മിമ്പറം കൊത്തുപണി ചെയ്തതായിരുന്നു. ഇമാമിന്റെ വാളും സീതി കാണിച്ചു തന്നിരുന്നു.

"പിന്നെന്താ? ഞങ്ങളുടെ പള്ളിയിൽ എല്ലാവർക്കും കയറാം, പ്രാർത്ഥിക്കാം. ജാതിയും മതവുമൊന്നും അവിടെ പ്രശ്നമില്ല. ഇനി നിന്നാൽ ശരിയാവില്ല. മദർ അവിടെ വിളി തുടങ്ങിയിട്ടുണ്ടാവും. അതാ നിന്റെ ബ്രദർ ഗേറ്റിനടുത്ത് കാത്തുനില്ക്കുന്നുണ്ട്. അങ്ങോട്ടു ചെന്നോളൂ." എന്നു പറഞ്ഞ് മേരിച്ചേച്ചി പൊടുന്നനെ അപ്രത്യക്ഷയായി. ഒറ്റക്കായപ്പോൾ പതിവ് ഭയം എന്നെ പൊതിഞ്ഞു. നെഞ്ചിടിപ്പോടെ പള്ളിവരാന്തയിൽനിന്ന് ചുറ്റും കണ്ണോടിച്ചു. പള്ളിമുറ്റത്തെ ഗ്രോട്ടയുടെ മുന്നിൽനിന്ന് ഗഫൂർക്ക കൈമാടി വിളിക്കുന്നത് കണ്ട് ഞാൻ ധൃതിയിൽ മുറ്റത്തേക്കിറങ്ങി. ഇക്കാക്കയെ ലക്ഷ്യംവച്ചു ഉത്സാഹത്തോടെ നടന്നു. ഗേറ്റിനോട് ചേർന്നായിരുന്നു പള്ളിയുടെ മുഖപ്പ്.

എന്റെ മുഖത്തെ തിളക്കം കണ്ടിട്ടാകാം ഗഫൂർക്ക ചോദിച്ചു

"സ്കൂളിഷ്ടമായോ നിനക്ക്?"

"ഓ.....!"

ഇരുപത്തിയേഴ്

സ്കൂളിൽ നിന്ന് നേരെ ചേവായൂരുള്ള ഉമ്മിത്തയുടെ വീട്ടിലാണ് ഞങ്ങളെത്തിയത്. അപ്പോഴേക്കും ക്രിസ്ത്യൻ കോളേജ് സ്ക്കൂളിൽ എട്ടിൽ ചേർന്ന് അച്ചുവും അവിടെയെത്തിയിരുന്നു. ഞങ്ങളെല്ലാവരും രാവിലെ ഒരുമിച്ചാണ് വെള്ളയിൽ സ്റ്റേഷനിൽ തീവണ്ടിയിറങ്ങിയത്. അച്ചു കുഞ്ഞീക്കയോടൊപ്പം ക്രിസ്ത്യൻകോളേജ് സ്ക്കൂളിലേക്ക് പോവുകയായിരുന്നു.

അവിടന്ന് പതിനൊന്നുമണിയോടെ ഞങ്ങൾ ഉമ്മിത്തയോടൊപ്പം കോഴിക്കോട് ടൗണിലുള്ള കൊളംബോ സ്റ്റോർസിൽച്ചെന്ന് എനിക്കുള്ള യൂനിഫോമിന്റെ തുണിയും വാങ്ങിയാണ് കാറിൽ തിക്കോടിക്കു പുറപ്പെട്ടത്. അച്ചുവും എന്നോടൊപ്പം പിൻസീറ്റിലുണ്ടായിരുന്നെങ്കിലും അന്ന് പതിവുപോലുള്ള വാക്കുതർക്കങ്ങളൊന്നും ഞങ്ങൾ തമ്മിലുണ്ടായില്ല. രണ്ടുപേരും കോഴിക്കോടൻ ചിന്തയിൽ വ്യാപൃതരായിരുന്നു. ഉമ്മിത്ത ഗഫൂർക്കയോട് മദിരാശിവിശേഷങ്ങൾ ചോദിക്കുമ്പോൾ എന്റെ കാത് ഞാൻ അങ്ങോട്ടേക്ക് തിരിച്ചുവയ്ക്കാൻ മറന്നില്ല. തിക്കോടിയിലെത്തുമ്പോൾ ഉച്ചനമസ്കാരത്തിനുള്ള ളൊഹറ്ബാങ്കു കൊടുക്കുന്നുണ്ടായിരുന്നു. ഉമ്മിത്തയ്ക്കിഷ്ടമുള്ള കറികളൊക്കെ ഒരുക്കി ഉമ്മ കാത്തിരിക്കുന്നുണ്ടായിരുന്നു. നമസ്കാരവും ഊണും കഴിഞ്ഞ് ഉമ്മയും ഉമ്മിത്തയും ഉമ്മയുടെ പകൽമുറിയിൽ സഭകൂടിയപ്പോൾ ഞാനും ചേർന്നു.

ഉമ്മ നിസ്ക്കാരബെഞ്ചിൽ തുറന്നുവെച്ച വെറ്റിലപ്പെട്ടിയിൽനിന്ന് തളിർവെറ്റില തെരഞ്ഞെടുത്ത് ചുണ്ണാമ്പുതേച്ച് അടയ്ക്കാക്കഷണങ്ങൾ അതിൽവെച്ച് തെറുത്ത് വായിലിട്ടു. ഒരു ചെറിയ സ്റ്റീൽ അളുക്ക് തുറന്നപ്പോൾ വാസനപ്പുകയിലയുടെ മണം മൂക്കിലടിച്ചു. ഉമ്മ ഒരുനുള്ള് പുകയിലയെടുത്ത് വായിലിട്ടതു കണ്ട് ഹരംപിടിച്ചിട്ടെന്നപോലെ ഉമ്മിത്തയും ഒരു വെറ്റിലയെടുത്ത് ചുണ്ണാമ്പു തേയ്ക്കാൻ തുടങ്ങി. അതു കണ്ട് ഞാനുമൊരു വെറ്റിലയെടുത്തപ്പോൾ ഉമ്മ താക്കീതു ചെയ്തു.

“അവിടെ വെക്കടീ. നാവു പൊള്ളും.” എന്നിട്ട് ഉമ്മിത്തയോടായി പറഞ്ഞു. “പോയില കൂട്ടണ്ട. ചൊരുക്കും.”

ഉമ്മിത്ത അടക്കയ്ക്കു പകരം സ്റ്റീൽ അളുക്കിൽനിന്ന് അശോകപ്പാക്കെടുത്ത് പൊട്ടിച്ചപ്പോൾ ഞാൻ കൈനീട്ടി. ഉമ്മിത്ത കുറച്ച് കൈവെള്ളയിലിട്ടുതന്നു. ബാക്കിവെറ്റിലയിൽ ചുരുട്ടി വായിലിട്ടിട്ട് പറഞ്ഞു:

“ഇങ്ങള് വെറ്റിലടക്കതിന്നുന്നത് കാണുമ്പോ ഒരു ഹരത്തിനാ ഞാനും തിന്നുന്നത്. ആവൂട്ടിക്ക കണ്ടാൽ കോളാകും.”

“മേണ്ടാത്തതൊന്നും ശീലാക്കാത്തതാ നല്ലത്. ചെന്നിക്കുത്തിന് നല്ലതാന്നും പറഞ്ഞ് എളാമയാ എന്നെ വെത്തിലടക്ക തിന്നാൻ പഠിപ്പിച്ചത്. അക്കാലത്ത് വെത്തിലയും അടക്കയും കുന്നോളമല്ലേ കുടിയാന്മാര് കൊണ്ടേരുന്നത്.” എന്നുപറഞ്ഞുകൊണ്ട് ഉമ്മ കൈവിരൽ ചുണ്ടത്ത് വെച്ച് കോളാമ്പിയിലേക്കു തുപ്പി. നല്ല ചോരയുടെ നിറം. ഉമ്മിത്തയും

ഉമ്മയെ അനുകരിച്ചു തുപ്പിയിട്ട് നിസ്കാരബെഞ്ചിലിരുന്ന് സംസാരം തുടങ്ങി.

"സോറാന്റെ യൂനിഫോമിന്റെ തുണി ഞാൻ വാങ്ങിക്കൊണ്ടെന്നിട്ടുണ്ട്. ഇവിടന്നു തുന്നിച്ചാ മതിയോ?"

"ഓളെ പാവാടയും ബ്ളൗസും നെരത്തുമ്മലുള്ള തുന്നക്കാരൻ ചാത്തുവാ എന്നും തുന്നുന്നത്. ആടെ കൊടുത്താ പോരേ?" ഉമ്മ.

"ചാത്തു തുന്നിയാ ശരിയാവൂലാ. അരപ്പാവാടയാ. ബ്ളൗസിന് കോളറും വേണം."

ഞാനിടപെട്ടു.

"അരപ്പാവാടയോ....? അതൊന്നും പറ്റൂലാ. ബാല്യംതികഞ്ഞ പെങ്കുട്ട്യേള് കാലു കാണിക്കുന്നത് ഞമ്മക്ക് ഹറാമാ. ഇങ്ങളെന്തു പറഞ്ഞാലും ഞാൻ സമ്മയിക്കൂലാ. അങ്ങനാണെങ്കില് ഓളിനി പഠിക്കണ്ട."

പന്ത്രണ്ട് വയസ്സായ എന്നെക്കുറിച്ചുള്ള ഉമ്മയുടെ സംസാരം കേട്ട് എന്റെ ഉള്ളം പിടച്ചു.

"ഉമ്മാ....." എന്റെ സ്വരം വിറച്ചു.

"സ്കൂൾ യൂനിഫോമിടാതെ ചെന്നാ ക്ലാസിൽ കയറ്റൂലുമ്മാ. അതാ അവിടത്തെ നിയമം." ഉമ്മിത്ത.

"എന്നാ ബേറെ സ്കൂളില് ചേർത്തോ. മദാമ്മാരെ സ്കൂളില് ഓളെ ഞാനയക്കുന്നില്ല." ഉമ്മയുടെ സ്വരം കടുത്തു.

"ഇത്തര നല്ല പെൺകുട്ടികളുടെ സ്കൂള് കോഴിക്കോട്ട് വേറെയില്ല. പെങ്കുട്ട്യേള് മാത്രം പഠിക്കുന്ന സ്കൂളാ. ആൺതരിക്ക് അങ്ങോട്ടു പ്രവേശനമില്ല. കാറിലാണ് സ്കൂളില് പോണതും വരണതും. ഓളിപ്പം വലിയ കുട്ടി ആയിക്കില്ലാലോ ഉമ്മാ. എട്ടു കഴിഞ്ഞാ ഫുൾപാവാട ഇടുകയും ചെയ്യാം. പിന്നെന്താ?"

"അതെല്ലാം നേരുതന്നെ. പെങ്കുട്ട്യേള് പ്രായം തികയാൻ ഏറെ നേരം വേണ്ട. അള്ളാന്റെ മുന്നില് കുറ്റക്കാരിയാകുന്നതൊന്നും ഞാൻ ചയ്യൂലാ."

ഉമ്മ കർക്കശമായിത്തന്നെ പറഞ്ഞു.

"എന്നാ ഞാൻ മദറിനോടൊന്നു പറഞ്ഞുനോക്കട്ടെ. ചില മുസ്ലിം പെൺകുട്ടികൾ പ്രത്യേക പെർമിഷൻ വാങ്ങി പൈജാമയും കുപ്പായവും ഇടുന്നുണ്ടെന്ന് റാവി പറയുന്നത് കേട്ടു." ഉമ്മിത്ത.

"ഇപ്പളെന്തായി? എല്ലാരും ഇന്നെപ്പോലെ മദാമ്മാരാവൂലാ. ഇഞ്ഞി അവുള്ളപ്പിയാപ്ളപ്പന്റൊപ്പരംകൂടി തനി മദാമ്മയായി. സാരിത്തലപ്പ് തലയിലിടാണ്ടല്ലേ നടപ്പ്. മംഗലം കയീന്നതുവരെ ഇസ്ളാമിയത്തിലാ ഞാൻ വളർത്തിയത്. നാളെ മഅശറയിൽച്ചെന്നാൽ ഇങ്ങളെ ഇങ്ങനെ നടത്തിയതിനുള്ള ശിക്ഷ ഇങ്ങളെ പിയ്യാപ്ലമാരനുഭവിക്കട്ടെ. തല മറയ്ക്കാതെ നടക്കുന്നവരെ വിചാരണനാളിൽ തീയാലുള്ള കിരീടം ചൂടിക്കുമെന്നാ കുഞ്ഞായൻ മൊയില്യാര് വഅള് പറഞ്ഞത്."

കേട്ടപ്പോൾ ഉമ്മിത്ത സാരിത്തലപ്പുകൊണ്ട് തലമറച്ചു. ഉടനെ അത് താഴെ വീഴുകയും ചെയ്തു. അതുകണ്ട് ഉമ്മ പറഞ്ഞു:

“അച്ഛനിച്ഛിച്ചതും പാല് വൈദ്യൻ കല്പിച്ചതും പാല്. കിയാമത്തിന്റെ അലാമത്തെന്നേ ഞാൻ പറയൂ.”

കൈയിൽ യൂനിഫോമിന്റെ പച്ചപ്പാവാടത്തുണിയും പിടിച്ച് ഞാനപ്പോഴും വിങ്ങലിന്റെ വക്കിലായിരുന്നു.

“ആദ്യ ആഴ്ച മാത്രേ കളർ ഡ്രസ്സിടാൻ പാടുള്ളൂ എന്ന് മദർ പ്രത്യേകം പറഞ്ഞതാ. സ്ക്കൂള് തൊറക്കാൻ ഇനി അധികദിവസമില്ല. എന്റെ യൂനിഫോം തുന്നിക്കിട്ട്വോ....?”

തൊണ്ടയിടറിക്കൊണ്ടായിരുന്നു എന്റെ ചോദ്യം.

“തൊട്ടതിനും പിടിച്ചതിനും കണ്ണുനിറക്കുന്ന പതിവ് നിർത്തുന്നതാ സൂറാ ഇനിക്ക് നല്ലത്.” ഉമ്മയുടെ താക്കീത്.

“യൂനിഫോം രണ്ടീസത്തിനകം കിട്ടീലെങ്കില് പൊന്നാരുമ്മാ എനക്ക് സ്കൂളില് പോകാൻ പറ്റൂലാ.” ഞാൻ കരച്ചിലടക്കി പറഞ്ഞു.

“നീയൊന്ന്ടങ്ങ് സോറാ. ഞാൻ മറിയടീച്ചറോട് വരാൻ പറഞ്ഞിട്ടുണ്ട്. ഒറ്റദിവസംകൊണ്ട് ടീച്ചറ് ഇന്റെ യൂനിഫോം തുന്നിത്തരും.”

മറിയട്ടീച്ചറെ എനിക്കുമറിയാം. എളാമയുടെ വീട്ടിലെ സ്ഥിരം തുന്നൽക്കാരിയാണ്. ഞാൻ സ്കൂളടപ്പിനു ചെല്ലുമ്പോൾ മറിയട്ടീച്ചറെക്കൊണ്ടാണ് എളാമ എനിക്ക് പാവാടയും ബ്ളൗസും തുന്നിച്ചുതരുന്നത്. മെഷീൻ ചലിക്കുന്നതിനൊപ്പം ടീച്ചറുടെ നാവും ചലിച്ചുകൊണ്ടേയിരിക്കും. കോട്ടയംകാരിയായ മറിയട്ടീച്ചർ ഇപ്പോൾ ഏറെക്കാലമായി കോഴിക്കോട്ടാണ് താമസം. അനിയത്തിയോടൊപ്പം. അനിയത്തിയുടെ ഭർത്താവ് കോഴിക്കോട്ടുകാരനായിരുന്നു. അൻപത് വയസ്സായിട്ടും ടീച്ചർ കല്യാണം കഴിച്ചിട്ടില്ലെന്നത് എനിക്ക് അതിശയമായിരുന്നു. പതിനഞ്ചു തികയുന്നതിനുമുമ്പ് പെൺകുട്ടികൾ വിവാഹം കഴിഞ്ഞിരിക്കണം എന്ന് ഉമ്മയും ഉമ്മാമയും നിത്യവും പറയുന്നത് കേട്ടു വളർന്നതുകൊണ്ടാവാം അവിവാഹിതയായ മറിയട്ടീച്ചർ എനിക്ക് അതിശയമായത്.

“മറിയട്ടീച്ചറെപ്പോലെ ഞാനും കല്യാണം കഴിക്കില്ല.” ഒരിക്കൽ പറഞ്ഞപ്പോൾ ഉമ്മ കുറച്ചൊന്നുമല്ല ചൂടായത്.

“തലതിരിഞ്ഞ വർത്താനമല്ലാതെ നിന്റെ വായിന്ന് വരൂലാ. മൂധേവി. എന്തറിഞ്ഞിട്ടാ നീയിങ്ങനെ ഓരോന്ന് പറയുന്നത്. പെണ്ണുങ്ങളെ അള്ള പടച്ചത് ആണിനൊതുങ്ങി ജീവിക്കാനാ. മംഗലം കയിക്കാണ്ട് എങ്ങനാണെ ഇദ്ദുനിയാവില് കയിഞ്ഞുകൂടുന്നത്?”

“മറിയട്ടീച്ചർ സ്വന്തമായി പണിയെടുത്ത് ജീവിക്കുന്നില്ലേ. ടീച്ചറുടെ അനിയത്തിയേയും മക്കളേയും ടീച്ചർ പണിയെടുത്താണ് പോറ്റുന്നത്. അവനവനൊരു വരുമാനമാർഗ്ഗമുണ്ടെങ്കില് ആണുങ്ങളെ പേടിക്കാതെ ജീവിക്കാമെന്നാണല്ലോ ടീച്ചർ പറയുന്നത്.” ഞാൻ വാദിച്ചു.

“നല്ല കാര്യങ്ങളൊന്നും ഇന്റെ തലയിൽ കേറൂലാ. മേണ്ടാത്തത് ആരു പറഞ്ഞാലും ഇഞ്ഞിയത് മനസ്സില് പതിച്ചിടും. മറിയട്ടീച്ചറ് തുന്നുമ്പം വായുംപൊളിച്ച് മുന്നിലിരുന്നോളും. ഓളാണെങ്കിലോ

മേണ്ടതും മേണ്ടാത്തതും കുട്ട്യേക്ക് പറഞ്ഞുകൊടുക്കൂം ചെയ്യും. ഇന്നെ ഓളുമായിട്ട് അടുപ്പിക്കരുതെന്ന് ഞാൻ കുഞ്ഞാമിനോടു പറയും."

ഉമ്മ വേവലാതിയോടെയാണ് പറഞ്ഞത്.

മറിയട്ടീച്ചറ്ക്കറിയാത്ത ലോക കാര്യങ്ങളില്ല. ചട്ടയും മുണ്ടും മാറത്തൊരു മൽമൽ മേൽമുണ്ടുമാണ് ടീച്ചറുടെ വേഷം. നേരിയ വോയിൽ മേൽമുണ്ടിന്റെ അരികിൽ പൂക്കൾ തുന്നിപ്പിടിപ്പിച്ചിട്ടുണ്ടാകും. വീട്ടിലെത്തിയാലുടൻ മേൽമുണ്ട് ചുളിവരാതെ മടക്കി തയ്യൽമെഷീനു മുകളിലുള്ള ഹാംഗറിൽ കൊളുത്തിയിടും. അപ്പോഴാണ് പിറകിലെ ഞൊറി ഞാൻ കണ്ടത്. വിശറിപോലൊരുവാല് കണ്ട് ഞാനാദ്യം അന്തംവിട്ടുപോയി. ഇതെങ്ങനെ ഉടുക്കുന്നു എന്നും അതിശയിച്ചു. ടീച്ചർതന്നെ ഒരിക്കലതു കാണിച്ചുതന്നു.

എളാമ ടീച്ചറെക്കൊണ്ട് വട്ടയപ്പവും ബീഫ് ഉലർത്തിയതും വെയ്പ്പിക്കാറുണ്ട്. ടീച്ചർ ഒന്നാന്തരം നെയ്യപ്പവും ഉണ്ടാക്കും. അതിനെക്കാളെല്ലാം എനിക്കിഷ്ടം ടീച്ചറുടെ കോട്ടയംകഥകളാണ്. കോട്ടയം വിട്ടുപോന്നിട്ട് വർഷങ്ങളായെങ്കിലും കോട്ടയം നസ്രാണിഭാഷയിലാണ് ടീച്ചർ സംസാരിക്കുന്നത്.

"കൊച്ചിനറിയാമോ, എന്റെ അപ്പൻ ഏറെ പാടുപെട്ടിട്ടാ ഞങ്ങളെ വളർത്തിയത്. അക്കാലത്ത് കോട്ടയത്തെ നസ്രാണിമാർ ഒന്നടങ്കം മലവാറിലോട്ട് കുടിയേറിയിട്ടും അപ്പൻ സ്വന്തം നാടുവിടാൻ കൂട്ടാക്കിയില്ല. അന്ന് വയനാട്ടിലെങ്ങാനും ഇച്ചിരെ മണ്ണ് വെട്ടിപ്പിടിച്ച് കൃഷിയെറക്കീരുന്നെങ്കില് ഞാനിന്നങ്ങനെ ഒറ്റാന്തടിയായി തയ്യൽമെഷീനുമുന്തി ജീവിക്കേണ്ടി വരത്തില്ലായിരുന്നു." ആത്മഗദംപോലെയാണ് ടീച്ചറുടെ വർത്തമാനം.

"അപ്പം ഒറ്റക്ക് ജീവിക്കുന്നത് ടീച്ചർക്ക് ഇഷ്ടല്ലാന്നാണോ?" എന്റെ സംശയം അപ്പോഴേക്കു ചോദ്യമാവും.

"ചെറുപ്പത്തിന്റെ ചോരത്തിളപ്പിൽ അതാ നല്ലതെന്നൊക്കെ തോന്നും. പ്രായംചെല്ലുമ്പോ ഒരു കൂട്ടുവേണോന്ന് ആരും മോഹിച്ചു പോകും കൊച്ചേ. ദൈവം തമ്പുരാൻ അവന്റെ നീതി നടപ്പാക്കുമ്പം നമുക്ക് എന്നാ ചെയ്യാൻ സാധിക്കും?"

"എനക്ക് ടീച്ചറെപ്പോലെ ഒറ്റക്ക് ജീവിക്കാനാ ഇഷ്ടമെന്ന് പറഞ്ഞതിന് ഉമ്മ എമ്പാടു ചീത്ത പറഞ്ഞു." ഞാൻ പറഞ്ഞു.

"അങ്ങനത്തെ അറമ്പറ്റിയ വാക്കുകളൊന്നും പറയല്ലേ കൊച്ചേ. ടീച്ചർക്ക് ഗതിയില്ലാഞ്ഞിട്ടാ ഇങ്ങനെയൊരു വേഷം കെട്ടേണ്ടിവന്നത്. പതിനെട്ടാം വയസ്സിൽ അപ്പൻ മരിച്ചപ്പോൾ ഇളയത്തുങ്ങളുടെ ഭാരം ഏറ്റെടുക്കാതെ എനിക്കു നിവൃത്തിയില്ലായിരുന്നു. അങ്ങനാ തയ്യല് പഠിച്ചത്. രണ്ടനിയത്തിമാരെ കെട്ടിച്ചയച്ചപ്പോഴേക്ക് എന്റെ കെട്ടുപ്രായം കഴിഞ്ഞു. സൗന്ദര്യവും സമ്പത്തുമില്ലാത്ത പെണ്ണുങ്ങളെ ആരാണ് കെട്ടിക്കൊണ്ടുപോണത്? കൊച്ചങ്ങനെയാണോ, കാണാനും സുന്ദരിക്കുട്ടി. പണത്തിനും കൊറവില്ല. നല്ല ശൊങ്കൻ പുതുമാപ്പിളവന്ന് റാഞ്ചിക്കൊണ്ടുപോവൂലേ."

"നീയാ തുണിയും കെട്ടിപ്പിടിച്ചിരിക്കാണ്ട് എണീറ്റ് ചെന്ന് കോയിക്കോട്ടേക്ക് കൊണ്ടുപോകാനുള്ളതെല്ലാം എടുത്ത് വയ്ക്ക്." ഉമ്മിത്ത പറയുന്നത് കേട്ട് ഞാൻ മറിയട്ടീച്ചറെ മറന്ന് ആശയോടെ ഉമ്മയുടെ മുഖത്തേക്കു നോക്കി.

"ഓള് അടുത്തയായ്ച്ച എന്റൊപ്പരം ബന്നാപ്പോരേ?" ഉമ്മ ചോദിച്ചു.

"ഓളെ യൂനിഫോം തുന്നിക്കണ്ടേ? ചൂരിദാറൊന്നും ചാത്തു തുന്നിയാ ശരിയാകൂന്ന് എനക്ക് തോന്നുന്നില്ല."

ഉമ്മിത്ത പറഞ്ഞത് കേട്ട് ഞാൻ യൂനിഫോമിന്റെ തുണിയും കൈയിൽപ്പിടിച്ച് ലോകംവെട്ടിപ്പിടിച്ച ആവേശത്തോടെ തളത്തിലേക്കൊരോട്ടം.

എന്റെ പുസ്തകങ്ങൾവെച്ച ട്രങ്കുപെട്ടി ഇപ്പളെയെടുക്കണോ?"

ഓട്ടത്തിനിടയിൽ ഞാൻ വിളിച്ചു ചോദിച്ചു.

സൂറാ, പതുക്കെ. ബാല്യക്കാരത്തിയാണെന്നെ ഓർമ്മയില്ല പെണ്ണിന്. അതൊക്കെ ലോറി വരുമ്പം കൊണ്ടേരും. ഇടാനുള്ള തുണികള് ഞാനൊരു സഞ്ചിയിലാക്കി എന്റെ അറേലെ കബേറ്റിനുമോളില് വെച്ചിട്ടുണ്ട്. അതുമാത്തരം ഇപ്പളെടുത്താ മതി."

ബാല്യക്കാരത്തിയായതുകൊണ്ട് ഓടരുത്. ഉമ്മയുടെ താക്കീത് അന്നു പക്ഷേ ഞാൻ വകവെച്ചില്ല. അച്ചു കയറുന്നതുപോലെ ചടപടെയെന്ന് ഒച്ചയുണ്ടാക്കിക്കൊണ്ടുതന്നെ മുകളിലേക്കുള്ള ഗോവണി കയറി.

ഞാൻ എന്റെ മേശവലിപ്പിലുണ്ടായിരുന്ന എനിക്ക് അത്യാവശ്യമെന്നു തോന്നിയ സാധനങ്ങളെല്ലാം പെറുക്കിയെടുത്ത് കടലാസിൽ പൊതിഞ്ഞ് ഉമ്മ തയ്യാറാക്കിയ സഞ്ചിയിലെടുത്തുവെച്ച്, ഭാരിച്ചസഞ്ചിയും തോളിലേറ്റി താഴെയെത്തിയപ്പോൾ ഉമ്മിത്ത ഉമ്മാമയുടെകൂടെ പത്തായപ്പുറത്തിരുന്ന് സൊറ പറയുകയായിരുന്നു.

"ഉമ്മയില്ലാന്നുവച്ചിട്ട് ഇഞ്ഞി ഇങ്ങോട്ട് വരാണ്ടിരിക്കരുത്. കബറിലേക്ക് കാലുംനീട്ടിയിരിക്കുന്ന ഉമ്മാമാനെ മറക്കരുത്."

ഉമ്മാമയുടെ വാക്കുകൾ ഇടറി. ഞാൻ കൈയിലിരുന്ന സഞ്ചി പത്തായപ്പുറത്തുവെച്ച് ഉമ്മാമയുടെ കൈപിടിച്ച് യാത്ര ചോദിച്ചു.

"ഇഞ്ഞെന്തിനാണെ ഇന്നുതന്നെ പോകുന്നത്? മറിയൂട്ടി പോകുമ്പം പോയാപ്പോരെ?"

ഉമ്മാമ എന്റെ കൈയിൽപിടിച്ചുകൊണ്ട് ചോദിച്ചു.

ഉമ്മാമയുടെ നിറഞ്ഞ കണ്ണുകൾ കണ്ട് എന്റെ കണ്ണും നിറഞ്ഞു.

"ഓളെ സ്കൂൾ യൂനിഫോം തുന്നിക്കാനുണ്ട്. മുന്തിയ സ്കൂളായതുകൊണ്ട് നിയമങ്ങളൊക്കെ കടുകട്ടിയാന്നാ ഉമ്മി പറേന്നത്."

അപ്പോൾ അവിടെയെത്തിയ ഉമ്മയാണ് മറുപടി പറഞ്ഞത്.

"എത്തരമുന്തിയ സ്ഥലമായാലും വേണ്ടൂലാ, പെറന്ന നാടും വീടും ഇങ്ങളാരും മറക്കരുത്. ഒടുക്കം എല്ലാരുടേം മടക്കം ഈടത്തന്നെയാണെന്ന ചിന്തയുണ്ടായാല് മേലാക്കം ഇങ്ങക്ക് നല്ലത്."

ഉമ്മാമ ഇടറിച്ചയോടെ പറഞ്ഞു.

"എന്നാ താമസിക്കണ്ട" എന്ന് ഉമ്മ പറഞ്ഞപ്പോൾ ഉമ്മിത്ത ഉമ്മാമ യോട് യാത്ര പറഞ്ഞ് മുൻവശത്തേക്കു നടന്നു. ഞാൻ എന്റെ സഞ്ചിയും തോളിൽ തൂക്കി നാലാപ്പാട്ടിലിറങ്ങി ചുറ്റും കണ്ണോടിച്ചു. അടുക്കളവാതിൽക്കൽ ഉമ്മമ്പിയുമ്മയും കുഞ്ഞാമിനയും എന്നെ യാത്ര അയക്കാനെന്നപോലെ കാത്തുനില്ക്കുന്നുണ്ടായിരുന്നു. ഞാൻ അവരുടെ കൈപിടിച്ചപ്പോൾ രണ്ടുപേരുടെയും കണ്ണുനിറഞ്ഞു. എന്റെയും.

"സൂറമോള് ഇഞ്ഞിയെപ്പളാ വരുന്നത്" വിതുമ്പിക്കൊണ്ട് കുഞ്ഞാമിന ചോദിച്ചു.

"സ്ക്കൂള്പൂട്ടിയാ വരാട്ടോ." ഞാൻ സമാധാനിപ്പിച്ചു.

"കുഞ്ഞൻ കിസ കേക്കാൻ വരുന്നത് അടുക്കളക്കൊരലങ്കാരേനും." ഉമ്മമ്പിയുമ്മ.

"സൂറാ....."

ഉമ്മയുടെ വിളികേട്ട് ഞാൻ തിരക്കിട്ട് ഉമ്മറത്തേക്കു നടന്നു. ഉമ്മിത്ത മുറ്റത്തിറങ്ങിയിരുന്നു. ഉമ്മയോട് യാത്ര ചോദിച്ച് മുറ്റത്തേക്കിറങ്ങി. വീടിന്റെ ചിത്രം മനസ്സിൽ വരച്ചിടാനെന്നപോലെ ഞാൻ തിരിഞ്ഞുനോക്കി. കണ്ണാടിജനാലകളുള്ള മുകളിലെ പൂമുഖവും ചുറ്റോടുചുറ്റും വിശാലമായ വരാന്തകളുമുള്ള എന്റെ വീട് അസ്തമനസൂര്യന്റെ പ്രകാശരശ്മിയിൽ തിളങ്ങുന്നു. ഉമ്മിത്ത വിളിക്കുന്നത് കേട്ട് ഞാൻ കാറിനടുത്തേക്കു നടന്നു. ഡ്രൈവർ എന്റെ കൈയിലെ സഞ്ചിവാങ്ങി ഡിക്കിയിൽ വയ്ക്കുമ്പോഴും എന്റെ നോട്ടം വീടിന്റെ ഉമ്മറത്തായിരുന്നു.

"കേറ് സോറാ, നേരം വൈകി."

ഞാൻ കാറിൽ കയറി. കാർ സ്റ്റാർട്ടാക്കുമ്പോൾ ഞാൻ തലപുറത്തേക്കിട്ട് തിരിഞ്ഞുനോക്കി. കാറു നീങ്ങുമ്പോൾ മാളിയക്കൽവീടും എന്നോടൊപ്പം പോരുന്നു. അതേ, മാളിയക്കൽവീട് എന്നോടൊപ്പമുണ്ട്. എന്റെ കിനാക്കളുടെ പവിഴപ്പുറ്റായി....

www.ingramcontent.com/pod-product-compliance
Lightning Source LLC
LaVergne TN
LVHW100541051026
849519LV00003B/856

* 9 7 8 9 3 8 4 4 4 5 2 1 8 *

9 789384 445218